जॅपनीज रोझ

जगाला अज्ञात असणारी, एका कामिकाझी स्त्री पायलटची झपाटून टाकणारी कथा.

रेई किमुरा

अनुवाद
स्नेहल जोशी

मेहता पब्लिशिंग हाऊस

✆ +91 020-24476924 / 24460313 / Mob. No. 9545000513
Email : production@mehtapublishinghouse.com
Website : www.mehtapublishinghouse.com

◆ *या पुस्तकातील लेखकाची मते, घटना, वर्णने ही त्या लेखकाची असून त्याच्याशी प्रकाशक सहमत असतीलच असे नाही.*

JAPANESE ROSE by REI KIMURA

Translated into Marathi Language by Snehal Joshi

जॅपनीज रोझ / अनुवादित कादंबरी

अनुवाद : स्नेहल जोशी

Email : author@mehtapublishinghouse.com

मराठी अनुवादाचे व प्रकाशनाचे हक्क : मेहता पब्लिशिंग हाऊस, पुणे ४११०३०.

प्रकाशक : सुनील अनिल मेहता, मेहता पब्लिशिंग हाऊस,
१९४१, सदाशिव पेठ, माडीवाले कॉलनी, पुणे – ४११०३०.

मुद्रक : ट्रिनिटी अ‍ॅकॅडमी फॉर कॉर्पोरेट ट्रेनिंग लिमिटेड

मुखपृष्ठ : चंद्रमोहन कुलकर्णी

प्रथमावृत्ती : फेब्रुवारी, २०१२

किंमत : ₹ २००

P Book ISBN 9788184983340
E Book ISBN 9789387319554
E Books available on : amazonkindle Apple Books Google Play Books

---

१

मायुमीने तिच्याकडच्या चुरगाळलेल्या कागदावरील तीन टेलिफोन नंबरांतील शेवटच्या नंबराकडे टक लावून पाहिले आणि अगदी सावकाशपणे नंबर फिरवला. दुसऱ्या बाजूला कोणीतरी फोन उचलला, तेव्हा तिने आपला श्वास रोखूनच धरला होता. एका तरुण स्त्रीचा आवाज कानी पडला, ‘‘हॅलो? हॅलो? कोण आहे?’’

‘‘हॅलो,’’ मायुमीने उत्तर दिले. हाच तो नंबर असायला हवा होता; नाहीतर कित्येक आठवडे केलेला तपास अक्षरश: वाया गेला असता. तिला पुन्हा पहिल्यापासून सुरुवात करावी लागली असती. ‘‘मी रिका कोबायाशीशी बोलू शकते का?’’

‘‘हो, थोडा वेळ थांबा हं. मी माझ्या आजीला बोलावून आणते.’’ पलीकडून उत्तर आले आणि मायुमीने दीर्घ सुस्कारा सोडला. इथपर्यंत जरी सर्व ठीक झालं असलं तरी अजूनही काही चूक होण्याची शक्यता होती. कारण ज्या स्त्रीला ती शोधत होती, तिच्याशी या स्त्रीचे वय जुळणारे असले, तरी ‘रिका कोबायाशी’ हे नाव काही फार असाधारण नव्हतं.

फक्त दोन-तीन मिनिटं झाली असली, तरी मायुमीला आपण कितीतरी वेळ वाट पाहतोय, असं वाटलं. मग नक्कीच म्हाताऱ्या असलेल्या स्त्रीने, स्पष्ट पण कोरड्या आवाजात जोरात म्हटले, ‘हे काहीतरी महत्त्वाचं असायला हवं,’ फोनवर बोलण्यापेक्षा अधिक महत्त्वाच्या कामात गुंतलेले असताना, त्यात अडथळा आल्यावर माणूस जसा चिडून बोलतो, तशीच वैतागून ती स्त्री म्हणाली, ‘‘मुशी, मुशी, हॅलो?’’

मायुमीचे हृदय अस्थिर झाल्यासारखे वेगाने धडधडत होते. प्रदीर्घ आणि अत्यंत कठीण अशा तपासाच्या शेवटाकडे ती आली की, ते असेच धडधडायचे. तिने श्वासही न घेता विचारले, ‘‘हॅलो, हॅलो, तुम्ही सायुरी मियामोटो आहात का?’’

पलीकडे दीर्घ श्वास घेतल्याचा आवाज आला... आणि त्यानंतर दीर्घ शांतता. जिचा भंग फक्त जोरजोराच्या श्वासाने होत होता. त्यावरूनच मायुमीला बरेच मोठे घबाड हाती लागल्यासारखे वाटले. कदाचित... अगदी कदाचित... तिने यादीतील शेवटचा फोन नंबर फिरवल्यावर तिला लॉटरीच लागली होती. ....तिचा चाललेला तपास बहुधा संपला होता.

''कोण बोलतंय? आणि तुम्ही मला या नावाने का हाक मारताय? गेल्या साठ वर्षांत हे नाव कोणीही उच्चारलेलं नाही!'' त्या स्पष्ट, चिडखोर आवाजाचे आता काहीशा अस्पष्ट पुटपुटण्यात रूपांतर झाले होते. त्यामुळे मायुमीला एखाद्याच्या दु:खदायक अशा भूतकाळात उघडपणे डोकावल्याबद्दल अवघडल्यासारखे वाटत होते.

परंतु ती इतिहासकार होती आणि तिच्यावर हे प्रकरण सोपवलं गेलं होतं. त्यासाठी तिला भरपूर फी दिली गेली होती आणि कुणासाठीही वाईट वाटून घेण्याची ती वेळ नव्हती. तेव्हा मायुमी निश्चयाने म्हणाली, ''माझे नाव मायुमी ओनेडेरा आहे. 'एनएचके'मधील माहितीपटाच्या एका निर्मात्याने तुम्हाला शोधण्यासाठी माझी नेमणूक केली आहे.''

''नाही... नाहीऽऽ दूरचित्रवाणी किंवा प्रसारमाध्यमं मला नकोत. जा, मला एकटीला राहू दे.'' दुसऱ्या बाजूने दु:खी आवाजात उत्तर आले, ''सायुरी मियामोटो मेली आहे आणि युद्धात मेलेल्या इतरांबरोबर तिला यासुकुनी तीर्थावर पुरलं आहे! जा आणि तिला तिथं शोध.''

''जरा थांबा, माझ्या तोंडावर असा फोन बंद करू नका.'' मायुमीने विनंती केली. ''हे प्रसारमाध्यमासाठी नाही किंवा हा एखाद्या चटपटीत बातमीसाठीचा व्यावसायिक शोधही नाही. तुम्हाला जसं वाटतंय तसं हे नाहीये, मॅडम मियामोटो... हे सायुरीबद्दल आहे. तिला जपानी इतिहासात योग्य स्थान मिळावे, यासाठी आहे. त्यामुळे प्लीज, मला फोनवर तोडून टाकू नका. निदान माझे ऐकून तरी घ्या.

''मला तुमची थोड्या वेळासाठी भेट हवी आहे. तुम्हाला या भेटीत जे दिसेल किंवा ऐकू येईल, ते तुम्हाला आवडले नाही, तर मी निघून जाईन आणि पुन्हा तुम्हाला त्रास देणार नाही.'' दुसऱ्या बाजूने जेव्हा शांतता वाढत गेली, तशी मायुमी बोलतच राहिली. आत कुठेतरी छोटासा आशेचा किरण दिसत होता. त्या गूढ सायुरी मियामोटोने फोन खाली ठेवला नव्हता. ती ऐकतीये, असं दिसत होतं.

हे सर्व आठवड्यापूर्वी घडलं होतं. आणि आता मायुमी एका घराच्या लाकडी फाटकासमोर उभी होती. आतमध्ये एक सुबक दगडी रस्ता होता. तो एका छोट्याशा पण सुंदर घरापर्यंत जात होता. घराला जुन्या पद्धतीचा सरकता दरवाजा

होता. हे घर 'कुरिहाशी'सारख्या छोट्याशा शहरामध्ये होते. अनेक आठवडे शोधल्यानंतर आणि त्या महत्त्वाच्या फोननंतर मायुमीने शेवटी सायुरी मियामोटोचा, जिथं तिला शोधण्याचा कुणीही विचार करणार नाही अशा, जपानमधील भागातील एका साध्यासुध्या घरापर्यंत मागोवा घेतला होता. त्या घराकडे नीटपणे पाहिल्यानंतर तिला जाणवले की, साध्या लाकडापासून बनविलेले ते घर सर्वसाधारण स्थितीत होते. त्यामुळेच या घरात जपानच्या इतिहासातील कित्येक दशकं गाडून ठेवलेला, अतिशय वेगळा भाग दडलेला आहे, यावर तिचा विश्वास बसत नव्हता.

क्षणभर ती थबकली. तो जादूचा खोका उघडण्याची तिला भीती वाटत होती, कारण त्यामुळे जपानच्या युद्धाच्या इतिहासात खळबळ माजणार होती. कारण, तो इतिहास आधीच वादग्रस्त होता. तो तसाच ठेवणे उत्तम होते. मनात येणारे सर्व संशय तिने बाजूला सारले. पुढचा सरकता दरवाजा उघडण्यासाठी तिने हात उंच केला आणि हळू आवाजात हाका मारल्या, "कोनिची वा... हॅलो, कुणी घरात आहे का?"

'कुरिहाशी'सारख्या त्या छोट्या शहरात सर्व रहिवासी एकमेकांना ओळखत होते आणि त्यांना एकमेकांबद्दल पूर्ण माहिती होती. निदान त्यांना तसे वाटत तरी होते. चोर किंवा दरोडेखोर येण्याची शक्यता नव्हती. त्यामुळे तेथील बऱ्याच घरांसारखा सायुरीच्या घराचा पुढचा दरवाजा नेहमी उघडाच ठेवलेला असे; परंतु रिका कोबायाशीच्या हृदयाचा दरवाजा मात्र बंद होता. त्यामागे कुटुंबीय आणि ज्यांच्यासोबत ती अनेक वर्षे राहिली होती, त्या कुरिहाशीमधील मित्रांपासून दडविलेला भूतकाळ होता.

जेव्हा त्या लाकडी बोळात पावलांचा आवाज झाला, तेव्हा मायुमीने आपला श्वास रोखून धरला. विशीतील एक आकर्षक मुलगी तिच्यासमोर आली. तिने वाकून नम्रपणे अभिवादन केले आणि तिच्यापुढे घरात घालायच्या चपला सरकवल्या. रिका कोबायाशीची नात ही अगदी साधी आणि चारचौघींसारखीच वाटली. त्यामुळे मायुमीला उगीचच हायसे वाटले. कदाचित तिचा हा खटाटोप व्यर्थ ठरला असता,जर तिला तिथे काहीच मिळाले नसते. बहुधा सायुरी मियामोटो तिथे नव्हतीच किंवा खरंच ती तिच्या सर्व गुपितांसह यासुकुनी तीर्थावरच पुरली गेली होती. जपानी इतिहासाचा तो तुकडा तसाच ठेवायला हवा होता.

मग ती तरुण मुलगी बोलली; तेव्हा मायुमीला उगीचच तिचा रक्तप्रवाह आणि श्वासोच्छ्वास जोरात सुरू आहे, असं वाटलं. तिला जाणवलं की, त्या घरात काहीतरी आहे आणि तिचा शोध अजूनही सुरू आहे.

"या, आत या. माझी आजी तुमची वाट पाहात आहे." सायुरी मियामोटोची

नात म्हणाली. मायुमीने घातलेला वसंतऋतूतला हलका-फुलका कोट घेऊन तिने तो भिंतीच्या एका बाजूला असलेल्या हँगरवर टांगला.

मायुमी त्या बोळातून तिच्या मागून गेली. तो बोळ एका छोट्या बैठकीच्या खोलीकडे जात होता. बैठकीच्या खोलीतील फर्निचर अतिशय साधे होते. खोलीत क्रीम रंगाचा पाश्चिमात्य बनावटीचा सोफा होता. त्या सोफ्यासमोर एक चकचकीत पॉलिश केलेले गडद रंगाचे टेबल होते आणि उंच पाठीच्या दोन खुर्च्या होत्या. खोलीतील पारंपरिक सरकते जपानी दरवाजे आणि गवती चट्या यामध्ये हे पाश्चिमात्य फर्निचर विचित्र वाटत होते. इकेबाना फुलाच्या सजावटीच्या पार्श्वभूमीवर भिंतीवर मुद्दाम लावलेल्या एका कृष्णधवल चित्राने मायुमीचे लक्ष वेधून घेतले आणि ती खिळून राहिली. त्या चित्रात हसऱ्या चेहऱ्याचे दोन तरुण पायलटच्या वेषात होते. त्यांनी विमान उडविताना घालायचे गॉगल्स डोक्यावर अगदी आकर्षकपणे ठेवले होते आणि जपानी लढाऊ विमानाच्या पुढे ते उभे होते. त्या चित्राच्या तळाशी डाव्या हाताला ठळक अक्षरांत लिहिलेले होते – 'एप्रिल १९४५.'

तिथं एक खिडकी होती. त्या खिडकीतून दगडांनी काळजीपूर्वक तयार केलेली छोटी बाग दिसत होती. त्यात एक सुंदर मात्सुचं झाड होतं, नेहमीप्रमाणे तळं होतं आणि त्यात गोड्या पाण्यातील रंगीत मासे होते. त्या खिडकीसमोर ठेवलेल्या आरामखुर्चीत हालचाल झाली आणि खुर्चीत बसलेली सुंदर रुपेरी रंगाचा किमोनो घातलेली वयस्क स्त्री मायुमीकडे पाहण्यासाठी वळली.

तिच्या चेहऱ्यावर पसरलेल्या सुरकुत्यांवरून हे उघड दिसत होतं, की ती फार वयस्क आहे; परंतु काळाने केलेल्या कुरघोडीतही ती स्त्री एके काळी अत्यंत सुंदर होती, याचे अवशेष तिच्या चेहऱ्यावर दिसत होते.

सायुरीला हे कळत नव्हते, इतक्या वर्षांच्या एकांतवासानंतर जी कुठून आली, हेही माहीत नव्हतं; अशा मायुमीसारख्या इतिहासकाराला भेटण्याचे तिने का ठरवले होते? परंतु तिच्यासारख्या तरुण इतिहासकारामध्ये दिसलेला प्रामाणिकपणा आणि कळकळ यामुळे तिला कदाचित आपल्या तारुण्याची आठवण झाली होती आणि त्यामुळे कुठेतरी तार छेडली गेली होती.

दर वर्षी २४ एप्रिलला ती टोकियोतील यासुकुनी या पवित्र स्थानाला युद्धात वीरगती प्राप्त झालेल्यांच्या, तसेच तिच्या आवडत्या ताकुशीच्या आत्म्याला शांती मिळावी, यासाठी प्रार्थना करायला जायची. ताकुशीला तिने हृदयाच्या कप्प्यात खोलवर जपून ठेवले होते आणि तिथं तिने कोणालाच प्रवेश करू दिला नव्हता. ती एकटीच त्या पवित्र स्थानावर जायची. तिचा नवरा हिरोशीला किंवा तिची मुलगी मिकालाही तिच्या बरोबर येण्याची तिने परवानगी दिली नव्हती; कारण यासुकुनीला ती ताकुशीशी संवाद साधायची आणि तो वेळ त्यांचा दोघांचा एकत्र घालवायचा

वेळ होता.

बहुतांशी सर्व जपानी 'शिंटो' पवित्र स्थानांसारखे ते एक स्थान होतं, जिथं मंद नैसर्गिक रंग पसरलेले होते. काळजीपूर्वक तयार केलेल्या, दूरपर्यंत वृक्ष पसरलेल्या बागेत शांत जागी ते होतं. तिथं युद्धात हालहाल केलेल्या, तिच्याबरोबर युद्धात लढलेल्या आणि मेलेल्या लोकांच्या स्मृती होत्या. त्या शांत पवित्र स्थानाबद्दल काही सांगणे तसे कठीणच होते.

अगदी काही आठवड्यांपूर्वीच २४ एप्रिलला तिने यासुकुनीला शेवटची भेट दिली होती. त्या वेळी सायुरीने ताकुशीला सांगितले होते की, ती आता म्हातारी व दुर्बळ होत चालली होती. पुढच्या वर्षी एकटीने टोकियोपर्यंतचा लांब आणि खडतर प्रवास ती करू शकेल की नाही, हे तिचं तिलाच माहीत नव्हतं. कदाचित तो एकाकीपणा आणि भूतकाळाशी जवळीक साधण्याची तीव्र इच्छा यामुळे सायुरी थोडी मृदू झाली होती आणि त्यामुळे त्या तरुण तिऱ्हाईत इतिहासकार स्त्रीला भेटायला ती तयार झाली होती.

आज सायुरी मियामोटोने आपला सर्वांत सुंदर किमोनो घातला होता. आपल्या नातीला सुंदर तऱ्हेने आपल्या केसांचा अंबाडा घालण्यास तिने परवानगी दिली होती, कारण एनएचकेमधून आलेल्या इतिहासकारापुढे आपण अगदी उत्तम दिसावे, असे तिला वाटत होते.

ज्या क्षणी मायुमी हातात पेन आणि वही घट्ट पकडून, जणू काही तिचे सर्व आयुष्य यावर अवलंबून आहे, अशा तऱ्हेने त्या पिवळसर सोफ्यावर बसली; त्या वेळी सायुरीला ती किती घाबरलेली आहे, हे दिसलं. तो मानवी दुबळेपणा हा विलक्षण जवळचा आणि मनाला भिडणारा होता. आणि अचानकपणे त्या वृद्ध स्त्रीला आपली गोष्ट कोणाला तरी सांगावीशी वाटू लागली. वर्षानुवर्षे दाबून ठेवलेल्या आणि वाढत्या वयामुळे असह्य झालेल्या भावना तिला बोलून दाखवाव्याशा वाटल्या.

मायुमीकडे अतिशय स्थिर नजरेने पाहत ती म्हणाली, "तू मला का आणि कसे शोधून काढलेस, ते सांग पाहू."

२

तिने घाईघाईने खरडलेल्या एका पत्त्याच्या जवळ टॅक्सी तिला घेऊन आली; तेव्हा मायुमीच्या मनात गेल्या काही महिन्यांतील प्रसंगांबद्दलचे विचार तिच्या मनात घोळत होते. अचानक मिळालेल्या जेवणाच्या निमंत्रणामुळे अतिशय अनपेक्षितरीत्या मायुमीला ती विचित्र 'केस' मिळाली होती.

ती डिसेंबरमधील अतिथंड अशी सकाळ होती आणि मायुमीने ठरवले होते की, आपण सुट्टी घ्यायची अन् आपल्या फ्लॅटवर जाऊन आपल्या मांजराबरोबर दिवस घालवायचा. नेमका त्याच वेळी फोन वाजला आणि जेव्हा तो आपोआप तिच्या आन्सरिंग मशिनवर गेला, तेव्हा तिच्या मैत्रिणीचा – सुमिकोचा – खास चढा आवाज जोरात तिच्या कानावर आदळला. त्या आवाजाला ताबडतोब उत्तर हवे होते.

"मायुमी, फोन उचल. मला माहीत आहे की, तू तिथं आहेस! हे बघ, मी दुपारच्या जेवणासाठी ज्या कुणाबरोबर जात आहे, अशा व्यक्तीला तुझ्यासारख्या स्वत:बद्दल अभिमान बाळगणाऱ्या इतिहासकाराने जरूर भेटावे, असे मला वाटते आणि म्हणून तू आमच्यात सहभागी व्हावेस, अशी माझी इच्छा आहे."

जेव्हा तिने उत्तर दिले नाही, तेव्हा फोन पुन्हा वाजला आणि तोच आवाज न थांबता येत राहिला. "चल, तुझ्या त्या गादीतून उठ आणि आम्हाला येऊन भेट. तुला याचा पश्चात्ताप करावा लागणार नाही!"

मायुमी कुरकुरली. अशा या अप्रिय दिवशी तिला खरंच बाहेर जायचे नव्हते. परंतु सुमिकोचा संदेश दुर्लक्षित करणेही अशक्य होते; कारण तिने काही चुकवले किंवा ज्याला खरोखर तिने भेटायला हवे अशा व्यक्तीला चुकवले, तर? तिला

माहीत होते की, सुमिको उत्तर मिळेपर्यंत फोन करतच राहणार. त्यामुळे आपण जागेवर नाही, असे नाटक करून लपून राहण्यात काय अर्थ होता!

सुमिकोचा विचार मनात आल्याबरोबर तिला थोडेसे मोकळे वाटले. शिंजुकूमधील छानदार भागातील 'खास स्त्रियांसाठी'च्या बारमध्ये जाण्यासारख्या स्वतःच्याच मनोरंजनाच्या क्लृप्त्या सतत लढविण्याऱ्या सुमिकोचे तिला हसू आले. सुमिकोने एकदा तिलाही आग्रहाने या बारमध्ये नेले होते. तो असा बार होता, जिथं स्त्रिया नुकत्याच नव्हाळी आलेल्या तरुण पोरांबरोबर बोलण्यासाठी आणि त्यांनी कौतुकानं केलेली स्वतःची स्तुती ऐकण्यासाठी त्यांना ड्रिंक आणि भरपूर बक्षिशी देत! मायुमीही तेथील तीन तासांत एका गोड, गुळगुळीत गाल असलेल्या, जेल लावून ताठ केलेले केस असणाऱ्या आणि छान बोलणाऱ्या तरुणाच्या कौतुकात रंगली होती. जेव्हा त्या दोघी बारमधून बाहेर पडल्या, तेव्हा त्यांचे मन त्यांच्याबद्दलच्या खोट्या; पण ऐकायला छान वाटणाऱ्या कौतुकाने तृप्त झाले होते.

दोन तासांनंतर, टीव्हीवर जाहीर केल्याप्रमाणे 'पन्नास वर्षांतील डिसेंबरच्या सर्वांत थंड दिवसा'ला तोंड देत, ती सुमिको आणि तिच्या मित्राला भेटण्यासाठी शिंजुकू येथील इटालियन रेस्टॉरंटकडे निघाली होती.

"हे काहीतरी खास असायला हवे!" आपल्या गारठलेल्या ओठांतून ती पुटपुटली. सुमिको अगोदरच कोपऱ्यातील टेबलावर एका माणसाबरोबर बसलेली होती; त्याची पाठ मायुमीकडे होती. सुमिकोचा हा मित्र एनएचकेमधील वादग्रस्त माहितीपटांचा निर्माता होता. त्याचे नाव होते – सुगामो अराई. ज्या क्षणी मायुमीने त्याच्याकडे पाहिले त्या क्षणी तिला पटले की, तिने मारलेली चक्कर ही उपयोगी होती.

अराई हा काहीसा चमत्कारिक माणूस होता. त्याची वागण्याची पद्धत काहीशी रोखठोक आणि विचित्र होती. बहुतांश जपानी व्यावसायिकांची ओळख करून देण्याची पद्धत ही लांबड लावणारी आणि त्रासदायक असायची; मायुमीला याचा वैताग यायचा. परंतु तो मात्र असल्या भानगडीत पडला नाही; त्यामुळे तिला तो तत्क्षणी आवडला होता. त्याने कानात इअरिंग्ज घातले होते आणि लांब केस पोनिटेलमध्ये बांधले होते.

माफक ओळख झाल्यानंतर आणि नावांची कार्ड एकमेकांना देण्याचा सोपस्कार पार पडताच अराई म्हणाला, "मी सध्या एक माहितीपट तयार करत आहे आणि तो तयार करणं हे अतिशय अवघड काम आहे, एवढंच मी त्याच्याविषयी सांगू शकतो. सुमिको तुला सांगेलच की, मी अगदी वेडा आहे आणि एखादी कथा

निर्माण करायला जितकी अवघड असेल तितकी ती करावी, असे मला फार वाटते!

"मी अशा कुणाच्यातरी शोधात आहे की, जो जपानच्या युद्ध इतिहासात अगदी खोलवर जाण्यास मला मदत करेल. जेव्हा सुमिकोने मला सांगितले की, तू वास्तववादी आणि दृढनिश्चियी इतिहासकार आहेस. एकदा का तू एखाद्या विषयाची पकड घेतलीस, तर तो तू सहसा सोडत नाहीस; तेव्हा मला वाटले की माझ्या कथेसाठी हवी असणारी स्त्री तूच असावीस!"

"खरंच, इतक्या सन्मानाला मी योग्य आहे की नाही, हे मला माहीत नाही." मायुमी म्हणाली. मनातून मात्र तिच्या कौशल्याचे जरा जास्तीच उत्साहाने कौतुक करण्याचा सुमिकोचा प्रयत्न तिला खटकलाच. 'परंतु कोणत्या प्रकारची कथा करण्याचा तुम्ही प्रयत्न करीत आहात, हे जर मला सांगितलेत; तर ते माझ्या आवाक्यात आहे की नाही याची मला बऱ्यापैकी कल्पना येईल किंवा ठीक आहे; मला एक संधी घ्यायला आवडेल!"

अराईने नाटकीपणे काही कागद टेबलावर खाली-वर केले आणि तो सांगू लागला, "तुला मी आधी सांगितल्याप्रमाणे मी दुसऱ्या महायुद्धावर माहितीपट काढत आहे. विशेषत: युद्धाचा शेवट होण्याआधी पायलटांसाठी सुरू केलेल्या, ज्याला सभ्य भाषेत 'पुनर्शिक्षण छावण्या' असे नाव दिले गेले होते, त्यामध्ये मला माझ्या या चौकशीतून एका गूढ 'शिंबू' नावाच्या छावणीची माहिती मिळाली. एक दिवस शहरातील बारमध्ये मी ड्रिंक घेत बसलेला असताना अचानकपणे मी एका वृद्ध माणसाशी बोलण्यात गुंतलो. तो त्या छावणीला रसद पोहोचवायचा.

"युद्धाच्या गोष्टी ऐकणाऱ्या कोणाशीही गप्पा मारायलाच बहुधा तो त्या बारमध्ये यायचा आणि त्या रात्री प्रथमच त्याचे नशीब फळफळले होते. कारण बऱ्याच काळानंतर प्रथमच त्याला माझ्यासारखा एक उत्सुक श्रोता मिळाला होता. त्याच्या अनेक गोष्टींपैकी एका गोष्टीने विशेषकरून माझे लक्ष वेधून घेतले होते. त्या गोष्टीत पायलटांमध्ये एक स्त्री पायलट होती, अशी वदंता त्या शहरात पसरली होती, असे तो सांगू लागला. ही वदंता त्याने मूर्खपणाची आणि अशक्य म्हणून सोडूनच दिली होती. परंतु एक दिवस त्या छावणीवरच्या कोणाकडून तरी त्याला एक चिठ्ठी मिळाली. त्या चिठ्ठीत अगदी नेहमीप्रमाणेच 'आभारी आहे' असे लिहिले होते. आणि खाली 'सायुरी मियामोटो' अशी स्वाक्षरी होती. शिंबू छावणीमधून घरी आणि प्रियजनांना पत्रं पाठवण्यासाठी अनेकांना तो नियमितपणे मदत करायचा. त्यातील कोणाकडून ते पत्र आले होते, म्हणून तो फार गोंधळला होता."

सायुरी हे एका स्त्रीचे नाव, त्यामुळे ती चिठ्ठी आणखीच गूढ झाली होती. परंतु त्याने ते नाव एखाद्या छुप्या समलिंगी तोतयाचे सांकेतिक नाव असावे, म्हणून सोडून दिले. परंतु काही कारणाने त्याने ती चिठ्ठी ठेवून दिली होती. त्याने ती

खिशातून बाहेर काढली आणि माझ्याकडे सारत तो म्हणाला, 'तू युद्धावर माहितीपट काढतो आहेस आणि एका म्हाताऱ्याचे बरळणे ऐकून घेण्यात वेळ घालवला आहेस, म्हणून तू ही ठेव.'

"काही म्हण, पण या गोष्टीने माझी उत्सुकता जागृत झाली आणि मी याच्या तळाशी जायचे ठरवले. मी टोकियोमध्ये युद्धाची नोंद ठेवणाऱ्या कचेरीत काम करणाऱ्या माझ्या एका मैत्रिणीला गाठले आणि तिला त्या छावणीची अत्यंत गुप्त अशी कागदपत्रं शोधायला सांगितली आणि तिने जे शोधून काढले, त्यामुळे मी गोंधळून गेलो. त्या छावणीच्या दोन याद्या होत्या, एक 'दाखल होणाऱ्या' आणि दुसरी 'बाहेर पडणाऱ्या' पायलटांची यादी.

"मी सायुरी मियामोटो हे नाव 'दाखल होणाऱ्या' यादीत पाहिले, परंतु 'बाहेर जाणाऱ्या' पायलटांच्या यादीत तिची नोंद नव्हती. त्या दाखल झालेल्या नावांच्या यादीतील सर्व नावे शेवटी त्या बाहेर जाणाऱ्या पायलटांच्या यादीत होती. दुसरी गोंधळून टाकणारी गोष्ट म्हणजे, एक नाव दाखल होणाऱ्या पायलटांच्या यादीत नव्हते, पण ते 'बाहेर पडणाऱ्या' पायलटांच्या यादीत होते. ते नाव होतं, रिका कोबायाशी. त्यामुळे आता प्रश्न असा आहे की, सायुरी मियामोटो कुठे आहे? तिचे आणि जर का ते पुरुष पायलटचे सांकेतिक नाव असेल, तर त्याचे पुढे काय झाले? आणि ही रिका कोबायाशी कोण आणि छावणीत प्रवेश करणाऱ्यांच्या यादीत तिची नोंद कधीच का नव्हती?

"मी सायुरी मियामोटो ही कोण होती, तिचे काय झाले आणि तिचा रिका कोबायाशीशी काही संबंध आहे का, हे शोधण्याचा प्रयत्न केला; परंतु माझा शोध निष्फळ ठरला. त्यामुळे एखाद्या नावाजलेल्या इतिहासकाराची मदत घेण्याचे मी ठरवले आणि आजची ही भेट त्याबद्दल आहे."

"अरे देवा, काय अद्भुत गोष्ट आहे!" मायुमी पुटपुटली, "एक स्त्री आणि तीसुद्धा सर्व पुरुष पायलट असलेल्या छावणीमध्ये? अशी कोणतीही ऐतिहासिक नोंद नाही, जी या वादाच्या मुद्द्याला पाठिंबा देईल आणि इतिहासकार म्हणून हा असा आणि अशा तऱ्हेचा विक्षिप्त दावा जर पुरावा नसेल, तर मान्य करणे मला अवघड आहे!"

"अगदी बरोबर!" अराई म्हणाला, "आता तुझ्या काही लक्षात आले का? ज्यांनी ही वस्तुस्थिती आपल्या इतिहासातून पुसण्याचा प्रयत्न केला, त्यांना त्याची लाज वाटत होती. पण कॅन्सर पसरविणारी एक छोटी पेशी निसटली आहे आणि आपल्याला ती शोधायची आहे. ती अतिशय छोटी आहे... पण तितकीच महत्त्वपूर्ण आहे."

जेवणानंतरचे मिष्टान्न खाण्याची वेळ झाली, तेव्हा मायुमीने ही 'केस'

घेण्याची तयारी दाखवली आणि जवळजवळ तीन महिने युद्ध व नागरिकांची नोंदणी करणाऱ्या त्या कार्यालयात, म्युझियममध्ये आणि शेवटी लायब्ररीमध्ये घालविल्यावर तिच्या हातात संपूर्ण जपानमध्ये पसरलेल्या १०४ रिका कोबायाशींची यादी होती.

"मी तुम्हाला का आणि कसे शोधले, त्याचे हे उत्तर!" ती त्या वृद्ध स्त्रीला म्हणाली. ती वृद्धा आता खुर्चीला टेकून बसली होती. तिचे डोळे बंद होते आणि भुवयांमध्ये एक खोल आठी उमटली होती, जणू काही ती खूप दु:खात होती.

"कृपा करून आता तू परत जा. मला विश्रांतीची गरज आहे." सायुरी मियामोटो नावाची ती स्त्री पुटपुटली. "कदाचित उद्या हे संभाषण आपण पुन्हा सुरू करू या...."

मायुमी जरा घाबरलीच. कारण, तिच्यासारख्या वृद्ध स्त्रीच्याबाबतीत चोवीस तासांत काहीही घडू शकत होते. परंतु जेव्हा तिच्या लक्षात आले की त्या दिवशी फार काही करता येण्यासारखे नाही आणि या स्त्रीवर जास्त दबाव टाकल्याने नुकसानच होण्याची शक्यता आहे; तेव्हा ती उठली. वाट पाहणाऱ्या सायुरीच्या नातीच्या पाठोपाठ पुढच्या दरवाजाकडे गुपचूप गेली आणि घराबाहेर पडली.

मायुमीने हॉटेल शोधण्यात दुपारचा उरलेला वेळ घालवला. निदान पुढचे दोन दिवस तरी सायुरी मियामोटोला आपले निवेदन करण्यास लागतील, अशी तिची अपेक्षा होती. फारसे प्रवासी येत नसलेल्या अशा त्या छोट्याशा शहरात निवडीला फारसा वाव नव्हता. मायुमी एका छोट्याशा हॉटेलमध्ये उतरली. तिथं थांबणे जास्त फायद्याचे ठरले, कारण तिथं सुंदर ऑन्सेन किंवा गरम पाण्याचे झरे असलेले हमामखाने होते.

हॉटेलची बडबडी मालकीण ही आणखी एक फायद्याची गोष्ट होती. कारण ती या भागात युद्ध संपल्यावर आली होती आणि आजूबाजूच्यांची ओळख करून घेण्याचे तिने अगदी मनावर घेतले होते. परंतु सायुरी मियामोटोने आपले गुपित हे त्या तीक्ष्ण, शोधक डोळ्यांपासून आणि तीक्ष्ण कानांपासून अगदी व्यवस्थित लपवून ठेवले होते. त्यामुळे ती वृद्धा जरा विचित्र आहे आणि ती स्वत:ला इतकी अलिप्त ठेवते की, बहुधा ती काहीतरी गुप्त गोष्ट लपवीत असावी, या शेऱ्यापलीकडे त्या हॉटेलमालकिणीला त्या शहरातील कुणात न मिसळणाऱ्या त्या वृद्ध स्त्रीबद्दल फारसे काही माहीत नव्हते. ही वृद्ध स्त्री पाईन वृक्षाच्या शंकूपासून हस्तकलेचे सुंदर नमुने बनवते, जे सर्व जपानभर विकले जातात आणि त्यामुळेच तिचं राहणीमान इतक्या चांगल्या दर्जाचं आहे, ही गोष्टही तिला माहीत होती.

पसरलेली गादी मऊ, गुबगुबीत आणि आरामदायी असली आणि त्या गरम झऱ्यातील पाण्याने शरीरातील थकलेला प्रत्येक स्नायू मोकळा झाला असला, तरी

मायुमीला झोप येईना. आपल्या गुप्त भूतकाळाने थकलेल्या त्या एकाकी वृद्ध स्त्रीचा विचार करत ती जागीच होती. दुसऱ्या दिवसाची उत्सुकतेने वाट पाहत राहिली.

याची सुरुवात तीन महिन्यांपूर्वी झाली होती आणि मायुमीला हे कसे घडले, ते समजत नव्हते. परंतु जेवणानंतर अनेक सुटे कागद असलेली एक बारीकशी फाईल घट्ट पकडूनच ती परत आली होती. त्यामध्ये ढोबळमानाने दिलेल्या सूचना होत्या आणि त्या 'केस'ची माहिती होती. अराईच्या म्हणण्याप्रमाणे 'जी पेशी निसटली होती', तिला पकडण्याचा तिचा निश्चय झाला होता.

३

दि. २५ ऑगस्ट १९४१, ही त्या उन्हाळ्यातील नेहमीसारखीच एक दाट उबदार संध्याकाळ होती. बाहेर झाडांमध्ये किड्यांनी आवाजाचे वादळ उठवले होते. मियामोटो कुटुंब संध्याकाळच्या जेवणासाठी बैठ्या टेबलाभोवती जमले होते. जेवणामध्ये भात, भाजलेले मासे आणि प्रत्येकाला प्यावेच लागणारे वाफाळलेले मिसोशिरो सूप होते. त्या कुटुंबात चार माणसे होती. सायुरी, तिचा भाऊ हिरो आणि तिचे आई-वडील मिचिओ आणि तोमी. मिचिओ एका छोट्या कारखान्यात कामाला होते. फारसा प्रसिद्ध नसला तरी, या कारखान्यात अत्यंत उत्तम दर्जाचे आणि सर्वोत्कृष्ट किमोनो विणले जायचे. राजघराण्यातील व्यक्तींचे किमोनोही इथूनच घेतले जातात, अशीही या कारखान्याची ख्याती होती. कारखान्यातून मिचिओ नुकतेच परतले होते.

सायुरीने पाहिले की, तिची आई इतरांप्रमाणे नवऱ्याला आराम देण्याचा प्रयत्न करत होती. हिवाळ्यात रात्रीच्या जेवणाआधी ती त्याला गरमागरम वाफाळलेले पेय द्यायची, तर उन्हाळ्यात थंड. त्याबरोबर उकडलेले 'मामी' फळ असायचे. कोणताही मोसम असला तरी हा कार्यक्रम कधी चुकत नसे आणि सायुरीला खात्री होती की तिची आई झोपेतसुद्धा हे करू शकेल. सायुरीचा एकोणिसावा वाढदिवस नुकताच जवळ येत होता आणि आता आपले आयुष्य कसे असेल, याचा विचार ती करायला लागली होती. आयुष्यात कोणतीही अपेक्षा न ठेवता, ती तिच्या आईप्रमाणेच केवळ पत्नी आणि आईचीच भूमिका वठवणार होती का? ती आईचीच पुनरावृत्ती होऊन; त्या नेहमीच्याच पत्नी, आई आणि आयुष्यात दुसऱ्या कशाची अपेक्षा न ठेवणाऱ्यांसारखे दैनंदिन आयुष्य जगणार होती का?

नुकतीच त्यांच्या आयुष्यात घडलेली विशेष घटना म्हणजे, तिच्या वडिलांना

या वर्षी भरपूर बोनस मिळाला होता आणि त्यांनी घरी एक कोरा करकरीत रेडिओ आणला होता. त्याच्या चमकदार लाकडी पेटीवर लाखेचे काम केलेले होते. त्या उबदार उन्हाळ्यातील संध्याकाळी त्यांच्या अभिमानाची व आनंदाची गोष्ट असलेल्या त्या रेडिओवर हळुवार 'क्योटो' संगीत लागले होते. त्या खोलीच्या वातावरणात एक अद्वितीय अशी शांती पसरली होती. अचानक अनेक जपान्यांच्या मनात गोठून राहील, असा तो एक क्षण आला... कोणतीही पूर्वसूचना न देता सुरू असलेल्या संगीतात व्यत्यय आणून घोषणा करण्यात आली की, जपानच्या लष्कराने अमेरिकेच्या हवाईमधील 'पर्ल हार्बर' या तळावर हल्ला करून ते नष्ट केले आहे.

त्या बैठ्या टेबलाभोवतीची सर्व हालचाल थांबली. जणू काही कोणीतरी बटण दाबले होते आणि सर्व मियामोटो कुटुंबाला दगड करून टाकले होते. तो श्वास रोखून ठेवायला लावणारा जीवघेणा क्षण आणि पुन:पुन्हा जपानच्या विजयाचे कौतुक करणारा तो घोगरा आवाज सायुरी कधीही विसरू शकणार नव्हती.

"तू रेडिओवर ऐकलेस का? जपानने हल्ला करून पर्ल हार्बरमध्ये अमेरिकेचा पाडाव केला!" मिचिओने आश्चर्याच्या भरात हे शब्द उच्चारले.

"हो, आम्ही ते ऐकले, बाबा. परंतु अमेरिकन इतके प्रबळ आहेत आणि बाकी काही असो; मला असे वाटते की, आपण एका वाघाला जागे करत आहोत, त्यामुळे हे सर्व इथेच थांबणार नाही." सायुरीने उत्तर दिले आणि त्या विचारानं तिच्या कण्यातून भीतीची एक सणक गेली.

"असे म्हणू नकोस सायुरी, तू आपल्या देशाशी एकनिष्ठ असायला हवंस." तिच्या वडिलांनी तिला फटकारले. "कदाचित, यामुळे अमेरिकन आपल्याला आदराने वागवतील आणि व्यापारावरची बंदी सरतेशेवटी उठवतील. या व्यापारातील बंदीमुळे जपानचे किती नुकसान झालंय, हे तुला माहीत आहे का?"

तोमीने सूपचे भांडे इतक्या जोरात खाली ठेवले की, ते टेबल जरा हलले आणि थोडेसे सूपही सांडले.

"या जेवणाच्या टेबलावर हल्ले, युद्ध या विषयांवर बोलण्याचे थांबवाऽऽ" ती म्हणाली, "आधीच यामुळे मी घाबरलेली आहे! आपण छोट्या शहरात राहणारी माणसे आहोत. त्यामुळे आपण टोकियोमध्ये राहणाऱ्या लोकांवर 'राजकारण' सोडून देऊ या."

"पण, आई जर युद्ध सुरू झाले, तर मग आपल्याला, प्रत्येक धडधाकट माणसाला आपल्या देशासाठी लढावे लागेल; मग आपण टोकियोतील असो की छोट्या शहरातील! आणि मला माहीत आहे की, मला तिथं शत्रूला मारायला जायचंय आहे!" हिरोने जाहीर केले.

"गप्प बस, हिरो!" तोमी जोरात म्हणाली. "तू कशाबद्दल बोलतो आहेस, हे

तरी माहीत आहे का? हा लहान मुलांचा चोर-शिपायांचा खेळ नाही; हे वास्तव आहे. इथं प्रत्यक्षात रक्त सांडतं! त्यामुळे याविषयी बोलणं थांबवून आपण शांततेत जेवण उरकू या!''

ती रेडिओजवळ गेली आणि तिने तो बंद केला. पर्ल हार्बरवरचे खास बातमीपत्र बंद करून, जणू काही ती आपल्या कुटुंबाला जपानमध्ये घडणाऱ्या त्या सत्यापासून दूर करत होती. बाकी राहिलेले जेवण उदास शांततेत सुरू राहिले.

दुसऱ्या दिवशी दुपारच्या जेवणाचे पदार्थ तयार करून होताच सायुरी आपली मैत्रीण रैकोबरोबर त्यांच्या घरापासून काही मैल दूर असलेल्या एका खडकाळ उंचवट्यावर गेली. त्या ज्या रस्त्याने आल्या, तेथील शेतात भरपूर उगवलेल्या फुलांनी त्यांच्या टोपल्या भरल्या होत्या. दोन सुस्त मधमाशा काहीशा निरुत्साहात आसपास गुंजारव करत होत्या, तेवढाच काय तो फरक. नाहीतर ती दुपार तशी शांतच होती. युद्धाचे पडघम आणि पर्ल हार्बरचे परिणाम लाखो मैल दूर असल्यासारखे भासत होते.

रैको नुकतीच अठरा वर्षांची झाली होती आणि आपला बालपणीचा प्रियकर युकिओसाठी पार वेडावून गेली होती. त्या दुपारी तिनं आपल्या सर्वांत आवडत्या मैत्रिणीला त्यांच्या आवडत्या जागी बोलावून तिला युकिओने त्या वर्षीच्या हिवाळ्यात त्याच्या आई-वडिलांच्या परवानगीने लग्न करण्याचे ठरवले होते, हे सांगायचे होते.

''ओऽ रैको, मला तुझ्यासाठी खूप आनंद वाटतोय!'' सायुरीने आपल्या मैत्रिणीला मिठी मारली. ''मला हे माहीतच होतं, की तुम्ही दोघे आज ना उद्या एकत्र याल. मी तुम्हा दोघांसाठी लग्नातील भेटवस्तूही करायला सुरुवात केली आहे. आता मला घाई करायला हवी आणि ती हिवाळ्यापूर्वी पूर्ण करायला हवी!''

''थँक्स सायुरी!'' रैको म्हणाली. मग जरा गंभीर आवाजात तिने विचारले, ''तुझे काय? तुलासुद्धा लग्न करावेसे नाही का वाटत?''

''मला वाटते की, कधीतरी मी ते करेनच. काही झाले तरी प्रत्येक मुलीच्या नशिबात ते असतेच!'' सायुरी गमतीने हसत म्हणाली. ''पण रैको, खरं सांगू का?... पण वचन दे. तू मला हसणार नाहीस. मला आतून असं वाटतंय की, स्थिरस्थावर होण्याआधी मी काहीतरी करणे मला जरुरीचे वाटतंय.''

''नाही, तू जे काही सांगतेस, ते मी नेहमीच गांभीर्याने घेते.'' रैको गंभीरपणे म्हणाली, ''तू टोकियोला सैनिकी हॉस्पिटलमध्ये नर्स बनण्यासाठी जायचा विचार करत आहेस का?''

''हं, हा एक पर्याय असू शकतो. पण जर मी तुला सांगितले की, मला

हवाईदलात जाण्याची आणि लढाऊ पायलट बनण्याची इच्छा आहे; तर तू काय म्हणशील?''

आता मात्र हसत सुटण्याची वेळ रैकोची होती. हे हसणे खरं तर गमतीपेक्षा आश्चर्यचकित होण्यामुळे जास्त होते.

''मला माहीत आहे की, मी हसायचे नाही असे वचन दिले आहे; परंतु एक लढाऊ पायलट? तुला माहीत आहे की, ते अशक्य आहे! कारण एक म्हणजे, पायलट हे सर्व पुरुषच असतात आणि दुसरे म्हणजे, या आधी तू कधीही विमानाजवळही गेलेली नाहीस आणि तुला त्यातील 'श्री' पण माहीत नाही! हा विचार तुझ्या मनात आला तरी कसा?

''मला माफ कर, सायुरी.'' सायुरीच्या चेहऱ्यावरील गंभीर भाव पाहून ती पटकन म्हणाली. ''मला काही तुझी थट्टा करायची नव्हती किंवा तुला नाउमेदही करायचे नव्हते. पण, तुला माहीत आहे की, जपानमध्ये एखादी स्त्री करू शकते, अशा फारच थोड्या गोष्टी आहेत. लढाऊ वैमानिक होणे, ही त्यातील एक नक्कीच नाही! तुला हे माहीत आहे का? या गोष्टीचा मला आनंद होतोय. कारण, असली तऱ्हेवाईक, विलक्षण गोष्ट तू कधी करू नयेस आणि माझ्याआधी मरू नयेस, अशी माझी तीव्र इच्छा आहे! प्लीज सायुरी, मला वचन दे की, तू अशा भयानक गोष्टींचा पुन्हा कधी विचारही करणार नाहीस!

''आपल्या देशवासीयांपैकी बरेच जण आपले संरक्षण करण्यासाठी प्राण देत आहेत आणि आपण आपल्या वाटणीचे काहीच करत नाही, याबद्दल मलाही वाईट वाटत आहे. पण तरीही युद्ध संपल्यानंतर आपल्या देशाला पुन्हा उभे करण्यासाठी आणि सामर्थ्यवान बनविण्यासाठी आपल्यापैकी काहींनी जिवंत राहायला पाहिजे, असे मला वाटते. मी काय म्हणते, ते तुला समजतंय का?'' रैकोने आपले बोलणे कसेबसे संपवले. कारण आपण सुरक्षित आहोत आणि आपण कशाचाही – विशेषत: ती नियोजित वर युकिओबरोबर स्वप्न रंगवत होती – त्याग केलेला नाही, त्यामुळे तिचे मन तिला खात होते.

सायुरीचा चेहरा रैकोच्या दुःखामुळे सावरला आणि तिने पुन्हा आपल्या मैत्रिणीला मिठी मारली. बिचाऱ्या रैकोबद्दल इतके कठोर होणे योग्य नव्हते. रैको सायुरीची जणू परमभक्तच होती आणि कधीही ती तिची चेष्टा करत नसे. ती एक अगदी साधी मुलगी होती. तिच्या इच्छा आणि गरजा साध्या होत्या. सायुरीच्या विलक्षण पण अनपेक्षित बोलण्यामुळे ती थक्क झाली होती, इतकेच!

''ठीक आहे गं, रैको! मला माहीत आहे की, तुझ्या म्हणण्याचा असा काही हेतू नव्हता. मी अशा गोष्टींचा विचार करणे, हेही वेडेपणाचे आहे. कधी कधी अशा तऱ्हेचे विलक्षण विचार माझ्या मनात शिरतात आणि मी ते बोलून दाखवते!

कदाचित माझ्या मनात ती एक वेडाची लहर असावी आणि ती लवकरच नाहीशी होईल.''

पुढचा एक तासभर त्या मजेत रैकोच्या लग्नाच्या तयारीबद्दल आणि तिची आई तिच्यासाठी तयार करत असलेल्या भरजरी किमोनोबद्दल चर्चा करत राहिल्या. युद्धामुळे चैनीच्या वस्तूंचा पुरवठा कमी प्रमाणात होत होता. पण सुदैवाने रैकोची आई शिवणकामात अतिशय वाकबगार होती आणि ती तिच्याकडे उरलेल्या सामानातून मुलीच्या लग्नासाठी अतिशय सुंदर असा किमोनो विणत होती.

परंतु घरी परतताना आकाशात गडगडणाऱ्या हवाईदलाच्या विमानांच्या आवाजाने त्यांचा उत्साह कमी झाला होता. ती विमाने इतकी खालून उडत होती की, त्या मुली घराकडे पळत जात असताना, नकळत खाली वाकल्या. हल्ली बरीच विमाने शहरावरून उडायची. जणू काही ती त्या भागाचे निरीक्षणच करत होती. सायुरी त्यांच्या उंबरठ्यावर युद्धाचे पडघम वाजत असल्यागत भीतीने थरथरली.

काही आठवड्यांनंतर मिचिओ कारखान्यातून परत आला, ते हातात काही तिकिटांचा जुडगा घेऊनच. त्या शहरात असलेल्या एकमेव सिनेमागृहात जपानच्या पर्ल हार्बरच्या 'विजयी' हल्ल्याविषयी एक विशेष फिल्म दाखवली जाणार होती. तोमीने सुरुवातीला जायचे नाकारले, परंतु बरीच मनधरणी केल्यावर ती तयार झाली आणि ते सर्व कुटुंब त्या सिनेमागृहाकडे निघाले. तिथं आधीच जमलेल्या लोकांबरोबर ते जागा मिळवण्यासाठी धक्काबुक्की करू लागले.

'तिथं सर्व जण अतिशय उत्साहात होते. सर्वांचे हृदय स्वाभिमान व देशभक्तीच्या एकाच भावनेने भरून आले होते. इतक्या प्रबळ शत्रूवर एकामागोमाग हल्ले करणाऱ्या आपल्या शूर वैमानिकांबद्दलच्या विचाराने अगदी युद्धाच्या विरोधात असलेल्या माझ्या आईचेही हृदय उचंबळले होते.'

सिनेमा संपल्यावर ते सर्व कुटुंब रस्त्यात मोफत मिळणाऱ्या मद्याचे आणि सेन्बाईचे सेवन करणाऱ्या, उत्तेजित झालेल्या लोकांत मिसळले. असे एकत्र येण्याची आणि मजेत काही साजरे करण्याची त्यांची ही शेवटची वेळ होती.

४

तीन दिवसांनंतर त्यांच्या दारावरची घंटा जोरजोरात वाजू लागली आणि टोकियोला राहणारी सायुरीची मावशी मिचिको त्यांच्या घरी आश्रयाला आली. तिचं सांत्वन करणं, हे कठीण काम झालं होतं. गरमागरम ग्रीन टीचे तीन कप आणि पंधरा मिनिटे हळुवारपणे समजूत घातल्यावर सायुरीच्या आईला तिच्याकडून काहीतरी सुसंगत असे काढता आले.

'एका आठवड्यापूर्वी जपानच्या शाही लष्कराकडून माझ्या मुलासाठी – तोशिकीसाठी एक चिठ्ठी आली. तोशिकीने टोकियोतील उच्च अधिकार समितीला सैनिक भरतीसाठी भेटावे, म्हणून ही चिठ्ठी होती.'' सायुरीच्या आईने तिला थोडे शांत केल्यावर तिने हुंदके देत सांगितले. ''त्यांनी बळजबरीने सैनिक भरती सुरू केल्यापासून मी या भयंकर स्वप्नाच्या छायेतच जगत होते. हे असे घडतंय यावर माझा विश्वासच बसत नव्हता. मी तोशिकीला लपवून ठेवण्याचाही विचार केला; परंतु आम्ही लपून राहू शकू, अशी जागा कुठेही नव्हती. शेवटी त्या केम्पैताईने आम्हाला शोधून काढलेच असते. लष्करात भरती होण्याचे टाळल्यानंतर होणारी शिक्षा अतिशय कठोर आणि क्रूर असते.'

''....आणि आता त्यांनी माझ्या तोशिकीला नेलंय... माझं एकुलतं एक लेकरू! तो आता कुठे वीस वर्षांचा झालाय. त्याला युद्ध आणि लढणे याची काय माहिती आहे? माझ्या मुलाला साध्या किड्यालाही मारण्याचा धीर होत नाही... त्याचेही कुटुंब असेल, असा विचार तो करतो. मी इतर आयांकडून ऐकले की, ते लोक आपल्या मुलांना मारण्यासाठी किंवा मरण्यासाठी तयार करतील आणि मग ते त्यांना बोटीने आग्नेय आशियाला पाठवतील! ओह तोमी, मला भीती वाटते की, माझ्या बिचाऱ्या तोशिकीला मी पुन्हा पाहू शकणार नाही!''

तोमीने आपल्या बहिणीला जमेल तेवढे शांत करून तिचे सांत्वन केले, तरी सायुरीला आपल्या आईच्या डोळ्यांत अचानक भीती दिसली. कारण तिलाही मुलगा होता आणि तो एक-दोन आठवड्यांत अठरा वर्षांचा होणार होता. शहरात युद्धाचे परिणाम जास्त जोरदार व भयंकर होते. जपानच्या अंर्तभागातील छोट्या शहरांपर्यंत आणि खेड्यांपर्यंत पसरायला त्यांना वेळ लागणार होता, याचंच तिला बरं वाटत होते. परंतु हे तात्पुरते होते; कारण प्रत्येकाला माहीत होते, लवकरच लष्कराचे लांब हात त्यांच्या मुलांपर्यंत पोहोचतील.

मिचिओच्या कारखान्यातही परिस्थिती बदलत होती. युद्धाचे अव्याहत वाजत असलेले पडघम संपूर्ण जपानला युद्धाच्या वाटेवर अपरिहार्यपणे नेत होते. सर्वोत्कृष्ट किमोनोंची मागणी हळूहळू कमी झाली होती आणि अशी वदंता पसरली होती की, लवकरच त्या कारखान्याला किमोनोंऐवजी लष्करी गणवेश तयार करायला सरकारकडून सांगण्यात येईल.

''लष्करी गणवेश?'' तोमी आश्चर्याने म्हणाली. तिच्या नवऱ्याचा कारखाना जो जपानमधील सर्वोत्कृष्ट किमोनो बनवत होता – तो आता जाडेभरडे, कुरूप लष्करी गणवेश बनवण्याचा मोठा कारखाना होणार, म्हणून तोमी आश्चर्यचकित झाली होती.

परंतु अजूनपर्यंत तरी सायुरीच्या त्या छोट्या साध्या शहरात अधून-मधून ऐकू येणारा लढाऊ विमानांचा आवाज एवढीच काय ती युद्धाची खूण होती. ती विमाने आकाशातून काही वेळा इतकी खालून जायची की, त्यांचे घर थरथरायचे. ही विमाने काही विशिष्ट कामासाठी किंवा प्रशिक्षणासाठी उडत आहेत, असे तिच्या वडिलांनी सांगितले. आकाशात चमकून जाणाऱ्या आणि रेंगाळणाऱ्या धुराने हवा प्रदूषित करणाऱ्या करड्या, बसक्या राक्षसांमध्ये आपल्या मुलीला रस आहे, याची तिच्या वडिलांना जराही कल्पना नव्हती.

''ती कुठे जातात याची मला पर्वा नाही,'' तोमी म्हणाली. ''मला फक्त एवढंच माहीत आहे की, जेव्हा तुम्ही एखाद्या विमानाचा आवाज ऐकाल, तेव्हा सर्वांनी घरात जाऊन आश्रय घ्यायचा. जर ती खाली कोसळली किंवा त्यांनी काही खाली टाकले आणि नेमके त्या वेळी तुम्ही उघड्यावर; असंरक्षित असलात, तर काय होईल?''

'जर एखाद्या विमानाने आपल्यावर कोसळायचे ठरवले, तर जणू काही हे घर पुरेसे संरक्षण ठरेल!' सायुरीच्या मनात विचित्र विचार आला, परंतु तिने आपले तोंड बंद ठेवले, कारण तिला माहीत होते की, तिचे कुटुंब सुरक्षित राहावे यासाठी तिची आई निकराचा प्रयत्न करत होती. या भ्रामक कल्पनेत तिला सुखी राहू देणं, एवढंच सायुरी करू शकत होती.

एक-दोन महिन्यांतच त्या शांत शहरात एकच खळबळ माजली. कारण एक गणवेशधारी अधिकाऱ्यांचा जथ्था टोकियोहून आला होता आणि त्यांनी स्थानिक

टाऊन हॉलमध्ये लष्करभरतीचे केंद्र सुरू केले होते. प्रत्येक दिवशी ते शहराच्या रस्त्यांवर कसून शोध घ्यायचे, प्रत्येक घराचा दरवाजा ठोठावून वीस वर्षांच्या आणि त्यावरच्या मोठ्या तरुणांची नावे लष्करभरतीसाठी नोंदवून घ्यायचे.

तोमीलासुद्धा कुरकुरत का होईना, कबूल करावे लागले होते की, हे लष्करभरती करणारे अधिकारी तरुणांच्या मनात देशासाठी लढण्याची प्रेरणा निर्माण करत होते. एका दिवसातच लष्करात भरती होण्यासाठी त्यांच्याकडे लोक रांगा लावत होते.

बायकोने विनवण्या करूनही दुसऱ्या दिवशी कर्तव्याच्या जाणिवेने आणि देशभक्तीने प्रेरित होऊन मिचिओ त्या रांगेत सामील झाला. परंतु कारखान्यातील अपघातात उजव्या हाताला झालेल्या दुखापतीमुळे तो अधू झाला होता. त्यामुळे त्याला नाकारले गेले. त्या वेळी सुटकेच्या धक्क्याने तोमी मटकन खाली बसली. त्या लढाऊ विमानांबद्दल आणि जपानच्या पर्ल हार्बरच्या फाजील आत्मविश्वासाबद्दल सायुरीला स्वत:ला 'भयानक' स्वारस्य वाटत होते.

सायुरीचे हे स्वारस्य स्त्रीला शोभणारे नव्हतं आणि ती 'पुरुषांच्या प्रांतात' ढवळाढवळ करतीये, असं वाटून तिची आई तोमी तिचं मन दुसरीकडे वळवण्याचा प्रयत्न करू लागली. आपल्या मुलीला राजकारणाची चर्चा करायला प्रोत्साहित करू नये, म्हणून ती नवऱ्याजवळही सदैव कटकट करायची. सायुरीने जेवण करणे, शिवण करणे आणि प्रत्येक मुलीचे जे स्वप्न असते त्याप्रमाणे चांगला नवरा शोधून काढणे यावर आपले लक्ष केंद्रित करावे, असे तिला वाटायचे. तरीसुद्धा युद्धाच्या काळ्या ढगांच्या हालचाली जोरात सुरू झाल्या आणि त्यांची परिणती चुकवता न येणाऱ्या अशा वादळात झाली.

त्यांच्या देशात १९४१ मध्ये अशा काही घटना घडत होत्या की, ज्यामुळे त्यांच्यावर थक्क होण्याची आणि घाबरून जाण्याची वेळ आली होती. देशाच्या सम्राटाने राष्ट्राच्या सैन्याला सर्व जग जिंकण्यासाठी बाहेर पडावे, अशी आज्ञा दिल्याचे बोलले जात होते.

त्यांना समजत नव्हते की, त्यांच्या सौम्य, काहीशा स्वत:च्याच तंद्रीत राहणाऱ्या, वागण्या-बोलण्यात अतिशय गोड असणाऱ्या त्यांच्या सम्राटाला काय झाले होते! तो तर एखाद्या माशीलाही काही इजा करू शकत नव्हता. जितके त्यांच्या देशाचे पुढारी पाशवी आणि कठोर झाले, तेवढेच तोमीला तिच्या मुलांवर विस्मृतीचे संरक्षणात्मक कवच टाकावे, असे अधिकाअधिक वाटत होते.

परंतु मिचिओच्या कल्पना आपल्या पत्नीपेक्षा वेगळ्या होत्या. जे काही घडतंय, ते त्याच्या मुलांना कळावे आणि वेळ येईल तेव्हा त्यांनी जपानसाठी त्यांचे कर्तव्य बजावायला तयार असावे, असे त्याला वाटत होते. त्यामुळे तो प्रत्येक दिवशी जपानच्या चीनमधील आक्रमणाच्या बातम्या घेऊन यायचा. त्यांच्या छोटा

रेडिओवरही आक्रमणाच्या निरनिराळ्या अवस्थेत असलेल्या जपानी सैन्याच्या आणि परदेशातील त्यांच्या विजयाच्या अतिशयोक्तीपूर्ण बातम्या दिल्या जायच्या. त्यामुळे देशातील जवळजवळ प्रत्येक माणसाच्या हृदयात अभिमानाच्या आणि देशभक्तीच्या जोरदार भावना निर्माण व्हायच्या. अगदी तरुण सायुरीलाही त्या आक्रमक लष्करी प्रचारामुळे लष्कराची प्रत्येक गोष्ट योग्य वाटायची. 'रायझिंग सन'साठी सर्व देशवासीयांची हृदये एकजुटीने स्पंदन पावावीत, यासाठी त्यांना प्रोत्साहित केले जात होते.

अर्थात तिथं सायुरीची आई तोमीसारख्या काही साशंक व्यक्तीही होत्या, परंतु जपानमधून वाहणाऱ्या देशभक्तीच्या तीव्र भावनेने त्यांच्यावर ताबा मिळवून त्यांना गप्प केले होते. केम्पैताईने पोलीस आणि हेरांच्या तुकड्यांनी देशांबद्दल अभिमान नसलेले विचार व कृती निपटून काढण्यासाठी काही करण्यापूर्वीच, हे घडले होते.

याच सुमारास सायुरीला तिच्यातला बदल जाणवू लागला. छोट्या शहरातल्या सर्वसामान्य मुलींपेक्षा थोडी अधिक गंभीर असलेली, काहीशी बेफिकीर अशी सायुरी – जी गरम पाण्याच्या झऱ्यांवर काढलेल्या सहलींचा आनंद लुटायची, वसंत ऋतूत रानफुलं गोळा करायची, उन्हाळ्यातील निरभ्र रात्री तारे पाहायची – आता त्या अतिशयोक्तीपूर्ण आवाजात चालणाऱ्या आशिया व आग्नेय आशियातील जपानच्या विजयवार्तांकडे ओढली जात होती.

देशभक्तीपर घोषणांनी लष्करात भरतीची हाक दिली आणि अनेक तरुण स्त्री-पुरुष स्वेच्छेने पुढे येत असले तरी लष्कराच्या दृष्टीने ते हवे तेवढे पटकन घडत नव्हते. त्यामुळे प्रत्येक तरुणाला सैन्यात जाण्यासाठी आणि देशासाठी लढण्याची सक्ती करण्याचा हुकूमनामा काढावा लागला.

तोमीला यातून सुटका झाल्यासारखे वाटले. कारण ही लष्करभरती वीस आणि त्याहून जास्त वर्षांच्या तरुणांसाठी होती आणि तिचा मुलगा हिरो आता कुठे अठरा वर्षांचा झाला होता. या क्षणी त्याला वगळले गेले होते. एका तऱ्हेने अस्वस्थ करणारी शांतता मियामोटो कुटुंबावर पसरली.

आम्हाला असे सांगण्यात आले होते की, "जपानी माणूस म्हणून तेनो (सम्राट) साठी आणि देशासाठी मरणे, हा परमोच्च गौरव होता. ते जवळजवळ धार्मिक कर्तव्य होते. युद्धमंत्री जनरल तोजोचा प्रत्येक शिपायासाठी कडक आणि शेवटचा हुकूम होता की, 'अपमानास्पद स्थितीत जिवंत न राहणे' आणि प्रत्येकाने अशी खात्री पटवून द्यायची की, तो अशा तऱ्हेने मरण स्वीकारेल, ज्यामुळे त्याच्या देशाला शरम किंवा अप्रतिष्ठा आली नाही." त्या वृद्ध स्त्रीने मायुमीला त्यांच्या भेटीच्या दुसऱ्या दिवशी सांगितले. त्या भावना बराच काळ हृदयात दडलेल्या

होत्या, त्यामुळे तिचा आवाज भावनांच्या अतिरेकाने थरथरत होता.

जपानमधील त्या हिवाळ्यातील ती बोचरी थंडी, चिखल आणि हिम हे हळूहळू ओसरू लागतेय, असे दिसले आणि १९४२ मध्ये वसंतऋतूच्या आगमनाच्या स्वागतखुणांनी निष्पर्ण झाडांमध्ये जिवंतपणा आणला. मिचिओ रोज कारखान्यात तंगडमोड करून जात होता आणि मशिनमुळे झालेल्या जखमा आणि ओरखडे घेऊन घरी परत येत होता. ती मशिन्स जाडेभरडे लष्करी गणवेश तयार करत होती. एक दिवस तो नेहमीपेक्षा जास्त निराश होऊन घरी परतला.

"कारखान्यातील प्रत्येक धडधाकट माणसाला लष्करात भरती होण्यासाठी बोलावलंय आणि येथील स्त्रियांना कारखान्यातील त्यांचे काम पाहण्यास सांगण्यात येणार आहे." त्याने जड आवाजात सांगितले. "माझ्यासारखे वैगुण्य असल्यामुळे लष्कराने नाकारलेले काही जण सोडून, प्रत्येक माणूस लष्करात जाईल!"

नवऱ्याच्या दुखापतीमुळे तिच्याजवळच तो राहणार असल्याबद्दल जरी तोमीने मनातल्या मनात आभाराची प्रार्थना केली असली, तरी तिला माहीत होते की त्यामुळे त्याची मन:स्थिती दुर्बल झाली होती आणि आपल्या असमर्थतेमुळे आपल्या देशासाठी लढणे अशक्य झाल्याबद्दल त्याला लाज वाटत होती. त्यामुळे ती त्याला हळुवारपणे म्हणाली, "मला माहीत आहे की, या देशातील प्रत्येक माणसाप्रमाणे तुलाही तुझी भूमिका निभावायची इच्छा आहे. पण मिचिओ, तुला दुखापत झाली आणि त्यामुळे तुला लष्करातील नोकरीसाठी लायक ठरवले गेले नाही, हा काही तुझा दोष नाही."

बोलणे सुरू ठेवण्याआधी मिचिओ बराच वेळ शांत होता, "मला वाटतं की, सायुरीने कारखान्यात काम करायला जावे. कोणास ठाऊक, जेव्हा सर्व पुरुष जातील, तेव्हा स्त्रियांना शेतात काम करायला सांगितले जाईल. तेव्हा त्या कठीण श्रमांपेक्षा कारखान्यात काम करणे जास्त सोपे आहे."

"नाही बाबा, मला कारखान्यात काम करायचे नाही, कारण माझे दुसरे काही बेत आहेत!" सायुरीने उत्तर दिले.

ज्यामुळे त्याला देशसेवा करणे शक्य नव्हते, त्या त्याच्या स्वत:च्या असहाय दुर्बलतेबद्दलचा त्याचा राग उफाळला आणि त्याने सायुरीच्या थोबाडीत मारली. तो ओरडला, "तुझे देशद्रोही विचार आवर! या अशा तऱ्हेने कुणीही जपानी माणसाने वागू नये!"

आपल्या वडिलांच्या पूर्वी कधीही न पाहिलेल्या आणि अचानक उफाळलेल्या रागामुळे, त्यांनी तिला मारलेल्या थपडेच्या वेदनेने सायुरी हादरली होती. ती घाबरून खोलीतून पळाली. तिच्या डोळ्यांतून अश्रू ओघळत होते. ती रात्रभर रडत होती. मतभिन्नतेमुळे त्यांच्या पूर्वीच्या एकसंध कुटुंबाचे तुकडे पडत होते.

५

काहीही न घडणाऱ्या मात्सुमोटोतील आकाशात धुराची रेषा काढणाऱ्या, आपल्यामागे बराच काळ रेंगाळणारी ऊर्जा सोडणाऱ्या दोन लष्करी लढाऊ विमानांच्या आवाजाने, दुपारच्या शांततेचा भंग केला.

ती विमाने नाहीशी होईपर्यंत सायुरी घराबाहेर उभी होती. तिचे हृदय आपल्या देशाच्या सामर्थ्याविषयी अभिमानाने भरून आले होते. पुन्हा एकदा आकाशात टोळांच्या झुंडीसारख्या हजारो लढाऊ विमानांचे दृश्य तिच्या मन:पटलावर दिसले. देशाचे संरक्षण करणाऱ्या त्या मानवी साखळीचा आपणही हिस्सा व्हावे, असे तिला वाटू लागले. परंतु ते कसे करायचे, याची तिला किंचितही कल्पना नव्हती.

त्या रात्री मिचिओने धुरावलेल्या ईल माशांची क्वचितच मिळणारी पेटी घरी आणली होती. कारखान्यातील अधीक्षकांना खास भेट म्हणून ती दिली होती. तोमीने ती जेवणासाठी बाहेर काढावी म्हणून सबंध कुटुंब उत्सुकतेने वाट पाहत होते. रेडिओवर बातम्या सुरू होत्या आणि आग्नेय आशियातील जपानची प्रगती आणि विजय यांचे नेहमीचे अहवाल ते सर्व आळसावून ऐकत होते. अचानक तो कार्यक्रम खास घोषणेसाठी थांबवण्यात आला. लष्कराच्या उच्च समितीने जपानमधील प्रत्येक शहर आणि खेड्यांतील उरलेल्या सतरा वर्षांच्या आणि त्यावरच्या जपानी मुलांनी – जे या आधी लष्करी नोकरीसाठी निवडले गेले नव्हते – त्यांना ताबडतोब लष्करी नोकरीसाठी हजर होण्याचा हुकूमनामा पाठवला होता.

जोरात श्वास घेतल्याचा आणि काचेचे भांडे फुटल्याचा आवाज झाला. तोमीने हातांत धरलेले भाताचे भांडे हातातून निसटले होते आणि जमिनीवर पडून फुटले होते. सायुरीने आईचा विव्हळत असतानाचा पांढराफट्ट पडलेला चेहरा पाहिला. "नाहीऽऽ माझा मुलगा हिरो... नाही!"

ईलच्या त्या मौल्यवान पेटीचा सर्वांना विसर पडला होता; ती बाजूला सारली गेली होती. युद्धाची सत्यता आणि त्यांच्याकडून अपेक्षित असलेल्या त्यागाची सर्वांना जाणीव झाली होती. मिचिको मावशीने काही आठवड्यांपूर्वीच सांगितल्याप्रमाणे कोठेही पळायला किंवा लपायला जागा नव्हती. त्यानंतर धुरावलेल्या ईल माशांची जेवणाच्या टेबलावर पडलेली ती पेटी आयुष्यभर सायुरीला आठवायची.

सतरा-अठरा वर्षांचा मुलगा हिरो, कधीही आपल्या शहरापासून किंवा आपल्या कुटुंबापासून दूर गेला नव्हता. सैनिकाचे कठीण आयुष्य जगण्याच्या भीतीबरोबरच देशसेवेसाठी बोलवण्यात आल्याचा अभिमान, अशी त्याची द्विधा मन:स्थिती झाली होती. रेडिओवरील त्या देशप्रेमाच्या अमाप प्रचाराने संवेदनशील तरुणांची मने चेतविण्याचे काम योग्य प्रकारे केले होते. शेवटी अभिमानाने भीतीवर मात केली. आपले जीवन लष्कराच्या ताब्यात देण्यासाठी हिरोनेही वाट पाहिली नाही.

त्यांच्या मुलांचे काय होणार होते आणि पूज्य मानले गेलेले शाही सैन्य त्या मुलांना काय बनवणार होते, याबद्दल फक्त तोमीसारख्या आया फसल्या नव्हत्या. या मुलांमध्ये जपानच्या अगदी उत्तम अशा विद्यापीठातून तयार झालेले काही होतकरू पदवीधारकही होते. त्यांना राष्ट्रभक्तीच्या नावाखाली तसेच सम्राट व देशाच्या संरक्षणाच्या मानासाठी निर्दय असे मारेकरी बनवण्यात येणार होते.

"आपली मुलं रोज मरत असताना त्या मानाचा उपयोग काय?" तोमी म्हणाली, "मी मानापेक्षा जीवनाला किंमत देते आणि मला त्याची लाज वाटत नाही!"

"बंद कर, अशी देशद्रोही टीका करण्याचे बंद कर!" तिच्या नवऱ्याने कठोरपणे सांगितले. "तुला ते केम्पैताई आपल्या मागे लागायला हवेत का? आठवड्यापूर्वी माझ्या एका सहकाऱ्याला त्याच्या घरासमोरचा आपल्या देशाचा झेंडा खाली उतरवून तो पुन्हा वर चढवण्याचे विसरल्याबद्दल फार कडक शिक्षा झाली. ते केम्पैताई जिकडेतिकडे आहेत आणि तुला हे समजत नाही का, की आपल्या देशासाठी सांगितलेला कोणताही त्याग करणे, हे परमेश्वराने सांगितलेले कर्तव्य आहे."

ज्याची भीती वाटत होती, ती टक्टक् दुसऱ्या दिवशी दरवाजावर ऐकू आली आणि हिरोला दोन अधिकाऱ्यांनी औपचारिकपणे भरती करण्यासाठी टाऊन हॉलला नेले. ज्यात त्याची नोंद केली होती, त्या वहीत त्याच्या नावापुढे खूण करण्यात आली. जेव्हा तो वाट बघत असलेल्या लष्करी गाडीत बसला, तेव्हा त्याने आईने त्याच्या गळ्यात बांधलेला ताईत धरून ठेवला होता. दोन तासांनंतर हिरो परत आला तो ही बातमी घेऊनच की, त्याला ट्रेनने दुसऱ्या दिवशी सकाळी टोकियोला

जायचे होते. आज रात्री त्यांचे एकत्रित असे शेवटचे जेवण होणार होते.

अगदी दुसऱ्याच दिवशी संध्याकाळी घरी रैको आली. तिचा चेहरा पांढरा पडला होता आणि ती दुःखात होती.

''ते आले आणि युकिओला टोकियोला घेऊन गेले. मी त्याला पुन्हा कधी बघेन, हे मला माहीत नाही!'' ती हुंदके देत म्हणाली, ''आम्ही हिवाळ्यात लग्न करायचे ठरवले होते. सायुरी, ते होईपर्यंत ते थांबू शकले नसते का?''

''मला माहीत आहे, तुला काय वाटतेय ते रैको,'' सायुरी दुःखी स्वरात म्हणाली, ''माझा भाऊ हिरो पण गेलाय आणि काल रात्री माझी आई त्याच्यासाठी इतकी रडली की, मला काय करावे, तेच कळेना. लवकरच सर्व तरुण मुलं जातील आणि मग इथं स्त्रिया आणि म्हातारेच राहतील.''

''मला त्याच्या पाठोपाठ टोकियोला जायचंय,'' रैको म्हणाली, ''मी तेथील हॉस्पिटलमध्ये नर्स म्हणून भरती होईन. माझे त्याच्यावर एवढे प्रेम आहे की, इथं बसून बातमीची वाट पाहत राहणे मला सहन होत नाही! तूही माझ्याबरोबर भरती होशील का सायुरी? नाहीतरी तू नेहमी म्हणायचीस की, तुला आपल्या देशासाठी काहीतरी करायचंय!''

वारा अजिबात वाहत नव्हता. सायुरी विचार करत राहिली... हे किती विचित्र होते की, 'सतत मागे-मागे राहणारी, केवळ लग्न करायचे, चांगली पत्नी आणि आई व्हायचे याहून मोठी महत्त्वाकांक्षा नसणारी रैको, आज लष्कारीसेवेत सहभागी होण्याचा धीट निर्णय घेणारी पहिलीच मुलगी होती.

''प्लीज, सांग की तू माझ्याबरोबर येशील?'' रैकोने विनवणी केली. सायुरीचा मात्र निर्णय होत नव्हता. ''माझा बिचारा युकिओ आग्नेय आशियाकडे तुझ्या भावाबरोबर बोटीने पाठवला जाईल आणि कदाचित त्यांना आपण पुन्हा कधीच पाहणार नाही. जेव्हा हे घडेल, तेव्हा मला टोकियोत असायला हवं!

''आम्ही लग्न करणार होतो आणि सुखी होणार होतो! माझ्या आईने नुकताच माझ्या लग्नाचा किमोनो पुरा केला आहे. युकिओ परत येईपर्यंत आता तो माझ्या खोलीत नुसता टांगलेला असेल.... रिकामा आणि निरुपयोगी.

''परंतु खरं सांगायचं तर, मला हेही माहीत नाही की, तो कधी परत येईल का आणि किती काळ तो किमोनो माझ्या खोलीच्या भिंतीवर टांगलेलाच राहील! मला मनातून वाटतंय की, ही एक भयानक पूर्वसूचना आहे की, हा आपल्या सर्वांचा शेवट आहे आणि मी तो किमोनो कधीही घालणार नाही!''

रैकोच्या उदास विचारांना जणू काही पुष्टी देण्यासाठी एक विमान आकाशात धुराच्या रेषा मागे सोडत उडत गेले. त्याच क्षणी सायुरीचा निश्चय झाला की, जेव्हा टोकियोला जाण्यासाठी ट्रेनमध्ये रैको जाईल, तेव्हा तीही तिच्याबरोबर

त्या ट्रेनमध्ये असेल.

सायुरीचे लक्ष आपल्या निश्चयी, पण अश्रूंनी भरलेल्या आपल्या मैत्रिणीच्या चेहऱ्याकडे गेले. त्या सुंदर नाजूक ओठांची एक निश्चयी सरळ रेष झालेली तिने पाहिली. तिच्या लक्षात आले की, त्या दोघी एका रात्रीत बदलल्या होत्या. लवकरच त्या दोघीही युद्धाच्या जबरदस्त भावनांच्या भोवऱ्यात खेचल्या जाणार होत्या. कारण त्यांचे शांत, सुरक्षित जग त्यांच्याभोवतीच गळून पडायला सुरुवात झाली होती.

हिरो जाण्याआधीच्या त्या रात्रीचे जेवण हे रडारडीचे आणि भावनायुक्त असे होते. परंतु त्या तरुण मुलाच्या आणि त्याच्या वडिलांच्या चेहऱ्यावर अभिमान आणि प्रतीक्षा होती. आपला मुलगा युद्धातून वाचावा, यासाठी तोमीने गुपचूपपणे शिवलेला हजार टाक्यांचा संरक्षणासाठीचा पारंपरिक पट्टा काढून त्याच्या कमरेभोवती गुंडाळला. युद्धाच्या प्रवासाकडे निघालेल्या त्याच्यासाठी ती आणखी काही जास्त करू शकत नव्हती. युद्धातून फारच थोडे जण परत यायचे.

दुसऱ्या दिवशी भरती झालेल्या अन्य तरुणांबरोबर हिरो निघून गेला. तोमीला त्याला निरोप देण्यासाठी स्टेशनवर जाण्याची हिंमत झाली नाही. परंतु ती स्वतःला थोपवू शकली नाही; जेव्हा सैन्यात भरती झालेल्या उत्साही जवानांना घेऊन ट्रेन निघाली, तेव्हा सायुरीने आपल्या आईला हिरोच्या डब्याजवळून धावताना आणि "हिरोऽऽ हिरोऽ घरी सुरक्षित परत ये!" असे सांगताना पाहिले.

दूर अंतरावर त्या वेगाने जाणाऱ्या ट्रेनमधून एक हात हलताना त्यांनी पाहिला. त्या हातात तो ओळखीचा हिरवा रुमाल होता आणि त्यांच्या लक्षात आले की, हिरोने आपल्या आईला त्याचा निरोप घेण्यासाठी आलेले बघितले होते.

"ते आमच्यापासून हिरोला घेऊन गेल्यावर प्रत्येक गोष्ट बदलली. जे काही थोडे हास्य आणि उत्साह अजूनपर्यंत आमच्या घरात होता, तो विझला गेला. एक प्रकारची उदासीनता आम्हा सर्वांवर पसरल्यासारखी झाली. माझी आई जेव्हा महिन्यानंतर हिरोचे पत्र यायचे, तेव्हा खूप रडायची. जेव्हा त्याच्या पत्राला उशीर व्हायचा, तेव्हा तर ती आणखीनच रडायची. माझे वडील त्यांच्या स्वतःच्या शांत आणि दूर असलेल्या विश्वात माघारी गेले होते."

अजून वाईट म्हणजे, लष्करात भरती झाल्यावर आठ महिन्यांनी हिरोकडून एक पत्र आले. त्यात त्याने लिहिले होते की, त्याला बोटीने आग्नेय आशियाकडे पाठवले जात होते. ते ऐकून भीतीने आणि विनाशाच्या शंकेने त्यांना ग्रासले.

"प्रत्येकाला माहीत आहे की, जेव्हा सैनिक आग्नेय आशियाला पाठवला

जातो, तो क्वचितच जिवंत आणि धडधाकट परत येतो.'' तोमी विव्हळली, ''हे रोखण्यासाठी आपण काहीच करू शकणार नाही का?''

तिच्या नवऱ्याने मान हलवली आणि तो कठोरपणे म्हणाला, ''नाही! आणि जरी आपण काही करू शकलो, तरी आपण ते करायचे नाही. कारण प्रत्येक कुटुंब आपल्या सम्राटासाठी आणि देशासाठी मुलाची, नवऱ्याची आणि वडिलांची आहुती देत आहे. माझ्या हातामुळे मी काही उपयोगाचा नाही, हे दुर्दैव पुरेसे आहे. नाही तोमी, आपल्याला अभिमान वाटला पाहिजे की, आपला मुलगा देशाच्या सन्मानार्थ लढत आहे!''

त्या दिवशी सायुरीला स्वत:मध्ये काहीतरी कठोर भावना निर्माण झाल्यासारखी वाटली. तिने हिरोला शोधण्यासाठी टोकियोला जायचे ठरवले. त्याच्या पत्रांत सिंगापूर नावाच्या बेटावर जाण्याची तारीख ऑक्टोबरमधील होती. त्यामुळे त्याला शोधण्यासाठी आणि तो प्रवासाला निघण्याआधी शेवटचा निरोप घेण्यासाठी तिच्याकडे अजून वेळ होता. तिने रैकोला विचारले असते आणि त्या दोघी बरोबर गेल्या असत्या; फक्त एकच समस्या होती, ती आईचे मन वळवण्याची....

६

"सायुरी, मी तुला टोकियोला जायला मनाई करते!" तिची आई ओरडली. "युद्ध हे असं पेटलंय आणि दोस्तराष्ट्र राजधानीवर अविरत बॉम्ब टाकताहेत. त्यामुळे आता सध्या तिथं असणं फार धोक्याचे आहे! मी आधीच देशासाठी माझ्या मुलाचा त्याग केलाय; आता मी माझ्या मुलीचाही त्याग करायला हवा का?"

जरी तोमीची ही प्रतिक्रिया अपेक्षित आणि भाकीत केल्यासारखी होती, तरी सायुरी निराश झाली.

"परंतु आई, टोकियोतील हॉस्पिटल्समध्ये हजारो जखमी सैनिक आहेत आणि त्यांना नर्सेसची अत्यंत गरज आहे." ती तक्रारवजा सुरात बोलली, "युद्धापासून दूर असे इथं राहत असताना मला अगदी निरुपयोगी असल्यासारखे वाटते. अगदी रैकोसुद्धा युद्ध-नर्स म्हणून नोकरी करायला निघालीये! आई, जिला पत्नी आणि आई याव्यतिरिक्त दुसरे काहीही व्हायचे नव्हते, ती रैको! काही झाले तरी आम्ही दोघी एकाच हॉस्पिटलमध्ये आणि वसतिगृहात असू तिथे आम्हाला परस्परांची काळजी घेता येईल. तू पाहशीलच आई, सर्व काही ठीक होईल."

"परंतु तुला आणि रैकोला नर्सिंगबद्दल काहीच माहीत नाही. तुला आठवतंय, रक्त दिसले की तू ओकायचीस ते?" तोमीने पुन्हा विरोध केला. "अगदी भयानक जखमी झालेल्या आणि ज्यांनी त्यांचे हातपाय गमावलेत, अशा सैनिकांची सेवा तू कशी काय करशील? विचार कर, सायुरी. ती हॉस्पिटल्स मृत पावलेल्या लोकांनी, ज्यांचा मृत्यू जवळ आलाय अशा लोकांनी, जखमी लोकांनी आणि अवयव गमावलेल्या लोकांनी भरलेली असतील आणि हे तुला प्रत्येक दिवशी पाहावे लागेल! त्यातून तू कशी काय निभावून नेशील?"

“यावर मी विचार केलाय आई आणि मला माहीत आहे की, मी ते करू शकेन. त्यांना मिळेल ती प्रत्येक स्त्री हवीये आणि ते आम्हाला प्रशिक्षण देतील.” सायुरीने शांतपणे सांगितले. “मला वाटते की, या अशा वेळा माणसाला खरोखरच धीट बनवतात. एखाद्या दिवशी माझा लाडका भाऊ हिरो त्या हॉस्पिटलमध्ये असह्य वेदनेने तळमळत असेल आणि मी मात्र इथं त्याच्या मदतीसाठी काही न करता माझ्या उबदार, आरामदायी गादीत झोपलेले असेन या विचाराने मी रात्रभर जागी राहते. तुला हे दिसत नाही का आई, की माझे तिथं असणे गरजेचे आहे. मला काहीतरी केले पाहिजे!”

सायुरीने प्रार्थना केली की, तिच्या आईचे मत लवकरच बदलेल. रैकोने तिच्यासाठी दोन आठवड्यांपेक्षा जास्त वाट पाहिली होती आणि तिला असे अनिश्चितपणे वाट पाहायला लावणे योग्य नव्हते. तिच्या मैत्रिणीचा प्रिय युकिओ जिथं होता, त्या टोकियोला त्याच्याजवळ जाण्याची अधीरता ती समजू शकत होती. अर्थात, तो जरी तिथं असला तरी तिला तो भेटणे बहुधा शक्य नव्हते. सायुरी आता एकोणीस वर्षांची झाली होती आणि आईच्या परवानगीशिवाय ट्रेनने टोकियोला जाऊ शकत होती. जरी तिच्या महत्त्वाकांक्षा आणि कल्पना उच्च असल्या, तरी मनाने ती अजूनही पारंपरिक जपानी मुलगी होती. हे आयुष्यातील महत्त्वाचे पाऊल आपल्या आईच्या आशीर्वादाशिवाय टाकण्याची कल्पना ती करू शकत नव्हती.

त्यामुळे ती जवळजवळ एक आठवडा तोमीचे मत बदलण्याची वाट बघत होती. आठवड्याचा शेवट आला, तेव्हा सायुरीची आई तिच्याकडे आली आणि अगतिकपणे म्हणाली, “तुझ्या वडिलांचे बरोबर आहे. तू जर जाण्याचा आणि देशाची सेवा करण्याचा निश्चयच केला असलास, तर मी तुझ्या वाटेत आडवे येऊ नये. सर्व तरुण मुलं हे शहर एका मागोमाग सोडून जात आहेत. सर्वांना युद्धाने एका तऱ्हेने किंवा दुसऱ्या तऱ्हेने ओढून घेतलंय, अन्न आणि इतर वस्तूंचा पुरवठाही कमी कमी होतोय. तुझे वडील स्थानिक सरकारच्या कामात आहेत, म्हणूनच आपल्याकडे टेबलावर माफक अन्न असते.”

जे अश्रू सायुरीच्या डोळ्यांत कित्येक दिवस दाटून राहिले होते, ते आता तिच्या चेहऱ्यावरून मोकळेपणे ओघळू लागले. तिने आपल्या आईला मिठी मारली, तेव्हा तिला इतका आनंद झाला होता की, त्याचे वर्णन करायला योग्य शब्दही तिला सापडत नव्हते.

“धन्यवाद आई!” ती म्हणाली, “मी संपूर्ण जपानमधील सर्वांत उत्तम नर्स होईन आणि तुम्हा दोघांना माझा अभिमान वाटेल, असे करेन.”

“नीघ मुली.” तोमी दाटल्या आवाजात म्हणाली. मुलीची वाट न अडविण्याचा

तिचा निश्चय डळमळीत व्हायला, तिला भावनांचा आणखी उद्रेक व्हायला नको होता. "टोकियोला जाणारी ट्रेन परवा आहे आणि सर्व तयारी करायला तुला दोन दिवसांपेक्षा कमी वेळ आहे."

तिच्या डोळ्यांतले अश्रू सायुरीने पाहू नयेत, म्हणून ती घाईघाईने तेथून निघून गेली. तोमीला हे कळत नव्हते की, तिने आपल्या मतावर ठाम राहून सायुरीला टोकियोला जाऊ द्यायला नको होते का? दोन घरे पलीकडे असलेली हिगुची म्हणाली होती की तिचा मुलगा आणि मुलगीही आग्नेय आशियाला बोटीने पाठवली गेली आहेत आणि कुठे आहेत, हे कुणालाच माहीत नाही! हिगुची आणि तिचा नवरा जवळजवळ रोज सैनिकी सरकारी कचेरीत चकरा मारत होते. त्या नोकरशाहीतील थंड हृदयांच्या अधिकाऱ्यांकडे त्यांच्या मुलांची काही बातमी मिळावी म्हणून विनवणी करत होती. परंतु तिथून नेहमी नकारघंटाच ऐकू येत होती. आता मिचिओ आणि तिची वेळ होती. हिरो आठ महिन्यांपूर्वीच गेला होता आणि सायुरी आता जाण्यासाठी उतावीळ झाली होती.

अचानक एका लढाऊ विमानाच्या जोरदार आवाजाने बाहेरच्या शांत वातावरणाचा भेद केला. ते विमान आकाशात दूरवर उडत होते. खोली उबदार असली तरी तोमी शहारली. त्या विमानातून हातातील बंदूक कशी चालवावी याची थोडीफार कल्पना असलेल्या हिरोला तर कुठेतरी घेऊन जात नव्हते ना? टोकियोहून आलेल्या अस्पष्ट आणि दूर अंतरावरच्या फोननंतर त्यांना गेल्या दोन महिन्यांत त्याची काहीच बातमी समजली नव्हती. तोमी आणि मिचिओचे जीवन मुलगा जिवंत किंवा मृतावस्थेत भेटणार या काळजीने दुःखमय झाले होते.

त्या संध्याकाळी टोकियोला जाण्याआधी सायुरी आणि रैको त्यांच्या आवडत्या जागी फिरायला गेल्या होत्या. ती जागा म्हणजे, त्यांच्या शहरातून वाहणाऱ्या नदीतून वर आलेला एक उंच खडक होता. वसंत ऋतूनंतर उन्हाळा आणि मग सोनेरी थंडीत चमकणारी झाडे, तेजस्वी आकाश, थंड शुभ्र हिवाळा अशा प्रत्येक बदलणाऱ्या ऋतूत त्या पसरलेल्या खडकावर पडून परस्परांना सांगितलेल्या अनेक गुजगोष्टी सायुरीला आठवल्या.

"तुला भीती वाटते का सायुरी?" रैकोने विचारले, "मी कधीही टोकियोला गेलेली नाही आणि आता तिथं एकटं राहायचं... आजूबाजूला सैनिक आणि आपल्या संरक्षणार्थ आपलं कुटुंबही नाही... ओह सायुरी, मला खूप भीती वाटतेय. पण मला धीट व्हायला हवं, कारण माझा युकिओ तिथं आहे आणि जर कधी त्याला जखमी अवस्थेत आणलं, तर त्याच्यासाठी मी तिथं असायला हवं."

तिचा चेहरा वेडावाकडा झाला आणि ती रडू लागली, "तो नसल्यामुळे मला

खूप चुकल्याचुकल्यासारखं वाटतं आहे. या अशा तऱ्हेने आमची आयुष्यं विलग केली गेली, हेच गोंधळून टाकणारं आहे. काल रात्री मला स्वप्न पडलं... तो जंगलात होता आणि त्याच्याभोवती कीटक गुणगुणत होते. तो मला हाक मारत होता आणि जेव्हा तो मागे वळला, तेव्हा मी पाहिले की, त्याच्या चेहऱ्याच्या एका बाजूला छिद्र होतं आणि त्यातून हळूहळू रक्त वाहत होतं. ते सर्व भयानक होतं, सायुरी. मी जागी झाले, तेव्हा घामाने डबडबले होते!''

''असे काही बोलू नकोस, रैको.'' सायुरी म्हणाली. कारण दुसरे काय बोलावे, हे तिला समजत नव्हते. ''युद्ध संपल्यावर, आपण सर्व इथं परत येऊ मात्सुमोटोत तुझे आणि युकिओचे सर्वांत भव्यदिव्य असे लग्न साजरे करू.''

सायुरीने आपल्या मैत्रिणीला हे सांगितले नाही की, ती त्या लग्नाला असू शकणार नव्हती. कारण तिचा अंतिम उद्देश काय होता, हे तिला पक्कं माहीत होतं. कदाचित ती मात्सुमोटोला कधीही जिवंत परतणार नव्हती.

त्या निर्णयाचे गांभीर्य इतकं भयप्रद होतं की, घेतलेल्या निर्णयाच्या परिणामापासून आपले मन दुसरीकडे वळविण्यासाठी सायुरीने एक छोटी कात्री आपल्या कापडी बॅगमधून काढून आपल्या केसांची एक बट कापली आणि ती गमतीने म्हणाली, ''मला तुझ्या केसांची पण एक बट दे. आपण त्या दोन्ही या बॅगमध्ये घालून खडकाखाली ठेवू – सुरक्षितता आणि चांगल्या नशिबाची खूण म्हणून – जी कुणी पहिल्यांदा परत येईल, ती बॅग घेण्यासाठी आणि दुसरीची वाट पाहण्यासाठी इथेच येईल.''

आपले अश्रू पुसत रैकोने सायुरीकडून कात्री घेतली आणि आपल्या केसांची एक छोटी बट कापली. ती तिने त्या बॅगमध्ये टाकली आणि त्या दोघींनी मिळून तो वजनदार दगड उचलला आणि त्या खाली ती सारली.

ही कृती चांगल्या नशिबासाठी होती की, त्या छोट्या शहरात लोकगीत आणि अंधश्रद्धांबरोबर वाढल्यामुळे हा उपाय त्यांनी केला होता; कोणास ठाऊक! परंतु, एका अर्थाने त्या आपले बिनधास्त तारुण्यच त्या केसांच्या बटा ठेवलेल्या बॅगेबरोबर पुरत होत्या. काही चांगले घडो अथवा वाईट; त्यांना माहीत होते की, पूर्वी होते तसे काहीच राहणार नव्हते.

''युद्धाने आमच्या आयुष्याचा ताबा घेण्यापूर्वी त्या आमच्या छोट्या शहरात रैकोबरोबर घालविलेला तो शेवटचा सुखाचा क्षण होता.'' ती वृद्ध स्त्री विचारमग्न अवस्थेत म्हणाली.

सायुरी मियामोटोच्या खोल, गूढ डोळ्यांत पाहत असताना मायुमीच्या लक्षात आले की, त्या वृद्ध स्त्रीने केवळ तिलाच माहीत असलेल्या त्या काळात,

जागेत आणि लोकांत स्वत:ला नेले होते.

''युद्ध संपल्यावर मी त्या जागेकडे परतले आणि त्या दगडाच्या खाली बघितले. तिथं रैको आणि मी पुरलेली केसांच्या बटांची छोटी पिशवी होती. त्या पिशवीने वचन पाळले होते आणि सर्व धोके पार करून मला सुरक्षित परत आणले होते. परंतु तिने रैकोचे संरक्षण केले नव्हते. ती जिवंत राहायला हवी होती; मी नव्हे. या फसवणुकीमुळे निराश आणि दु:खी होऊन मी ती बॅग उचलली आणि घायाळ मनाने नदीत फेकली.

''त्यानंतर मला बरं वाटलं. कारण, युद्धाच्या दु:खाने विद्ध झालेले आमचे आत्मे जणू काही त्या शांतपणे वाहणाऱ्या नदीत मी सोडले होते!''

७

सकाळी त्या दोघी टोकियोला निघाल्या, तेव्हा वातावरण ढगाळ आणि पावसाळी होते. हवेत थोडी थंडीही होती. गेले काही दिवस हवा विचित्र तापली होती; वर्षाच्या त्या हंगामात तसे हे सामान्य नव्हते. सायुरीला वाटले की, स्टेशनवर आलेल्या प्रत्येकासाठी – जे आपल्या प्रियजनांना नवरा, मुलगा, मुलगी, प्रियकर यांना निरोप देत आहेत त्यांच्यासाठी – ते आकाश निमूटपणे रडत होते. निरोपाचा तो देखावा भावनोत्कट होता. उदासपणे निरोप दिले जात होते आणि शूर, निश्चयी अशी परतण्याची वचने दिली जात होती. परंतु ती पाळली जाण्याची खात्री नव्हती.

त्या रेल्वे स्टेशनवर थंड सकाळी एक प्रकारच्या भीतीत आणि काळजीत प्रत्येक कुटुंब बुडालेले असले, तरी त्या जाणाऱ्या मुला-मुलींच्या चेहऱ्यावर आशा आणि अभिमान चमकत होता. त्यांना खात्री होती की, ते आपल्या उद्ध्वस्त झालेल्या देशाला वाचवतील. न संपणारी चर्चा, दुःखदायक वादविवाद, सुप्त भीती आणि न थांबता वाहणाऱ्या अश्रूंचा शेवट जवळ आला होता. यानंतर परत माघारी फिरणे नव्हते....

जेव्हा ती त्या सकाळी जागी झाली, तेव्हा सायुरीला क्षणभर अनिश्चितता आणि आपले काही चुकतंय की काय, याची भीती जाणवली. जो प्रश्न गेले कित्येक दिवस ती टाळत होती, तो तिच्या डोक्यात आता घुमत होता. त्यामुळे तिला गरगरल्यासारखे आणि अंगातले त्राण गेल्यासारखे वाटत होते. युद्धाचे मध्यवर्ती केंद्र बनलेल्या टोकियोमध्ये, जिथे प्रचंड गोंधळ आणि धोका होता; जाणे योग्य होते का? हे असे करून ती काय साध्य करण्याची आशा करत होती? ती काही बदल किंवा कशावर परिणाम करू शकणार होती का? जेव्हा तिने आपल्या चेहऱ्यावर

बर्फाळलेले थोडे पाणी मारले, तेव्हा कुठे ती स्वत:ला पुरेशी सावरू शकली आणि जेवणाच्या खोलीत शांत चेहऱ्याने जाऊ शकली. काही झाले तरी सायुरीने चेहऱ्यावर धीट भाव ठेवले होते. कारण तिला पाठवायचे म्हणून तणावाखाली असलेल्या तिच्या आईला रडायला काही फारसे कारण लागणार नव्हते. पहिल्यांदा तिचा मुलगा आणि आता तिची मुलगी युद्धावर जात होती.

त्या सकाळचा तो रोजचा तिच्या खोलीतील गादी गुंडाळण्याचा कार्यक्रम आणि स्टेशनवर जाण्याआधी त्या कुटुंबाने एकत्र घेतलेल्या नाश्त्याचा काहीसा उदासवाणा प्रसंग पुढील अनेक वर्षांत तिने पुन:पुन्हा डोळ्यांसमोर आणला होता. तिने आपला विचार बदलावा, असे मूकपणे सांगणारी तिच्या आईची नजरही तिच्या डोळ्यांसमोर येत असे.

"नाही आई, मला जायलाच हवं. राष्ट्राला माझी गरज आहे!" तोमीच्या मूक विनवण्यांवर, ती म्हणाली.

"जो कुणी त्यांच्यासाठी मरायला तयार आहे, अशा कोणालाही राष्ट्र घेईल." तोमीने बोलण्यास सुरुवात केली. मग कसेबसे चेहऱ्यावर हसू आणीत तिने क्षमा मागितली, "सायुरी, मला क्षमा कर. मी असे म्हणायला नको होते. आज हा तुझा महत्त्वाचा दिवस आहे. आज तू स्त्री म्हणून ज्यावर तुझा विश्वास आहे, ते करण्यासाठी बाहेर पडत आहेस; परंतु मी आई आहे आणि आईचे हृदय असे असते की, त्याला सर्व अडचणींवर मात करून आपल्या मुलांना सुरक्षित आणि पंखाखाली ठेवायचे असते."

ती धावत खोलीबाहेर पडली. सायुरीला माहीत होते की तिची आई बाहेर असलेल्या छोट्या बागेत थंड, मोकळी हवा घेण्यासाठी आणि स्वत:ला सावरण्यासाठी गेली आहे. क्षणभर तिच्या पाठोपाठ जाऊन आणि तिला मिठी मारून तिचे दु:ख कमी करण्याचा विचार तिच्या मनात आला; पण नंतर तिने स्वत:ला रोखले. हे असेच ठीक होते. या घडीला तिला मन बदलायला कोणतीही सबब चालली असती आणि आईच्या नुकत्याच उफाळलेल्या भावनांच्या उद्रेकात शिरणे म्हणजे तिचा निश्चय डळमळवण्यासारखेच होते.

त्या सकाळी नेहमी शांत असणारे ते स्टेशन, त्याची ती छोटीशी जुनी झालेली लाकडी इमारत आणि ज्यांचा पांढरा रंग उडालाय अशी तिथं असलेली दोन-तीन मोडकी बाकडी... आज मात्र धक्काबुक्की करणाऱ्या आणि शेवटपर्यंत वेड्यासारख्या सूचना देणाऱ्या कुटुंबीयांच्या आणि मित्रांच्या घोळक्यांमुळे गजबजून गेले होते. जणू काही ते संपूर्ण शहरच आपल्या तरुण मुला-मुलींना आणि स्त्रियांना कडक अशा प्रशिक्षण केंद्राकडे, कर्मचाऱ्यांचा तुटवडा असलेल्या हॉस्पिटलमध्ये आणि टोकियोतील सैनिकी छावणीकडे पाठवण्यासाठी निरोप द्यायला आले होते. कुणीतरी राष्ट्रगीत

म्हणायला सुरुवात केली होती. मग एकमेकांना ढकलणारे घोळके आणि उत्तेजित आवाज हे काहीसे शांत होऊन; हळू आणि नम्र आवाजात गुणगुणू लागले. सायुरीला त्या स्टेशनवर असलेल्या प्रत्येकाच्या हृदयात धडधडणारी देशभक्तीची लाट जाणवली.

सायुरी आणि तिच्या बरोबर असणारे इतर सर्व आलेल्या ट्रेनमध्ये शिरायला बघत होते. त्या प्रत्येकाला त्या सकाळी कसे वाटले त्याचे वर्णन करताना सायुरी म्हणते, ''ती भावना एवढी तीव्र आणि इतकी उचंबळून टाकणारी होती की, आम्हाला एखादी त्सुनामी किंवा महाप्रचंड लाट खेचून नेत आहे, असे वाटले.''

त्या देशभक्तीच्या भावनेने एक प्रकारे त्यांना आपल्या कुटुंब सोडण्याच्या दु:खापासून दूर वळवले आणि तो निरोपाचा प्रसंग जास्त सुसह्य केला होता. यातील काहीही सायुरीला खरं वाटत नव्हते. जणू काही एक प्रेक्षक बनून तटस्थपणे एखाद्या नाटकातील एक दृश्य ती पाहत होती. ती गच्च भरलेली ट्रेन हळूहळू त्या स्टेशनमधून बाहेर पडली, तेव्हा त्या ताटातुटीचा संपूर्ण परिणाम तिच्या मनात भिनला.

''माझ्या आईबद्दलचे शेवटचे दृश्य आणि आठवण म्हणजे माझ्या डब्याबरोबर जिथपर्यंत जाऊ शकत होती, तिथपर्यंत धावणारी एक असहाय स्त्री! तिच्या डोळ्यांतून अश्रू ओघळत होते आणि तिचे ओठ शब्द बोलत होते; पण मी ते ऐकू शकत नव्हते. कारण ते कर्कश इंजीन सूड घेतल्यागत जिवंत झाले होते. ट्रेनने प्लॅटफॉर्मवर रडणाऱ्या, हात हलविणाऱ्या नातेवाइकांना मागे टाकत हळूहळू वेग पकडला.

ते तरुण रक्ताचे, सैन्यात भरती होण्यासाठी जात असलेले युवक त्यांच्या स्वत:च्या आणि स्टेशनवर त्यांना निरोप देण्यासाठी जमलेल्या कुटुंबीयांच्या तीव्र भावनांमुळे थकून गाढ झोपी गेले, तरीही ट्रेनमध्ये 'बान्झाय' या उन्मत्त घोषणांचा आवाज बराच काळ घुमत राहिला.

''त्याग करण्याच्या इच्छेचे ते हृदयस्पर्शी आणि हेलावून टाकणारे प्रगटीकरण होते. त्यात सम्राटाबद्दल आणि राष्ट्राबद्दलचे निरपेक्ष प्रेम होते... ते विसरणे कठीण होते.''

८

दुसऱ्या दिवशी त्यांची मुलाखत आणि रेकॉर्डिंग पुन्हा सुरू करायचे, ही विनंती करूनच त्या संध्याकाळी मायुमी तिथून निघाली. सायुरी आपल्या खोलीत गेली आणि आपली जुनी झालेली करड्या रंगाची सूटकेस काढण्यासाठी तिने आपल्या खणात खोल हात घातला. ती सूटकेस तिने टोकियोला जाण्यासाठी घर सोडले, तेव्हा बरोबर घेतली होती.

हॉस्पिटलमधील अतिशय थकविणाऱ्या अशा त्या दिवसानंतर तिला आनंदित करण्यासाठी तिची मैत्रीण रैकोने त्यावर दोन हसऱ्या चेहऱ्यांची चित्रे चिकटवली होती. त्याच्या आदल्या दिवशी अमेरिकन दलाने टोकियोवर बॉम्बहल्ला केला होता.

युद्धाने विस्कळीत झालेल्या, गरिबीने ग्रासलेल्या त्या टोकियोत रैकोला ही अशी वात्रट चित्रं कुठं मिळाली, याची सायुरी कल्पना करू शकत नव्हती. परंतु इतक्या वर्षांनंतरही ते रंगीत पिवळे, हसणारे चेहरे पाहून तिला तिच्या मैत्रिणीचा प्रेमळ चेहरा, तिला आलेले मरण आठवले आणि तिच्या हृदयाला पीळ पडला. ज्याबद्दल त्या अनेकदा बोलल्या होत्या, ते म्हातारपण पाहायला ती उरली नव्हती.

"आपण एकमेकींच्या शेजारी घरे घेऊ आणि भाज्या-फळझाडे लावू," रैकोने सांगितले होते. "आणि कोणी सांगावे, आपण कदाचित जगातील सर्वांत म्हातारी माणसे म्हणून जगू!"

सायुरीने जेव्हा अगदी हळुवारपणे ते हसरे चेहरे पाहिले, तेव्हा तिच्या डोळ्यांतून अश्रू ओघळले. ती सूटकेस उघडण्यासाठी स्वत:ची तयारी करण्यामध्ये तिने बराच काळ घालवला होता. आता त्याची बकले उघडायला, संधिवाताने

कडक झालेल्या तिच्या बोटांना बराच वेळ लागला होता.

जसजशी वर्षे गेली आणि म्हातारपणामुळे दिवस मोठे वाटू लागले, तशी सायुरीला त्या आपल्या जुन्या सूटकेसजवळ जाण्याची, ज्या लोकांवर तिने प्रेम केले होते, ज्यांना गमावले होते त्यांना पाहण्याची हिंमत होत नव्हती. आपल्या जुन्या, करड्या रंगाच्या सूटकेसच्या आठवणींत स्वत:ला बुडवून घेण्याची आणि त्यातल्या काळाने धुरकट झालेल्या तिच्या कुटुंबीयांच्या, रैकोच्या, तिचा प्रियकर असलेल्या ताकुशीच्या फोटोंकडे पाहण्याची गरज अगदी पहिल्यांदाच तिला भासली होती. तिने रैकोचा नर्सचा गणवेश आणि ताकुशीचा पायलटचा पोशाखही त्या सूटकेसमध्ये ठेवला होता. त्यावरील धूळ जेव्हा तिच्या चेहऱ्यावर उडाली, तेव्हा तिला त्यांचे अस्तित्व व गंध पुन्हा एकदा जाणवले.

"मला एवढी वर्षे जगल्यावर आणि म्हातारी झाल्यावरही त्यांच्याशिवाय इतके चुकल्याचुकल्यासारखे वाटते... अगदी आताही!" ती पुटपुटली. जे अश्रू तिने थोपवून धरण्याचा प्रयत्न केला होता, ते तिच्या चेहऱ्यावरून ओघळले आणि ते रैकोच्या हसऱ्या फोटोवर पडले. हा फोटो चिकन कबाब मिळणाऱ्या दुकानाच्या मोठ्या कागदी दिव्याच्या काहीशा धुरकट अशा पार्श्वभूमीवर घेतलेला होता. सायुरीला तो फोटो घेतल्याचा क्षण आठवला. त्या दिवशी रैकोचा वाढदिवस होता आणि तो साजरा करण्यासाठी त्या हॉस्पिटलमधून कोपऱ्यावरच्या एका चिकन कबाबच्या दुकानात गेल्या होत्या. त्यांनी काळ्या बाजारातील महागडे चिकन कबाब खाल्ले होते आणि त्याबरोबर मद्याचे कप रिचवले होते. हे करत असताना पार्श्वभूमीला होती, घाबरवून सोडणाऱ्या, सूचना देणाऱ्या त्या सायरनच्या आवाजाची....

त्या चोरट्या क्षणांच्या आठवणी बंदिस्त करण्यासाठी सायुरीने हॉस्पिटलमधील एका डॉक्टरचा कॅमेरा मागून घेतला होता. तो डॉक्टर तिच्यावर भाळलेला होता. रैको मारली जाण्याआधीचा तो शेवटचा फोटो होता. त्यानंतर मात्र गोष्टी सायुरीच्या ताब्यातच राहिल्या नाहीत. तिने आपल्या मैत्रिणीच्या मरणाचा सूड घ्यायचा ठरवले. हा तिच्या आवडत्या ताकुशीचा फोटो होता. त्याचे स्वच्छ पांढरे दात आणि सुंदर हास्य त्या युद्धकाळातील अत्यंत निकृष्ट आणि पुसट अशा फोटोतूनही उठून दिसत होते. आज कित्येक दशकांच्या धुळीच्या पुटांतूनही ते चमकत होते.

असे इतके म्हातारे होणे आणि सगळ्यांत शेवटी मरणे, हे फार कष्टप्रद होते. वर्षानुवर्षे प्रत्येक वाढदिवसानंतर ती आठवणींच्या ओझ्याखाली दबत होती आणि ते रडविणारं, छिन्नविच्छिन्न करणारं, हरवलेले प्रेम... तिने हिरोशीशी लग्न केले, त्या दिवशीही दूर जायला तयार नव्हते. तिने हिरोशीशी लग्न केले, ते युद्धानंतरच्या जीवनात तिला एकटीला जुळवून घ्यायला लागू नये, म्हणून. बिचारा हिरोशी! तो

एक भला माणूस होता आणि तिला सुखी करावे म्हणून त्याने खूप प्रयत्नही केले. वर्षे सरली तशी तिला त्याच्याबद्दल ओढ वाटली होती तरी जेव्हा तो मरण पावला, तेव्हा तिला सुटल्यासारखे वाटले होते. आपले कर्तव्य बजावून पत्नीला उचित अशा प्रेमाने आणि मानाने तिने त्याचा अंत्यसंस्कार केला होता. सायुरी मग एकटी उरली होती. त्यांच्या विमानांची शेवटची फेरी होण्याआधी 'त्या' रात्री ताकुशी आणि ती ज्या आयुष्याबद्दल बोलले होते, त्या आयुष्याची आणि ताकुशीबरोबर पुन्हा एकत्र येण्याच्या त्या दिवसाची ती वाट पाहत होती.

सायुरी आता रैको आणि तिचा भाऊ हिरो यांच्याबरोबर तिने एका देवळाला दिलेल्या भेटीचा विचार करत होती. तिथं त्यांनी त्यांचे भविष्य ऐकण्यासाठी भरपूर पैसे दिले होते. सायुरीला अत्यंत असाधारण असे दीर्घायुष्य असल्याचे सांगितले गेले. मात्र, हिरो आणि रैकोला त्यांच्या अल्प आयुष्याबद्दल सांगितले गेले, तेव्हा त्यांनी खांदे उडवले आणि तेथून ते चालते झाले होते. ते मजेत सांगत सुटले होते की त्यांचा भविष्यावर विश्वास नव्हता. परंतु अंधश्रद्धा आणि देवळात भविष्य सांगितले जाणाऱ्या समाजात ते वाढले होते. त्यामुळे सायुरीला माहीत होते की, ते दाखवत होते त्यापेक्षा त्यांना जास्त त्रास होत होता. आणि शेवटी त्या ज्योतिषाचेच भाकीत खरे ठरले होते.

एक दीर्घ निःश्वास सोडून सायुरीने त्या सर्व फोटोंवरून शेवटची नजर टाकली. त्यात तिच्या जीवनातील क्षण टिपले गेले होते. मग तिने ती सूटकेस बंद केली आणि छोट्या टेबलाच्या बाजूला ठेवली. उद्या ती त्यातील काही गोष्टी त्या तरुण इतिहासकार मायुमीला दाखवणार होती.

"आम्ही सर्वांनी जगातील सर्वांत म्हातारे म्हणून जगायचे ठरवले होते," सायुरी पुटपुटली, "परंतु देवाला माहीत आहे की, अशा तऱ्हेने एकटीने जगायचा माझा विचार नव्हता!"

मग तिने आपल्या खुर्चीत स्वतःला झोकून दिले, डोळे बंद केले आणि ती हवेशीर खोली सोडून मनाने दुसऱ्या काळात गेली. तिथले घर म्हणजे ही काळोखी, बंदिस्त सहा ततामी चट्यांची खोली होती. त्यात ती रैको आणि दुसऱ्या दोन नर्सेसबरोबर राहत होती. ज्या हॉस्पिटलमध्ये त्यांना नेमले होते, त्यापासून ती काही अंतरावर होती.

मात्सुमोटो ते टोकियोपर्यंतचा प्रवास थकावट आणणारा, दाटीवाटीचा आणि गुदमरवून टाकणारा होता. जेव्हा त्यांच्या मनात आले की, ती ट्रेनमधील कोंदट हवा या एवढ्या प्रचंड लोकांना पुरी पडणार नाही, तेव्हाच ट्रेन अजून एका ठिकाणी थांबली आणि आणखी लोक आत चढले. ज्या बाकावर नेहमी तीन लोक बसायचे,

त्यावर त्या दिवशी कमीत कमी पाच लोक बसले. बरेचसे लोक अरुंद जागेत उभे होते; ट्रेनच्या उघड्या खिडकीतून आत येणारा वाराही त्या गच्च भरलेल्या डब्यातील कोंदट हवा दूर करू शकत नव्हता.

सायुरीला ट्रेन आवडायच्या; ती लहान असताना तिचे वडील तिला स्टेशनवरील गाड्या बघायला न्यायचे. ती आठ वर्षांची असताना तिच्या आई-वडिलांनी तिच्या आजीला भेटायला तिला ट्रेनमधूनच नेले होते. तो दिवस तर तिच्या खास आठवणीतला होता. परंतु ट्रेनचा हा एकच प्रवास जितक्या लवकर संपेल तितक्या लवकर संपावा, अशी ती इच्छा करत होती. सीट पकडण्याच्या गडबडीत रैको तिच्यापासून दूर गेली होती. त्या तणावग्रस्त चेहऱ्यांच्या गर्दीत आपल्या मैत्रिणीचा गाडी लागल्यामुळे ओकाऱ्या होऊन निस्तेज पडलेला चेहरा, ती निव्वळ बघू शकत होती. तिने प्रार्थना केली की, त्या टोकियोला पोहोचेपर्यंत ती आपल्या तब्येतीवर ताबा ठेवू शकेल. दुसऱ्या एका स्त्रीने मागच्या बाजूला कुठेतरी ओकारी केली होती आणि तिच्या दुर्गंधीने त्या डब्यात आणखीनच घाणेरडा वास पसरला होता.

एकदा केव्हातरी रैको मागे वळली आणि त्यांची नजरानजर झाली. सायुरीने तिला बोटांनी 'व्ही'ची खूण केली आणि आपल्या मैत्रिणीला उत्तेजन देत तिला तिथेच धरून राहण्यासंबंधी बजावले. रैकोने क्षीण हास्य केले आणि तिला दिसेल अशी मान हलवली. त्या गच्च भरलेल्या ट्रेनच्या तणावात आणि तीव्र भावनांच्या उद्रेकात रैको आपल्या मैत्रिणीला ग्वाही देत होती की, कितीही संकटे आली तरी त्या ठीक राहणार होत्या.

संध्याकाळी जेव्हा उतरणाऱ्या तापमानामुळे ट्रेन थंड होऊ लागली, तेव्हा ब्रेक लागल्याचा कर्कश आवाज झाला आणि घोगऱ्या आवाजात ध्वनिक्षेपकावरून जाहीर करण्यात आले की, ते टोकियोला पोहोचले आहेत. कित्येकांनी सुटकेचे निःश्वास सोडले; तर काही सैनिकांनी टाळ्या वाजवून उत्तेजना दर्शवली त्यामुळे तेथील वातावरणात प्रचंड उत्साह निर्माण झाला. अशाप्रकारे त्यांचा फारसा आरामदायी नसलेला प्रवास सरतेशेवटी संपला होता.

डब्याच्या अरुंद अशा दरवाजाकडे जाणाऱ्या घोळक्याबरोबर ढकलाढकली करण्याची ताकद त्या दोघींत नव्हती. रैको डबा सोडणाऱ्यांच्यात सर्वात शेवटी होती. आता टोकियोला पोहोचल्यावर दोघी मनाने ट्रेनची सुरक्षितता सोडण्यास आणि बाहेरच्या त्या गोंधळलेल्या शहरांत जाण्यास का-कूं करत होत्या. सायुरीच्या पोटात भीतीने गोळा उठला होता, कारण जरी तिने तिच्या आईला नर्सिंगचे काम आणि राहण्याची जागा आधीच त्यांची टोकियोत वाट पाहत असल्याचे ठामपणे सांगितले असले, तरी तिच्याकडे केवळ मिचिकोमावशीचा पत्ता खरडलेला चुरगाळलेला

कागदाचा कपटा होता. जर त्या तिला शोधू शकल्या नाहीत तर? त्या कुठे जाणार होत्या?

जेव्हा त्यांच्या लक्षात आले की, जवळजवळ प्रत्येक माणूस निघून गेलाय, तेव्हा त्या दोघी गाडीतून कशाबशा उतरल्या. घोळक्या-घोळक्यांनी जाणारी माणसे आणि त्या स्टेशनचा निव्वळ आकार बघूनच त्या गोंधळून क्षणभर उभ्याच राहिल्या.

"आपण तुझ्या मिचिकोमावशीचे घर कसे शोधणार?" रैको कुजबुजली.

"काळजी करू नकोस, रैको, आपल्याला ते सापडेल." सायुरीला मनातून भीती वाटत होती, तरी ती खात्रीने म्हणाली. तिने टोकियोला येण्याचे ठरवल्यापासून ती आश्चर्य वाटावे इतकी शांत होती. मग मोठ्या निश्चयाने ती स्टेशनबाहेर पडली. फक्त एकदाच स्टेशनवरील कर्मचाऱ्याला त्या कागदाच्या तुकड्यावरील पत्त्याबद्दल विचारण्यासाठी ती थांबली.

हे त्यांच्या सोईचे झाले की, त्या कर्मचाऱ्याने स्टेशनच्या डाव्या बाजूच्या रस्त्याकडे बोट दाखवले आणि त्यांना सांगितले की, त्या जे घर शोधत होत्या, ते चालत अवघ्या पंधरा मिनिटांच्या अंतरावर होते. जितक्या लवकर मुक्कामाच्या ठिकाणी पोहोचता येईल तितक्या लवकर पोहोचायचे, या विचाराने त्या निघाल्या. प्रवासाने थकलेल्या देहावरची धूळ त्यांना धुवायची होती. बावीस नंबरच्या घरी पोहोचण्यासाठी त्या दोघी रस्त्यावरून धावतच सुटल्या. जेव्हा रैकोने पाहिले की, बावीस नंबरच्या घरापासून पुढची सर्व घरे जळालेली होती, तेव्हा तिचे डोळे अविश्वासाने विस्फारले. काही घरांचे लाकडी खांब अजून उभे होते आणि बाकी सर्व दरवाजांच्या चौकटी आणि चट्या जळून त्यांचे सांगाडे उरले होते.

"सायुरी, तू पाहिलेस का? तिथं बावीस नंबरचं घर नाही. कारण, मला वाटतं की, ते संपूर्णपणे जळालंय!" रैको ओरडली. "तुझ्या मिचिकोमावशीचे घर उरलेले नाही आणि आपण आता काय करणार, ते मला कळत नाही!"

"थांब रैको, हे तिचेच घर आहे आणि बघ, तिथं पडवी आहे, तिथे सामान ठेवले जायचे. ते अजूनही बऱ्यापैकी व्यवस्थित आहे. आज रात्री आपल्याला इथं आसरा घ्यायला हवा. बाकी काय करायचे, ते आपण उद्या पाहू." सायुरी म्हणाली आणि तिथून कचरा काढायला तिने सुरुवात केली.

घराच्या भिंती जळून गेल्या होत्या, पण त्याचे छप्पर मात्र आश्चर्यकारकरीत्या व्यवस्थित होते. त्यामुळे त्या अगदीच उघड्यावर पडल्या नाहीत. इथं त्या मानाने उबदार होते आणि त्यांना गोठवून मारणारी थंडी नव्हती, याबद्दल त्यांनी मनोमन देवाचे आभार मानले.

सायुरीने रैकोला मुळूमुळू रडताना ऐकले आणि आपल्या आई-वडिलांना

आपली अवस्था माहीत नाही, म्हणून सायुरीला बरे वाटले. प्रत्येक वेळी जेव्हा एखादी फांदी पडायची आणि झाडांतून वाहणारा वारा तऱ्हतऱ्हेचे भीतिदायक आवाज करायचा, तेव्हा ती भीतीने आपला श्वास रोखून धरायची. तिने ती सर्व रात्र जागूनच काढली.

एकदाची सकाळ झाली आणि रात्र होण्याआधीच त्या जळलेल्या घराबाहेर पडून त्यांच्या या अवस्थेवर काहीतरी मार्ग शोधून काढण्यासाठी, तिला थोडीही उसंत नव्हती.

''रैको, जागी हो.'' तिने झोपलेल्या रैकोला हळूच हलवले. ''मला मागच्या बाजूला एक छोटं तळं सापडलंय आणि ते पाणी हातपाय, तोंड धुण्यासाठी पुरेसे स्वच्छ आहे.''

त्या दोघींना भयंकर भूक लागली होती. पण बिस्किटांचे दोन पुडे आणि हिरव्या चहाची एक छोटी बाटली याशिवाय तिथं खायला काही नव्हतं. हिरो आणि युकिओला शोधण्याची योजना तयार करेपर्यंत आणि टोकियोतील वेळ कसा काढायचा, हे ठरवेपर्यंत त्यांना सायुरीच्या मावशीकडे तात्पुरता आसरा मिळेल, या सर्वस्वी एकाच आशेवर विसंबून राहण्याचा मूर्खपणा त्यांनी केला होता. आता मिचिकोमावशी सापडेपर्यंत किंवा काही काम मिळेपर्यंत त्यांच्याकडे थोडेसेच असलेले अन्न त्यांना पुरवायचे होते. त्या दोघींकडे मिळून असलेले एक हजार येन हेही टोकियोमध्ये फार काळ नक्कीच पुरणार नव्हते.

त्या मुख्य स्टेशनपासून निघालेल्या रस्त्यांचे जाळे हे प्रचंड मोठे होतं; शिवाय जिथं एकच मुख्य रस्ता होता. दोन हजारांहून कमी वस्ती असलेल्या छोट्या शहरात आयुष्य घालविलेल्या त्या दोन मुलींना ते रस्ते निश्चितच गोंधळून टाकणारे होते. त्या शहरातील लोकांची गर्दी पाहून तर त्या थक्कच झाल्या होत्या. हे शहर कधीच झोपत नाही, हे त्यांना मागाहून कळणार होते. बॉम्बने उद्ध्वस्त झालेल्या इमारती, अन्न मिळविण्यासाठी असलेल्या लांबच लांब रांगा आणि सर्वत्र असलेले सैनिक... अशा युद्धाच्या भयानक व त्रासदायक खुणा शहरात सर्वत्र होत्या.

त्या कुठे जात होत्या किंवा काम शोधण्यासाठी कशी सुरुवात करायची याची त्यांना काहीच कल्पना नव्हती. जमाव नेईल तिकडे त्या जात होत्या. त्या एका चौकात पोहोचल्या, जिथं तरुण देशभक्त स्त्रिया हजार टाक्यांचे 'संरक्षक' पट्टे ज्या कुणा सैनिकांना गरज होती, त्यांना देत होत्या.

''मी लवकरच मरणार आहे, तेव्हा या हजारो टाक्यांच्या पट्ट्यांपेक्षा तू तुझा देह मला दिलास, तर बरे होईल! निदान स्त्रीसंग झाला नाही, असे दुःख करत तरी मी मरणार नाही!'' एक सैनिक एका सुंदर तरुणीला म्हणाला. तिने त्याच्या

विनंतीकडे दुर्लक्ष केले आणि जराही विचलित न होता तिनं त्याच्या भोवती पट्टा बांधणे सुरूच ठेवले. काही झाले तरी हे तरुण सैनिक शूर वीर होते. त्यामुळे ते जे काही म्हणाले किंवा त्यांनी काही केले, तरी ते क्षम्य होते.

त्या देशभक्त स्त्रियांच्या गटाची पुढारी असलेल्या वयस्क स्त्रीने सायुरी आणि रैको याही स्वयंसेविका आहेत, असे समजून पट्ट्यांचा जुडगा त्यांच्याकडे दिला आणि त्या काही म्हणण्याआधी ती घाईने निघून गेली.

''आपल्याकडे यापेक्षा करण्यासारखे चांगले काही नाही, तर मग निदान आपण इथं मदत करू या. नंतर आपण याच स्त्रियांना आपल्याला काम कसे मिळेल किंवा निदान काही रात्रींसाठी झोपायला तरी जागा मिळेल का, ते विचारू.'' सायुरी कुजबुजली.

''हो! आणि काही असो, आपल्या सैनिकांसाठी आपण काहीतरी करतोय म्हणून बरं वाटतंय.'' रैकोने कबूल केले. तिच्या डोळ्यांतील अश्रूंनी सायुरीला सांगितले की, ती युकिओ जपानमधून बोटीने आग्नेय आशियाला जाण्याआधी त्यांना भेटेल का, याचा विचार करत होती.

दुपार झाली आणि त्यांच्या पोटात कावळे ओरडू लागले. इतर स्वयंसेविकांनी त्यांच्यासाठी छोट्या स्टोव्हवर रस्त्याच्या फुटपाथवरच गरम शेवया केल्या होत्या. सायुरी आणि रैकोने त्या पटकन खाल्ल्या. सायुरीने ठरवले की, रात्र होण्याआधी आपल्यासाठी मदत मागण्याची ही एकमेव संधी आहे आणि तिने त्यांच्यापैकी एका स्त्रीच्या खांद्यावर हळूच थोपटले.

''माझी मैत्रीण आणि मी काल मात्सुमोटोमधून माझ्या मावशीकडे राहण्यासाठी आलो. पण जेव्हा आम्ही तिच्या घरी गेलो, तेव्हा आम्हाला ते जळून गेलेले दिसले. आता आम्हाला जायला कुठेच जागा नाही.'' ती म्हणाली, ''तुम्ही आम्हाला काम आणि रात्रीसाठी आसरा कुठे मिळेल ते सांगू शकाल का?''

''अरेरे बिचाऱ्या तुम्ही!'' काळजीच्या सुरात ती स्त्री म्हणाली. ''या अशा वेळी टोकियो ही जागा नातेवाईक नसलेल्या किंवा जायला जागा नसलेल्या तरुण स्त्रियांसाठी योग्य नाहीये. इथं काही वेळ थांबा. पलीकडे असलेली माझी चुलत बहीण मला इथं जवळ असलेल्या हॉस्पिटलबद्दल सांगत असल्याचे आठवते. त्यांना नर्सेसची अतिशय निकड आहे.''

ती मग घाईने मध्यम वयाच्या स्त्रियांच्या जमावाकडे गेली. त्या गठ्ठ्यातील पट्टे वेगवेगळे करत होत्या. ती घाईघाईने पाच मिनिटांतच परत आली, ती कागदाच्या तुकड्यावर लिहिलेल्या सरकारी हॉस्पिटलचे नाव आणि पत्ता घेऊनच.

''जर तुम्ही घाई केलीत, तर आज तुमची या हॉस्पिटलमध्ये भरती होऊ

शकेल आणि राहायलाही जागा मिळेल.'' ती म्हणाली, ''ओहाशी हॉस्पिटल हे इथून चालत दहा मिनिटांच्या अंतरावर आहे आणि त्यांना नर्सेसची अत्यंत गरज आहे, अगदी प्रशिक्षित नसल्या तरीही.''

''ओह! आभारी आहोत. याची आम्हाला किती गरज होती, ते तुम्हाला माहीत नाही!'' सायुरीला अगदी सुटल्यासारखे वाटले. ती अगदी रडायच्या बेताला आली होती. मिचिकोमावशीच्या जळालेल्या पडवीत त्यांच्या अंगावर चढणाऱ्या कीटकांच्या संगतीत पुन्हा रात्र काढावी लागली असती तर... हा विचारच भयानक होता.

ओहाशी हॉस्पिटलची ती घाणेरड्या करड्या रंगाची मोठी इमारत त्यांना सहज सापडली आणि तसाच घाणेरडा करड्या रंगाचा गणवेश घातलेल्या एका छोट्या स्त्रीने त्यांचे स्वागत केले. तिच्या डोक्यावरील टोपी जरा मोठ्या मापाची होती. तिने त्यांचे स्वागत केले आणि सांगितले की, हॉस्पिटलसाठी प्रत्येक व्यक्तीची मदत गरजेची होती. कारण ते हॉस्पिटल तेथे येणाऱ्या जखमी सैनिकांनी आणि प्रत्येक दिवशी बॉम्बहल्ल्यात जखमी झालेल्या लोकांनी तुडुंब भरलेले होते.

''तुमच्याकडे नर्सिंगचे प्रशिक्षण किंवा अनुभव नसला तरी हरकत नाही. आम्ही तुम्हाला प्रशिक्षित करू आणि एकदा तुम्ही स्वत:ला कामात झोकून दिलंत की तुम्ही पटकन शिकाल!'' नर्सिंगच्या प्रशिक्षणाशिवाय हॉस्पिटलमध्ये त्या चांगले काम करू शकतील का, या सायुरीच्या शंकेचे ते उत्तर होते. ''इथं जरा वेळ थांबा. तुमच्या वस्तू ठेवण्यासाठी नर्सेसच्या राहण्याच्या जागेत तुम्हाला न्यायला कोणीतरी येईल.''

जी स्त्री सायुरी आणि रैकोला मदत करण्यासाठी पाठवण्यात आली होती, ती तेवढी मैत्रीपूर्ण स्वभावाची नव्हती. ती वयाने तिशीची किंवा त्याहून मोठी, पण काहीशी थकलेली दिसत होती. ती आपली ओळख करून देण्याच्याही भानगडीत पडली नाही. तिने फक्त खुणेने त्यांना तिच्या पाठोपाठ यायला सांगितले. आदल्या रात्रीच्या त्यांच्या त्या दिव्यानंतर सायुरी आणि रैको आनंदाने तिच्या मागे गेल्या. त्या स्त्रीने अगदी हुशारीने हॉस्पिटलच्या अव्यवस्थित असलेल्या इमारतींच्या चक्रव्यूहातून आणि बोळांतून मार्ग काढला. मग जिथं शिधावाटपासाठी लोक रांगेत उभे होते आणि सैनिक तोऱ्यात फिरत होते, अशा मोठ्या रस्त्यांवरून ती बाजूच्या रस्त्यावर गेली. तिथं एका मोठ्या मोडकळीला आलेल्या करड्या इमारतीमध्ये छोट्या कोंदट खोल्या होत्या. टोकियोत हॉस्पिटल्समध्ये जखमी सैनिकांची आणि नागरिकांची सेवा करणाऱ्या, त्यांची शिफ्ट संपली की दिवसा किंवा रात्री थकून-भागून येणाऱ्या युद्धकाळांतील नर्सेससाठी ही जागा होती.

"नर्सेस चेष्टेने या जागेला 'मद्य आणि गुलाबांचे घर' असे म्हणायच्या, परंतु प्रत्यक्षात हे घर छोट्या शहरांतील मोकळ्या जागेत वाढलेल्या आणि स्वत:च्या मालकीचा जमिनीचा तुकडा असलेल्या आमच्यासारख्या लोकांना भयाचे आगरच वाटायचे. हॉस्पिटलभोवतीच्या त्या अरुंद रस्त्याने आणि दाटीदाटीने असलेल्या, जवळजवळ एकमेकांना चिकटलेल्या घरांनी आम्ही अगदी निराश झालो!" सायुरीने मायुमीला सांगितले.

मायुमी आज सकाळी लवकर आली होती. कारण तिची नायिका असलेली स्त्री तिला ताजीतवानी आणि बोलण्याच्या रंगात असलेली हवी होती.

"पाच स्त्रियांना सहा चट्या असलेल्या खोलीत झोपावे लागायचे. तिथं वळायलाही जागा नसायची. किती जागांवर बॉम्ब पडलेत, यावर अवलंबून असलेली सोळा तासांची हॉस्पिटलमधली शिफ्ट केल्यानंतर, आमच्यापैकी कुणाला गादी गुंडाळायलाही वेळ नसायचा. ज्या घाणीत आम्ही राहत होतो, तिथं कुणी गंभीर आजाराने आडवे झाले नाही, हेच आश्चर्य होते."

९

सायुरी आणि नर्सिंगसाठी भरती झालेल्या इतर नवीन मुलींना तीन दिवसांच्या कठीण अशा प्रशिक्षणातून जावे लागले. त्यात अगदी प्राथमिक माहितीही होती. ती सायुरी आणि रैकोला प्रथमोपचारांचे प्रशिक्षण घेतले तेव्हापासून माहीत होती. दोघींनी हे शिक्षण मात्सुमोटो इथं काही महिन्यांपूर्वी त्या शहराच्या ऑफिसमध्ये घेतले होते.

रैको वैतागलेली होती. कारण तिला युकिओला लवकरात लवकर शोधायचे होते. मात्र, मिळणारा थोडासा वेळ आणि टोकियोसारखे मोठे शहर यामुळे सुरुवात कुठून करावी, हे तिला समजत नव्हते.

"मी काय करू सायुरी?" एका रात्री घामाने भिजलेल्या गाद्यांवर त्या बसलेल्या असताना ती म्हणाली. त्यांना नेमून दिलेल्या हॉस्पिटलमधील अतिशय कष्टदायक दिवसानंतर त्या बाथरुममध्ये जाण्याची वाट पाहत होत्या. त्या हॉस्पिटलमध्ये सायुरीची युद्धातील भयंकर स्थितीशी पहिली गाठ पडली. तुटलेले अवयव, जवळजवळ छिन्नविच्छिन्न झालेले चेहरे आणि सर्व तऱ्हेच्या शारीरिक विकृती... त्यामुळे सायुरीला इतका धक्का बसला होता की, तिला ढवळून आले. जवळजवळ बेशुद्ध पडेपर्यंत ओकारी काढण्यासाठी तिने प्रसाधनगृहाकडे धाव घेतली होती.

"हॉस्पिटलमधील पहिला दिवस का?" जेव्हा सायुरी ओकारी करून प्रसाधनगृहातून धापा टाकीत बाहेर आली, तेव्हा तेथून जाणाऱ्या एका नर्सने गंभीरपणे सांगितले. "काळजी करू नकोस, लवकरच तुला या सर्वांची सवय होईल! आम्हा सर्वांनाच याची सवय झाली आणि त्यानंतर एकच गोष्ट आपल्या सर्वांना त्रास देते, ती म्हणजे – ते अवयव योग्य जागी कसे ठेवायचे आणि सफाई कशी करायची!"

"खोटारडी! या सर्वांची कोणाला कशी सवय होईल?" सायुरी पुटपुटली. तेवढ्यात एक ट्रॉली तिच्या बाजूने झटकन पुढे गेली. त्यावर पसरलेली पातळ चादर त्याआधीच रक्ताने भरलेली होती. त्या सैनिकाचा देह इतका छिन्नविच्छिन्न झाला होता की, त्याचा कोणता अवयव वेदनेने पिळवटतोय याची तिला काही कल्पनाही येत नव्हती!

हॉस्पिटलमधून धावत बाहेर पडावे आणि मात्सुमोटोला परत जावे, असे तिला वाटले. फक्त टोकियोत कुठेतरी असलेला तिचा भाऊ हिरो आणि तिने रैकोला युकिओला शोधून काढण्यासाठी मदत करण्याचे दिलेले आश्वासन, याच विचाराच्या जोरावर ती थांबली.

त्यांच्या टोकियोतील आठव्या रात्री बॉम्बहल्ल्याची सूचना देणारा भयानक भोंगा वाजला आणि प्रत्येक जण हॉस्पिटलच्या तळघरातील संरक्षक जागेकडे धावला. दोन तासांनंतर जेव्हा ते बाहेर आले, तेव्हा त्यांना दिसले की, बाजूच्या सरकारी ऑफिसेसच्या इमारतींचा समूह अमेरिकन बॉम्बने पार भुईसपाट झाला आहे. मोठ्या संख्येने जखमी झालेले, मरणासन्न अवस्थेमधले लोक तासाभरात हॉस्पिटलमध्ये येऊ लागले होते. त्या रात्री हॉस्पिटलमध्ये जखमी आणि मरणासन्न लोकांच्या कण्हण्याचेच आवाज होते.

सकाळी जेव्हा सूर्याचे पहिले किरण आकाशात दिसू लागले, तेव्हा रैको आणि सायुरी त्यांच्या खोलीवर धडपडत आल्या आणि चादर न घातलेल्या गाद्यांवर पडल्या. हॉस्पिटलमधील त्यांच्या गणवेशांवर असलेली घाण आणि रक्त धुण्याचीही त्यांच्यात ताकद नव्हती.

थकून-भागून झोपी गेलेल्या सायुरीला स्वप्न पडले. ती पुन्हा मात्सुमोटोला परत गेली होती. तिची खोली प्रकाशमय आणि स्वच्छ होती. नुकतीच धुतलेली दुलई तिच्या देहाला रेशमासारखी वाटत होती. बाहेर स्वयंपाकघरात तिची आई गाणे गुणगुणत असताना, तिने ऐकले. तिच्या आवडत्या माशाचा भट्टीत भाजले जात असतानाचा गंध तिच्या खोलीत भरून राहिला होता.

तो सुगंध इतका उत्तेजित करणारा होता की, त्यामुळे सायुरी जागी झाली आणि उडी मारून झटकन उभी राहिली. पण लगेचच तिच्या लक्षात आले की, ती एक छोट्या घाणेरड्या खोलीत होती, जी न धुतलेल्या शरीरांच्या वासाने भरली होती. त्यात तिच्याही शरीराचा समावेश होता. उन्हाळ्याच्या दिवसांत तापलेल्या रस्त्यावरून दुपारी पसरणाऱ्या वाफांप्रमाणे तिच्या गादीतून येणारा घामांचा वास त्या खोलीत पसरला होता.

अंगावर उडालेल्या शिळ्या रक्ताच्या वासाने दुःखी झालेली सायुरी रडत-ओरडतच खोलीतील मुलींच्या अंगावरून प्रसाधनगृहाकडे धावत सुटली. तिने मग

शरीरावरील सर्व घाण घासून काढली आणि अंगातून रक्त येईपर्यंत शरीर घासात राहिली.

मग ती जमिनीवर कोसळली – वाहणाऱ्या रक्ताबद्दल, तुटलेल्या किंवा पुन्हा शिवल्या जाणाऱ्या अवयवांबद्दल, जग पुन्हा बघू न शकणाऱ्या आणि शवागारात तात्पुरते एकावर एक रचून ठेवलेल्या, तसेच नुकत्याच मरण पावलेल्या अजूनही गरम असलेल्या देहांबद्दल ती रडत राहिली.

"त्यामध्ये कुणाचा तरी नवरा किंवा बायको होती, कुणाचा तरी मुलगा किंवा मुलगी... कदाचित त्यांच्यापैकी एक माझा भाऊ हिरो असेल किंवा रैकोचा प्रियकर युकिओ असेल..." ती पुन:पुन्हा तंद्रीत असल्यागत बडबडत प्रसाधनगृहाच्या फरशीवर बसून राहिली. एका तासानंतर रैकोला ती बेशुद्ध पडलेली, नग्नावस्थेत आढळली.

"स्वत:ला सावर, सायुरी!" टोकियोला आपल्याबरोबर आणलेला सुती किमोनो तिच्या अंगावर घालत रैको म्हणाली. त्या किमोनोला घरात स्वच्छ धुतलेल्या कपड्याचा वास होता. सायुरी आपले तोंड त्यात खुपसून, पाईन वृक्षाचा आणि रैकोच्या आईच्या प्रसिद्ध गुलाबाच्या बागेतील गुलाबांच्या पाकळ्यांचा वास खोलवर श्वास घेऊन ओढत राहिली.

"थँक्स रैको. या घरच्या सुंदर वासाने तू मला पुन्हा शुद्धीवर आणलेस." सायुरी म्हणाली. "काळजी करू नकोस, मी ठीक होणार आहे. पण तुला माहीत आहे, माझी आई म्हणायची की, पहिल्यांदा असे रडणे हवेच. कधी कधी चांगल्या गोष्टी होण्याआधी वाईट गोष्टी होणे आवश्यक आहे. मला वाटते, आज माझ्याबाबत ते 'पहिले रडणे' आवश्यक होते!"

"हे बघ सायुरी, माझ्याकडे असे काही आहे, जे आपल्याला उल्हसित करेल." आता कुजबुजण्याची वेळ रैकोची होती. तिने जादूगाराप्रमाणे आलूबुखारच्या मद्याची पारदर्शक बाटली बाहेर काढली. त्यात अजूनही एक हिरवा आलूबुखार होता.

प्रत्येक उन्हाळ्यात त्यांच्या आया त्यांना हिरव्या कच्च्या आलूबुखारने भरलेल्या टोपल्या आणि हंगामातील मद्य बनवण्यासाठी त्यांना सापडतील त्या मोठ्या बाटल्या शोधायला लावायच्या. 'या वर्षाच्या आलूबुखारच्या मद्याची चव' घेण्याचे निमित्त करून त्यांच्या आया जेवढे दारूचे घुटके घ्यायची परवानगी त्यांना द्यायच्या तोपर्यंत त्या त्याची चव चाखत राहायच्या, त्या दोघींचे हे आवडते पेय होते.

आनंदाने चीत्कारत सायुरीने आपल्या मैत्रिणीकडून बाटली ओढून घेतली आणि एक मोठा घोट घेतला. घरून आणलेले ते तंदुरुस्त करणारे पेय घशातून खाली उतरताच सर्व काही ठीक असल्याची अनुभूती तिला मिळाली. 'आईचे

उबदार संरक्षक हात जणू काही तिच्या भोवती असल्याचे तिला वाटले!'

पुढचा एक तास त्या दोघी प्रसाधनगृहाच्या बाहेरच्या जागेत एकमेकींना धरून बसून राहिल्या होत्या. दु:खावरचे हे अमृत संपेपर्यंत त्या दोघी पीत होत्या. मग त्या आपल्या गाद्यांवर गेल्या, ध्वनिक्षेपकांवरून सर्व नर्सेसना कामावर हजर राहण्यासाठी सांगेपर्यंत त्या गाढ झोपेत होत्या. नवीन आलेल्या जखमी आणि मृतांसाठी हॉस्पिटलमध्ये ताबडतोब मदतीची गरज होती.

जणू कोणीतरी एखाद्या विद्युत उपकरणाचे बटण दाबावे, तशा त्या झोपलेल्या नर्सेस चटकन उठून उभ्या राहिल्या. आता अंघोळीसाठी धक्काबुक्की सुरू झाली. तिथं एका शॉवरखाली तीन नर्सेस एकाच वेळी अंघोळी करायच्या आणि तिथेच दात घासले जायचे.

अजूनही अर्धवट झोपेत असलेल्या रैको आणि सायुरीने इतर नर्सेसबरोबर आपला गणवेश चढवला आणि थोड्या अंतरावर असलेल्या हॉस्पिटलकडे त्या चालत गेल्या. तिथं सगळा सावळा गोंधळच होता. जखमी झालेल्यांसाठी तिथं पुरेसे बिछाने नव्हते. डॉक्टर्स टेबलांवर, जमिनीवर आणि जिथं जिथं सपाट जागा होती तिथं लोकांवर औषधोपचार करत होते. एका सैनिकाला एका खुर्चीत ठेवले होते, कारण सपाट जागा कुठेच शिल्लक राहिली नव्हती. सायुरी पाहत असतानाच त्याला झटके आले आणि त्याच्या तोंडातून रक्त बाहेर पडू लागले. तो पुढे पडला आणि त्याची नाडी बघण्याआधीच तो मरण पावल्याचे तिच्या लक्षात आले.

"मला, मदत कर," सायुरीने बाजूने जाणाऱ्या एका कर्मचाऱ्याला सांगितले, "हा सैनिक आताच मेलाय."

"आपल्याला मृत लोकांसाठी वेळ नाही, जिवंत लोकांना आता पहिल्यांदा बघायचे," तो कर्मचारी म्हणाला. "जेव्हा मोकळा वेळ मिळेल तेव्हा कुणीतरी येईल आणि त्याला शवागारात घेऊन जाईल."

तिला शिकवले होते, त्याप्रमाणे सायुरीने त्याची ओळख पटण्यासाठी त्याचे खिसे तपासले. तिच्या यादीत त्या मेलेल्याची नोंद करायची होती. त्याच्या खिशातून एक फोटो खाली पडला. तो फोटो एका हसऱ्या चेहऱ्याच्या उन्हाळी किमोनो घातलेल्या मुलीचा होता. त्या फोटोभोवती हृदयाचा मोठा आकार काढलेला होता. सायुरीने एक मोठा आवंढा गिळला.

तो कुणाचा तरी नवरा किंवा प्रियकर होता. 'जेव्हा एखाद्या मोकळ्या क्षणाची फुरसद मिळेल,' तेव्हा शवागारात नेण्यासाठी बाकी असलेला तो आता एक आकडा होता. त्या फोटोत असलेल्या सुंदर मुलीचे हसू लवकरच दु:खांच्या अश्रूत आणि अविश्वासात बदलणार होते.

हळुवारपणे तिने तो फोटो त्या मृत सैनिकाच्या छातीवर, त्याच्या हृदयाजवळ ठेवला आणि ती झटकन चालत दूर गेली.

''त्या सकाळी माझे हृदय कठोर होण्यास सुरुवात झाली. एक नवीनच क्रोध माझ्या मनात धुमसत होता. तो इतका सूक्ष्म होता की, तो तिथं होता, याची मला बऱ्याच काळापर्यंत जाणीव नव्हती.''

चांगले असो किंवा वाईट; सायुरी मनातल्या मनात ज्याचा विचार करत होती. त्या भयानक गुप्त गोष्टी त्या दिवसांपासून तिच्या मनात धुमसू लागल्या होत्या आणि त्यानंतरच्या महिन्यांत त्याची तीव्रता वाढत गेली.

१०

“दिवसांचे आठवडे झाले, पण युद्धाचे भयंकर परिणाम संपले नाहीत; उलट ते आणखीच वाईट झाले. आता ताकदीचे पारडे दोस्त राष्ट्रांच्या बाजूने झुकले होते आणि जपानची युद्धावरची पकड हळूहळू सैल झाली होती.”

एका रात्री सायुरी आपल्या खोलीकडे परत जायला निघाली, त्या वेळीच भोंग्याचा नेहमीचा आवाज आला आणि नेहमीप्रमाणे ती बॉम्बपासून संरक्षण मिळवण्यासाठी जमावाबरोबर तळाकडे धावली. अविरत बॉम्ब कोसळण्याची त्यांना आता सवय झाली होती; पण आज रात्रीची तऱ्हा वेगळीच होती. टोकियोमधील सर्व भागांत इतक्या जोरदारपणे बॉम्बहल्ला होत होता की, त्यामुळे बॉम्बपासून संरक्षणासाठी बांधलेली जागाही हादरली होती. त्या हल्ल्याच्या धक्क्याने आणि द्वेषाने ती जागा जणू थरथर कापू लागली होती.

सायुरी आणि रैको थरथरत परस्परांना बिलगल्या. बॉम्बपासून संरक्षणाच्या जागेत त्या काँक्रीटच्या थंडगार जमिनीवर वाकून बसल्या होत्या. बॉम्बस्फोटाच्या एकामागून एक आदळणाऱ्या लाटांनी त्यांचे शहर उद्‌ध्वस्त होत होते. या तीव्र हल्ल्यांचा काय परिणाम होणार, हे त्या जाणून होत्या – आता मोठ्या संख्येने जखमी आणि मृत लोक हॉस्पिटलमध्ये दाखल होणार होते आणि कमकुवत हृदय असलेल्यांना ते सहन होणारे नव्हते. परंतु ज्या काही तासांसाठी त्या बॉम्बपासून संरक्षणाच्या जागेत दडून बसल्या होत्या, तोपर्यंत कुणालाही पुढच्या कामाविषयी विचार करायचा नव्हता.

जेव्हा ते हल्ले संपले, तेव्हा लाखो लोकांच्या त्या शहरात एक भयाण शांतता पसरली. जणू काही प्रत्येकाने आपला श्वास रोखून धरला होता आणि तो मृत आणि

जखमी लोकांची मोजदाद करत होता. समोर वाढून ठेवलेल्या गोंधळाला तोंड देण्यासाठी त्या बॉम्बसंरक्षित जागेतून बाहेर पडल्यावर सायुरीला एकाच गोष्टीचे समाधान होतं की, निदान ती टोकियोत होती. आपल्या खेड्यात लपून न राहता आणि धुतलेल्या स्वच्छ दुलईवर न झोपता, आपल्या देशासाठी वाहणारे रक्त थांबविण्यासाठी आणि मृतांना पुरण्यासाठी मदत करत होती.

रैको हुंदके देत होती. सायुरीने घाबरून वळत तिला विचारले, ''काय झाले? तुला त्या संरक्षित जागेत काही दुखापत झाली का?''

''नाही,'' रैकोने मान हलवली. त्या संरक्षित जागेतील जमलेला जमाव घाईने त्यांच्या मागून निघाला होता, म्हणून त्यांना जाऊ देण्यासाठी त्या क्षणभर थांबल्या. तिने आपला हात छातीवर ठेवला आणि हुंदके देत ती म्हणाली, ''मला इथं काही जाणवतंय, सायुरी. आज रात्री काहीतरी घडलंय आणि जरी ते काय आहे, हे अजून मला माहीत नाही, तरीही माझ्या हृदयावर दडपण आलंय.''

''असं काही बोलू नकोस रैको,'' सायुरी म्हणाली. ''आपल्याला सत्याला आणि युद्धाच्या भीषणतेला रोज सामोरे जावे लागणार आहे. त्यामुळे कधी कधी मनात अशा घाबरविणाऱ्या प्रतिमा येणे किंवा काही गोष्टींची आधी जाणीव होणे नक्कीच स्वाभाविक आहे. आज आपण अनुभवलेल्यापैकी सर्वांत भीषण बॉम्बहल्ल्यानंतर तर हे सहजच आहे.

''पण तुझ्या हे लक्षात येत नाही का, की निदान आपण इथं आहोत आणि आपल्याला होईल तेवढे देशासाठी करत आहोत. यासाठी आपण थोडेसे समाधान आणि अभिमान बाळगू या. कारण आपल्याला पुढे जाण्यासाठी सध्या काही ध्येय नाही.''

''होय, तुझे बरोबरच आहे.'' रैको म्हणाली. ''मी इतके दुर्बल होणे, हे खरंच मूर्खपणाचे आहे आणि तेही युकिओला माझी गरज पडेल म्हणून इथं येण्याचा मी निश्चय केल्यानंतर तर हे अधिकच. उद्या आपल्याला काही तासांची सुट्टी आहे. आपण बाहेर जाऊन भरती करण्याच्या जागेपासूनच हिरो आणि युकिओचा शोध घेण्याची सुरुवात करू. आपल्याकडे त्यांच्या युनिटचे आणि तुकडीचे नंबर असले, तर निदान आपल्याला ते अजूनही जपानमध्ये आहेत की त्यांना आग्नेय आशियात पाठवलंय, ते पाहता येईल.''

''ओह! सायुरी, हे शब्दांत सांगणेही कठीण आहे . माझा वाग्दत्त वर जिवंत आहे की मृत याची काही बातमी नाही. कदाचित या क्षणी तो कोणत्यातरी हॉस्पिटलमध्ये जखमी होऊन पडला असेल आणि माझे नाव घेत मला बोलावत असेल!''

''होय, मला माहीत आहे. माझा भाऊही इथं आहे. त्यामुळे आपण आजचा दिवस पार पाडू या आणि उद्या त्यांना शोधण्याची सुरुवात करू या. असा विचार कर की, एक-दोन वर्षांत युद्ध थांबून तुझे युकिओशी रीतसर लग्न झालेले असेल...

मग आपण मागे वळून आजच्या दिवसाकडे पाहू, तेव्हा आपण धीर सोडला नाही म्हणून आपल्याला बरे वाटेल!''

"होय, मला वाटतं. तुझं बरोबर आहे. मी तुझ्यासारखं अगदी मजबूत आणि निश्चयी असावी, असं मला फार वाटतं. अगदी लहान असल्यापासून आणि समुद्रावर खेळत असल्यापासून आपल्या दोघींमध्ये तू जास्त कणखर होतीस सायुरी. जेव्हा लाटा फार जवळ यायच्या, त्या वेळी तू त्यांच्यापासून दूर पळायचीस!'' रैको विचार करत म्हणाली.

"पण नेहमीच नाही. तू मला बाथरूममध्ये नग्नावस्थेत रडत असताना पाहिलेस, तो दिवस तू विसरलीस का?'' सायुरी तोंड वाकडे करत म्हणाली. "त्या दिवशी मी जवळजवळ स्वत:ला सावरू शकले नाही! मला वाटते की, आता माझे स्वत:ला पुढे ढकलणे आणि रक्ताचा प्रत्येक थेंब जो आपल्या शत्रूला आपल्यातून काढायचंय तो थांबवणे, हे काम निव्वळ क्रोधामुळेच होत आहे.''

"असे बोलू नकोस, सायुरी. तू जेव्हा इतक्या त्वेषाने बोलतेस, तेव्हा मला भीती वाटते!'' रैको म्हणाली. "मी कुणाचाही द्वेष करत नाही. हे युद्ध आहे आणि प्रत्येकाचेच रक्त सांडतंय आणि खरंच शेवटी कुणीही जिंकत नाही.''

अगदी बऱ्याच वेळानंतर रैको काळजीने आणि दु:खाने तिच्या मिठीत विसावली होती, याची सायुरीला आठवण झाली. ती काळजी आणि ते दु:ख कुणीही कमी करू शकत नव्हते. तिच्या मनात राग उफाळून आला, तो इतका भयानक आणि कठोर होता की, ती त्याच्या त्या तीव्रतेने जवळजवळ बेशुद्धच पडली.

एखाद्या यंत्रमानवाप्रमाणे यांत्रिकतेने आणि मेलेल्या भावनांनी जखमी झालेल्यांची काळजी सायुरी घेऊ लागली. त्यातील काही इतके भीषण जखमी झालेले होते की, त्यांच्यासाठी कुणीही काहीही करू शकत नव्हते. त्यामुळे ज्याला वाचवता येईल, अशा पुढच्या व्यक्तीकडे लक्ष दिले जात होते.

'चालू ठेव, चालू ठेव,' तिने स्वत:ला बजावले. कारण ती थोडीशी जरी भावनेच्या आहारी गेली असती, तर ती कोसळून पडली असती.

मागच्या बाजूच्या बिछान्यातून आलेल्या कण्हण्याच्या सुरांचाही तिच्यावर काही परिणाम झाला नाही. नंतर त्या कण्हण्याचे रूपांतर शब्दांत झाले.

"रैको.....रैकोऽऽ'' त्या कण्हण्यातून ते स्पष्ट स्वर आले आणि सायुरीने आपला श्वास रोखून धरला.

'मागे वळून पाहू नकोस. पुढे चालत राहा,' तिने स्वत:ला बजावले. 'पण तो तोच असला तर? नाही, ते शक्य नाही, हा योगायोग जरा असंभवनीय आहे!'

'स्वत:ला आवर... तुझ्या प्रशिक्षणातील सर्वांत मूलभूत गोष्ट आठव. तुम्ही काहीही पाहिले किंवा ऐकले तरी आपल्या भावनावर ताबा ठेवा. कारण त्यामुळे

रुग्णाला दु:ख होईल.'

"रैकोऽऽ" त्या कण्हण्यातून पुन्हा आवाज आला आणि तो आवाज काहीसा अस्पष्ट आणि दु:खी वाटत होता. सायुरी मग स्वत:ला आवरू शकली नाही. ती वळण्याआधीच आपण काय पाहणार आहोत, हे तिला कळले होते.

तिचा श्वास घशातच अडकला आणि एक अस्फुट किंकाळी त्यातून बाहेर पडली. कारण, त्या चेहऱ्याचा जो भाग जळाला नव्हता; त्यातून तो युकिओ आहे, हे सायुरीला दिसत होते.

फक्त दोनच बोटं उरलेला एक हात तिच्या दिशेने उचलण्याचा प्रयत्न झाला आणि त्या डोळ्यांत एक विलक्षण चमक उमटली. त्या डोळ्याला अजूनही दिसत होते आणि तो सरळ तिच्याकडेच पाहत होता. सायुरीला समजले की, युकिओने तिला ओळखले आहे आणि त्याला तिला काही निरोप द्यायचा आहे.

सायुरीने आपले तोंड काहीतरी दिलासा देणारे, विश्वास देणारे शब्द उच्चारण्यासाठी उघडले; पण तिच्या तोंडातून शब्द उमटला नाही. त्या क्षणी तिला फक्त एवढंच हवं होतं की, तो त्या मृत्यूच्या निद्रेत शांतपणे जावा. कारण त्याला वेदना होऊ नयेत, यासाठी मृत्यू हाच एकमेव मार्ग होता.

"जा, युकिओ जा!" ती कसेबसे कुजबुजली. "रैको ठीक असेल, मी तिची काळजी घेईन. मी वचन देते."

ते छिन्नविच्छिन्न झालेले आणि जवळजवळ ओळखता न येणारे डोके दिसेल इतपत हलले आणि मग हलकी पण थरकाप करणारी धाप टाकून युकिओ हे जग सोडून गेला. जणू मरण्याआधी त्याला हे शब्द ऐकायचे होते!

बराच वेळ सायुरी तिथं आपल्या खास मैत्रिणीच्या वाग्दत्त वराच्या देहाजवळ थांबून होती. फक्त एकच विचार तिच्या मनात येत होता, 'आज १६ सप्टेंबर, पुढच्या आठवड्यात २३ सप्टेंबरला... विषुवच्या दिवशी ते दोघे लग्न करणार होते.' मग ती पुढे झाली आणि तिने हळूच मात्सुमोटोवरून निघताना रैकोने त्याला दिलेला ताईत त्याच्या गळ्यातून काढला. रैकोचा वाग्दत्त वर ज्या दिवशी वारला, त्या वेळी सायुरी तिथं होती. त्याच्या तोंडात शेवटी रैकोचेच नाव होते, हे कधीतरी तिला सांगण्यासाठी, त्या ताइताची गरज होती.

जणू काही फार दुरून रैको तिला हाक मारत असल्याचे सायुरीला ऐकू आले. "सायुरी, दिवास्वप्न बघत तिथं उभी राहू नकोस. आपल्याला जेवढे शक्य असेल तेवढे काम उरकण्याचा प्रयत्न करायला हवा म्हणजे हिरो आणि युकिओचे युनिट शोधण्यासाठी आपल्याला कार्यालयात लवकर जाता येईल!"

रैको.... नाही.....तिने युकिओला अशा अवस्थेत पाहता कामा नये.

मोठ्या प्रयत्नाने सायुरीने तिच्या पुढे असलेल्या छिन्नविच्छिन्न चेहऱ्यावर चादर

ओढली. तेवढ्यात रैको तिच्या बाजूला आली आणि म्हणाली, ''आणखी एक मृत? बिचारा! पण आपल्याला जिवंत माणसांवर लक्ष द्यायचंय! चल, सायुरी!''

रैकोने जेव्हा त्या रक्ताने भरलेल्या चादरीखाली असलेल्या देहावर नजर टाकली, तेव्हा ती थरथरली आणि म्हणाली, ''आशा करते की, त्याला फार त्रास झाला नसावा!''

''त्याला जरा वेळ सोसावे लागले; पण आता तो शांत आहे.'' सायुरी हळुवारपणे म्हणाली. त्या चादरीखाली कोण आहे, हे रैकोला कळले नाही म्हणून तिला बरं वाटलं.

मग सायुरी एकदम घाबरलीच. कारण रैको त्या रक्ताने भरलेल्या चादरीजवळ गेली आणि म्हणाली, ''तुला माहीत आहे की, मी अजूनपर्यंत असे मेलेले आणि छिन्नविच्छिन्न झालेले देह पाहण्याचे टाळत होते. पण, कदाचित सत्य स्वीकारण्याचा एकच मार्ग आहे की, शेवटी अशा एखाद्या देहाचे तोंड पाहायचे. सुरुवात म्हणून मी मग याकडे का पाहू नये, ज्यामुळे मी माझ्या भीतीवर मात करू शकेन?''

''नको, रैको – निदान हा तरी नको. तो काही चांगल्या अवस्थेत नाही.'' सायुरीने आपल्या मैत्रिणीचा हात धरला आणि जबरदस्तीने तिला दूर नेले. मनातून ती आशा करत होती की, तिच्या हाताची थरथर रैकोला जाणवणार नाही. ''कमी छिन्नविच्छिन्न झालेल्या देहापासून तू सुरुवात करावीस!''

तिने पाहिले की... रैकोने तिच्याकडे अतिशय अपरिचित आणि जवळजवळ विक्षिप्त नजरेचा कटाक्ष टाकला. पण तिला सुटल्यासारखे वाटले. कारण रैको म्हणाली, ''मला वाटतं, तुझं बरोबर आहे. यामुळे माझा सबंध दिवस खराब जाईल. तू अगदी घाबरलेली दिसतेस, त्या अर्थी ते खरोखरच भयानक असावे!''

'रैकोला हे कधीच कळणार नाही की, तिला आयुष्यभर पछाडून टाकू शकणाऱ्या गोष्टीपासून ती किती जवळ होती!' सायुरीच्या मनात आले.

परंतु उरलेल्या दिवसात ती कशावरही मन स्थिरावू शकली नाही. युकिओच्या भयंकर छिन्नविच्छिन्न झालेल्या देहाचे चित्र तिच्या मनातून जाता जात नव्हते. त्या बरोबर आणखी एक भयंकर विचारही तिला सतावत होता की, सत्य काय आहे ते शोधण्यापासून आणि तिच्या वाग्दत्त वराचे शेवटचे दर्शन घेण्यापासून तिने रैकोला रोखले होते; हे योग्य होते का? कदाचित तो कोणत्याही अवस्थेत असला तरी तिला युकिओकडे बघायचे असेल! तिला देवासारखे वागण्याचा आणि आपल्या मैत्रिणीसाठी एवढा मोठा निर्णय घेण्याचा अधिकार होता का?

सायुरी घाईघाईने तिला युकिओ दिसला होता, त्या वॉर्डकडे परतली. परंतु सर्व मृतदेह या आधीच हलवले होते आणि ते कुठे नेले, ते कोणालाच माहीत नव्हते. तिच्या वाग्दत्त वराला पाहण्याची शेवटची संधी तिने रैकोपासून हिरावून घेतली होती. आता सायुरी फक्त एवढीच आशा करू शकत होती की, रैकोवरील प्रेमापोटीच युकिओला पाहू देण्यापासून तिने तिला रोखले होते, हे एखाद्या दिवशी रैकोला समजेल.

११

काही दिवसांनंतर सायुरीनं आणि रैकोने काही तासांसाठी हॉस्पिटलमधून बाहेर पडण्याची परवानगी मिळवली. त्यांनी ते तास नोंदणी ऑफिसमध्ये इतर काळजी करणाऱ्या कुटुंबांबरोबर जागा मिळवण्यासाठी, धक्काबुक्की करत काढले. सर्व जण शाही सैन्यात गेलेल्या आपापल्या प्रिय व्यक्तींची माहिती काढत होते. त्या दोघी सकाळीच, अगदी ऑफिसचे दरवाजेही उघडण्याआधी तिथं गेल्या होत्या आणि दुपारी जेवणाची वेळ झाली तरी त्या वाटच पाहात होत्या.

जेव्हा ती खडबडीत आणि वेडीवाकडी काचेची तावदाने असलेली खिडकी जेवणासाठी बंद झाली, तेव्हा कुणीही हलले नाही. रांगेतील आपली जागा धरून ठेवण्यासाठी सायुरी आणि रैकोनेही तिथंच थांबायचे ठरवले. भूक शमविण्यासाठी त्या कोरडी बिस्किटे चघळत होत्या. अखेरीस दुपारच्या मध्याला त्रासदायक काचेची तावदाने असलेल्या खिडकीजवळ त्या पोहोचल्या. सायुरीचे हृदय इतक्या जोरात धडधडत होते की, ते स्वत:लाच जखमी करून घेईल, अशी भीती तिला वाटत होती!

त्यांना काय सापडेल? सायुरी अगदी या क्षणापर्यंत रैकोला सांगू शकली नव्हती की, तिचा वाग्दत्त वर मृत पावला होता. तिच्या मैत्रिणीला आज हे कळेल का? सबंध दिवस ती बोटांची जी नखे कुरतडत होती, त्यातील काही तुटून रक्त आले, तेव्हा तिला तोंडात एक खारट चव जाणवली.

...आणि तिच्या भावाचे, हिरोचे काय? तोही मृत होता की जखमी झाला होता?

ते प्रश्न तिच्यावर भडिमार करत होते. प्रत्येकाला उत्तर हवे होते. मात्र, ती ते देऊ शकत नव्हती. शेवटी स्वत:ला सावरण्यासाठी सायुरी त्या थंड, कठीण

काँक्रीटच्या भिंतीला टेकली.

जेव्हा त्यांची वेळ आली, तेव्हा खिडकीवरील स्त्री त्यांचे नर्सेसचे गणवेश पाहून त्यांच्याकडे बघून हसली. त्या दोन तरुण मुली आपल्या देशाची सेवा करत होत्या आणि त्यांना चांगली वागणूक देणे गरजेचे होते.

"आम्ही आमच्या कुटुंबांतील दोन माणसांची माहिती काढायला आलो आहोत. ते शाही सैन्यात काही महिन्यांपूर्वी दाखल झाले होते." सायुरीने सुरुवात केली.

"त्यांची नावे, घरचा पत्ता आणि ओळखपत्राचा नंबर या कागदावर लिहा." त्या स्त्री ऑफिसरने मध्येच पटकन सांगितले आणि सायुरी हे सर्व थरथरत्या हाताने लिहित असताना, ती वाट पाहत होती. सायुरीचे हात इतके थरथरत होते की, अक्षरे कशीबशी वाचता येण्यासारखी उमटत होती.

"क्षमा करा," ती पुटपुटली. "मी खूप घाबरले आहे!"

"ठीक आहे. मी ते वाचू शकते." ती स्त्री कोरडेपणे म्हणाली. "जो कुणी इथं येतो, तेव्हा तो घाबरलेलाच असतो. त्यामुळे आम्हाला याहूनही वाईट अक्षर पाहायला मिळते. ठीक आहे, थोडा वेळ तिथं थांबा. जेव्हा मला त्यांची माहिती मिळेल, तेव्हा मी त्या दोघा सैनिकांची नावे पुकारेन."

ती पंधरा मिनिटांची प्रतीक्षा चिरंतन असल्यासारखी वाटत होती. त्या वेळेत आपल्या विचारांत आणि काळजीत गढलेल्या दोघांपैकी कुणीही एक शब्दही बोलले नाही. हिरोच्या काळजीपेक्षाही रैकोला तिचा वाग्दत वर मृत पावल्याचे कळल्यानंतर काय होईल, याची भीती सायुरीला वाटत होती. तिने प्रार्थना केली की, जी स्त्री त्यांची नावे पुकारणार होती, तिला कसेही करून युकिओची फाईल सापडू नये! त्यामुळे थोडा अधिक काळ का होईना, रैको तिच्या स्वप्नातच राहील की, लवकरच ते युद्ध संपेल आणि ज्याच्यावर तिचं प्रेम आहे, त्या माणसाशी ती लग्न करू शकेल. स्वर्गात असल्याप्रमाणे आयुष्य जगण्याच्या त्या स्वप्नांची सुरुवात होण्याआधीच त्यांची राखरांगोळी झाली होती.

"हिरो मियामोटोऽऽ" त्या स्त्रीने एक पातळ करडी फाईल चाळत नाव पुकारले. "इथं असं म्हटलंय, की तो दोन नंबरच्या पलटणीत आहे. ते युनिट टोकियोच्या उत्तरेला एका गुप्त जागी आहे आणि ते बोटीने आग्नेय आशियाकडे जाण्याच्या तयारीत आहेत. ते निश्चित कुठे आहे, ते मी सांगू शकत नाही; कारण आमच्या सैनिकांभोवती कुटुंबीयांचा गराडा पडून त्यांचा लढण्याचा निर्धार ढासळायला नकोय."

सायुरीने सुटकेचा निश्वास सोडला. निदान हिरो अजून जिवंत होता. परंतु लवकरच तो बोटीने आग्नेय आशियाला निघणार होता आणि तो किती काळ जिवंत राहील, हे कुणालाच माहीत नव्हते. तिचा श्वास पूर्ववत होण्याआधीच रैको पुढे

धावली आणि तिने काळजीच्या स्वरात विचारले, "आणि युकिओ ओयामाचे काय? तो माझा वाग्दत्त वर आहे. त्याची काही बातमी तुमच्याकडे आहे का?"

सायुरीने त्या स्त्रीच्या चेहऱ्यावरचा गंभीर भाव बघितला, तेव्हा तिच्या पोटात खड्डा पडला. तिने वर बघून भावनाविरहित स्वरांत सांगितलं, "मला सांगायला कठीण वाटतंय, परंतु आमच्या आतापर्यंतच्या जखमी आणि मृतांच्या माहितीनुसार युकिओ ओयामा हा १६ सप्टेंबरच्या टोकियोवरच्या बॉम्बहल्ल्यात मारला गेला."

त्यांच्यामागून येणारे घायकुतीचे आवाज सोडले, तर तिथं क्षणभर शांतता पसरली. मग रैकोने पुढच्या फळीवर धाडधाड मुठी आपटल्या आणि ठामपणे म्हणाली, "ठार झाला? नाही, तुमची काहीतरी चूक झाली असावी. माझा वाग्दत्त वर मृत असणे शक्यच नाही! युद्ध संपताच आम्ही लग्न करणार आहोत! तुम्ही काहीतरी दुष्ट चेष्टा करत आहात; हो ना?"

"मला खूप वाटतं की, ती चेष्टा असावी. पण इथं काहीही चूक नाही. युकिओ ओयामा हा..."

त्या स्त्रीचे बोलणे संपण्याआधीच रैकोने पुढे झेप घेऊन त्या उघड्या काचेच्या खिडकीतून ती फाईल तिच्याकडून हिसकावून घेतली. तिची बोटे इतक्या जोरात थरथरत होती की, उडायला सज्ज झालेल्या पक्ष्याच्या पंखाप्रमाणे ती फाईल फडफडली. रैकोने त्यातल्या 'मृत' असे शीर्षक एका कागदाच्या तावावर असलेली नावांची यादी शोधली.

"युकिओ ओयामा...!" ती काहीशा आश्चर्याने पुटपुटत राहिली आणि मग एक किंकाळी त्या खोलीत घुमत राहिली. त्या खोलीतील बाकीचे आवाज अचानक थांबले होते. रैको किंचाळली, "नाहीऽ नाहीऽऽ नाही!..." आणि ती सायुरीच्या मिठीत बेशुद्ध पडली.

अनेक लोक मदतीसाठी धावले आणि सर्वांनी मिळून रैकोला एका बाकावर आणले. ती तशा भ्रमिष्टावस्थेत असतानाच सायुरीने पाहिले की, बहुतांशी स्त्रियांचे छोटे घोळके त्यांच्याबरोबरीने रडत होते आणि एका विचित्र तऱ्हेने तिला आनंद वाटला की, केवळ त्या दोघीच दुःखात नव्हत्या.

अर्ध्या तासाने रैको शुद्धीवर आली आणि मग तिच्या डोळ्यांतून अश्रू ओघळू लागले. जखमी झालेले काळीज आणि आत्म्याच्या दुथडी भरून वाहणाऱ्या दुःखातून हृदयद्रावक हुंदके बाहेर पडत होते. आपल्या मैत्रिणीला प्रेमाने धरून ठेवण्याशिवाय आणि तिला आधार देण्याशिवाय सायुरी दुसरे काहीच करू शकत नव्हती. ती तिला धरून आपल्या असहाय भावनांमुळे कापणाऱ्या आवाजात सांत्वनाचे शब्द कुजबुजत होती. कारण त्या अविरत बॉम्बहल्ला झालेल्या रात्री युकिओच्या मृत्यूमुळे रैकोच्या तारुण्याच्या, आशांच्या आणि सुखाच्या झालेल्या

अंतामुळे तीही दुखावली होती.

नंतर रैकोच्या हाताची घट्ट पकड तिला जाणवली. ती उठून बसली आणि घोगऱ्या आवाजात कुजबुजली, "त्या दिवशी हॉस्पिटलमध्ये तू चादर टाकलेल्या देहाकडे मला पाहू दिले नाहीस......तो युकिओ होता... हो की नाही?"

"हो, रैको... तो तोच होता." सायुरी म्हणाली. "मला त्या अवस्थेत तुला त्याला पाहू द्यायचं नव्हतं. तुला समजतंय ना? त्याचं ओठ मुडपून काहीसं विनोदी हसणं, जे तुला आवडायचं... त्याचे ते व्हायोलिन वाजवणारे हात... तो जसा होता, तसाच तुझ्या आठवणीत असायला हवा होता."

"नाही सायुरी, मला त्याचा देह बघायचाय. तो तोच आहे, हे जाणण्याचा हाच मार्ग आहे." रैको म्हणाली. तिचा आवाज आता कठोर आणि तुटक होता. "तो कसाही दिसत असला, तरी माझे त्याच्यावर प्रेम आहे. मला त्याच्याकडे घेऊन चल. मला माझ्या युकिओला पाहायचंय!"

"तुला खात्री आहे का रैको?" आपल्या मैत्रिणीचा पांढराफटक पडलेला निश्चयी चेहरा, त्यावर असलेली अनैसर्गिक आणि घाबरवणारी भयानक स्तब्धता पाहून सायुरीने धसक्याने विचारले. "हॉस्पिटलच्या शवागारात तो अजूनही आहे की नाही, हे मला माहीत नाही... याला पाच दिवस झाले आहेत."

रैकोने उत्तर दिले नाही. पण ती आधीच उठली होती आणि दरवाज्याकडे निघाली होती. सायुरी तिच्यामागून गेली. कारण रैकोला थांबवणे शक्य नाही, हे तिला माहीत होते. त्या दोघी चुपचाप दहा इमारती मागे टाकून चालत हॉस्पिटलकडे आल्या. रस्त्यावर शेवया विकणाऱ्या फेरीवाल्यांच्या आवाजामुळे त्या शांततेचा भंग होत होता.

रैको लांब ढांगा टाकत चालली होती आणि तिच्याबरोबर जाण्यासाठी सायुरीला धावावे लागत होते. रैकोमध्ये आलेली ही प्रचंड शक्ती आणि ताकद त्या भयानक दुःखातून तिला मिळाली होती. निदान आपल्या वाग्दत्त वराच्या मृत्यूच्या बातमीने ती कोलमडून पडली नव्हती. त्यांच्यापैकी कुणीही हॉस्पिटलमध्ये पोहोचेपर्यंत थांबले नाही. मग त्या सरळ शवागाराकडे वळल्या. आता एका नव्याच काळजीने सायुरी त्रस्त झाली होती. ज्या दिवशी सायुरीने आपल्या हातात सर्व गोष्टी घेतल्या होत्या आणि युकिओच्या शेवटच्या दर्शनापासून तिला वंचित केले होते, त्या दिवसाबद्दल रैको तिला कधी क्षमा करील का?

सुदैवाने त्या संध्याकाळी तिथं कामावर असलेल्या नर्सेस सायुरीला ओळखत होत्या. त्यांनी झटकन त्या शवागारातून तिथं काही दिवसांत गेलेल्या मृतांची नोंद पाहिली. क्योको नावाच्या एका नर्सने काहीशा चिंतेने कोपऱ्यात हातपाय दुमडून, भकास नजरेने बसलेल्या रैकोकडे पाहिले आणि ती कुजबुजली, "तुझ्या मैत्रिणीने

तिच्या नियोजित वराचे प्रेत पाहावे, ही कल्पना ठीक आहे याची तुला खात्री आहे का? तुला माहीत नाही का, ते मृतदेह जसेच्या तसे धडधाकट अवस्थेत शवागारात कधीच पोहोचत नाहीत? गेल्या महिन्यात आमच्याकडे एक मुलगी आली होती. नवऱ्याचे प्रेत पाहिल्यावर तिचा मनावरचा ताबाच सुटला... आणि आता ती वेड्याच्या हॉस्पिटलमध्ये आहे. ते म्हणतात की, ती बरी होण्याची फारशी शक्यता नाही.''

''आणखी काय विचार करावा, हे मला माहीत नाही. पण हे करण्याची तिची इच्छा आहे आणि मला काहीही वाटो किंवा माझा विचार काहीही असो; मी तिला थांबवू शकत नाही.'' सायुरी म्हणाली, ''मला नाही वाटत की, तिला यापासून वंचित करण्याचा कोणालाही अधिकार आहे. त्यामुळे माझ्या सारासार विचारांच्या विरुद्ध जाऊन मी तिला इथं आणलं.''

क्योकोने मान हलवली आणि नोंद पुन्हा एकदा पाहिली. वर पाहण्याआधी तिच्या कपाळावर आठ्या पडल्या.

''हं, मला वाटते की, आपली समस्या आपल्यापुरती तरी सोडवली गेली आहे.'' ती आपल्या कटात सायुरीला सामील करत पुटपुटली. नंतर ती मोठ्याने म्हणाली, ''मला वाटते की, युकिओ ओयामा हा आता इथं नाही. इतर मृतांबरोबर त्यालाही तीन दिवसांपूर्वी अग्नी दिला गेला, कारण तुम्हाला दिसतंच आहे की, इथं फारच गर्दी आहे. मला वाईट वाटते, पण मी तुम्हाला मदत नाही करू शकत.''

''आणि त्याची... राख...?'' रैको कुजबुजली.

''ती त्याच्या कुटुंबीयांकडे पाठवली जाईल.'' क्योको म्हणाली. ''मला मनापासून वाटतं की, मी तुझ्यासाठी काही करू शकेन, असं काही –''

''ठीक आहे... ठीक आहे...'' रैकोने थंड सुरात म्हटले. तिच्या डोळ्यांतून अश्रू ओघळत होते. ती आंधळ्यासारखी चालत दूर गेली.

फार दुःखी झालेल्या रैकोने दोन दिवस काही खाण्यापिण्यास नकार दिला. आपल्या घाणेरड्या गादीत पडून आधीच अश्रूंनी भिजलेल्या उशीत तोंड खुपसून ती रडत होती.

''मला मरू दे...'' जेव्हा सायुरीने तिला थोडे पाणी पाजण्याचा प्रयत्न केला तेव्हा ती पुटपुटली. ''मला युकिओबरोबर राहायचंय. मला एकटी राहू दे आणि मला मरून जाऊ दे!''

तिसऱ्या दिवशी अन्नपाणी न घेतल्यामुळे ती बेशुद्ध झाली आणि सायुरीला कळलं की, कसेही करून रैकोच्या शरीरात काही पौष्टिक आहार जायला हवा, नाही तर तिला मरताना पाहायला लागेल.

त्यांच्याभोवती युद्ध जोरात पेटले होते आणि औषधांच्या पुरवठ्यातील तुटवड्यामुळे

ज्यांना जिवंत राहायचंय, त्यांच्या मदतीसाठीच वेळ होता... मरणाऱ्यांसाठी नाही. सायुरीला खात्री होती की, ज्या हॉस्पिटलमध्ये त्या गुरासारख्या काम करत होत्या, तिथं तिला फारशी सहानुभूती मिळणार नाही. त्यामुळे फार पूर्वी मात्सुमोटोमध्ये मरायला लागलेल्या एका कुत्र्याच्या पिल्लाला वाचवण्यासाठी तिने जे केले होते, तेच तिने आताही केले.

सायुरी हॉस्पिटलच्या गोदामात हळूच गेली आणि तिने चिकनसूपचे दोन डबे आणि काही इंजेक्शनच्या सुया तिच्याबरोबर नेहमी असणाऱ्या कापडाच्या पिशवीत टाकल्या आणि सर्व रस्ताभर धावतच त्यांच्या राहण्याच्या जागेत बेशुद्ध पडलेल्या रैकोकडे आली. डबा उघडायचा चिमटा तिला छोट्या स्वयंपाकघरात न सापडल्यामुळे ती रडकुंडीला आली; पण मग मोठ्या निश्चयाने तिने एक धारदार सुरी घेऊन चिकनसूपच्या डब्यात खुपसली. त्यामुळे सुई घालून सूप काढता येईल, असे एक छोटेसे छिद्र तयार झाले. परंतु जेव्हा तिने ती सुरी डब्यातून बाहेर काढली, तेव्हा ती सटकली आणि तिचा हात कापला गेला. त्या अचानक झालेल्या वेदनेमुळे क्षणभर तिला काही सुचलेच नाही.

''छान! हेच कमी होते!'' सायुरी ओरडली आणि तिने स्वयंपाकघरातील टेबलाच्या आधाराने स्वत:ला सावरले. आपल्या जखमेभोवती तिने रुमाल बांधला.

मग ती स्वत:ची वेदना विसरली. तिने पुढचे दोन तास इंजेक्शनच्या सुईने रैकोच्या तोंडात हळूहळू ते चिकनसूप घालण्यास सुरुवात केली आणि जेव्हा तिची मैत्रीण नकळतपणे ते द्रव गिळू लागली, तेव्हा तिने सुटकेचा श्वास सोडून रोखलेले अश्रू ढाळले.

सायुरी जवळजवळ चोवीस तास रैकोच्या तोंडात तासातासाने पाणी आणि सूप भरवत राहिली आणि जेव्हा तिचा श्वासोच्छ्वास नियमित होऊ लागला, तिच्या गालांवर थोडी लाली आली; तेव्हा सायुरीच्या लक्षात आले की, तिची मैत्रीण यामधून बाहेर पडेल.

खोलीत त्या दोघीच होत्या. कारण, तिच्या खोलीतील इतर मुलींना जिथं एखादे माणूस त्यांच्यासमोर मरेल, अशा खोलीत झोपायचे नव्हते. त्यामुळे त्या दुसऱ्या खोल्यांत झोपण्यासाठी गेल्या होत्या. त्यांना वेगळे टाकल्यामुळे मिळालेला एकांत आणि शांतता यामुळे सायुरीला आनंदच झाला. तरीही ही एक विसंगती होती की, भयानक तऱ्हेचे मरण आणि दुखापत याला सरावलेल्या त्या नर्सेस त्यांचीच सहकारी त्या खोलीत मरतीय असं वाटल्यानंतर, तिथं झोपायला घाबरल्या होत्या.

पहाटे-पहाटे रैकोने हालचाल केली आणि ती घोगऱ्या आवाजात पुटपुटली, ''पाणी... मेहरबानी करून मला पाणी द्या.''

अधूनमधून डुलक्या घेत असलेल्या सायुरीने आपल्या मैत्रिणीचा अस्फुट

आवाज ऐकला आणि तिचा पसरलेला हात आपल्या हातात घेतला. तो उबदार होता आणि तिची नाडीही ठीक चालली होती.

"तू आता ठीक होणार आहेस रैको!" ती म्हणाली. तिला इतके सुटल्या-सुटल्यासारखे वाटले होते की, रैकोने पुन्हा पाणी मागेपर्यंत ती जागेवरून हलूही शकली नाही. नंतर ती चटकन उभी राहिली आणि पाण्याचं भांडं भरण्यासाठी स्वयंपाकघराकडे धावली. जेव्हा रैकोनं त्यातील पाणी ढसाढसा प्यायलं, तेव्हा ती उत्साहाने तिच्याकडे पाहत राहिली.

"तो खरोखरच नाहीये... माझा युकिओ गेला!" ते भांडं त्या गादीच्या शेजारच्या चटईवर ठेवत भावनाविरहित होत रैको म्हणाली. तिचे डोळे मोठे आणि चमकदार भासत होते. मानसिक धक्का आणि थकवा यामुळे ते गडद अशा ठिपक्यांसारखे झालेले होते. परंतु आश्चर्यकारक रीतीने तिच्या हातात मात्र शक्ती होती आणि त्या विरलेल्या गादीच्या चुकार दोऱ्यांना ती जोरजोरात खेचत होती.

"माझी काळजी घेतल्याबद्दल आभारी आहे. सायुरी, मी आता ठीक आहे, परंतु काही काळ मला एकटीला सोड. कारण मला युकिओबरोबरच्या मौल्यवान आठवणींत हरवून जायचे आहे."

"ठीक आहे, रैको. तुला गरज पडली तर मी बाहेर थांबते. आणि काहीही मूर्खपणा करू नकोस! मी न झोपता चोवीस तास तुला वाचवण्यासाठी उगीचच नाही घालवले!"

खोलीत एकट्या असलेल्या रैकोने आपल्या उशीवर डोके ठेवले आणि आपली नजर छतावरील एका करड्या रंगाच्या ठिपक्यावर स्थिरावली. तो ठिपका मोठा होत गेला आणि त्याने ती सगळी खोली व्यापून टाकली. त्याने त्या खोलीचा घाणेरडा कळकटपणा दूर केला. ती पुन्हा मात्सुमोटोला परत गेली होती. युकिओशी तिचा वाङ्‌निश्चय करून अधिकृतपणे लग्न लावणारा ओमिमाई नुकताच त्यांच्या घरातून बाहेर पडला होता.

आता त्यांचा वाङ्‌निश्चय अधिकृतपणे झाला होता आणि लग्नाची तारीखही ठरली होती. शहरातील सर्वांत प्रसिद्ध ओमिमाई असलेल्या टोमोकोसाहेबांची पाठ वळताच रैको पंख फुटल्यासारखी युकिओ आणि तिच्या घरामध्ये असलेल्या शेतातून उड्या मारत गेली.

नेहमी युकिओची आई रुमिको तिच्यासाठी दरवाजा उघडायची; पण आज दरवाजा उघडाच ठेवलेला होता आणि ती स्वत:च आत गेली.

'आश्चर्य आहे!' तिच्या मनात आले. 'इतकी शांतता? सर्व जण आहेत तरी कुठे?'

जेव्हा त्याच्या बळकट हातांनी तिच्या कमरेला विळखा घातला, तेव्हा ती

दचकलीच. युकिओ तिच्या कानात कुजबुजला, "आता आपले लग्न अधिकृतरीत्या ठरलंय आणि विषुवदिवशी आपले लग्न होईल!"

"काय युकिओ, मला किती घाबरवलेस!" रैको म्हणाली. परंतु ती हसत होती; कारण ज्याच्यावर तिचे जिवापाड प्रेम होते, त्या व्यक्तीशी ती लग्न करणार होती आणि हे सुख बऱ्याच मुलींच्या वाट्याला येत नसे. कारण त्यांच्या समाजात लग्नं ठरवून व्हायची आणि त्यासाठी दोघांच्याही आई-वडिलांची संमती लागायची. चिरंतन वैवाहिक सुखासाठी ही महत्त्वाची पूर्वअट होती आणि या सर्वांत प्रेमाचा क्रमांक खालीच असायचा.

त्या उन्हाळ्याच्या सुंदर दुपारी जरी युद्धाचे ढग दूर क्षितिजावर दिसत असले तरी काही अभद्र घडेल, असे वाटत नव्हते.

युकिओचे आई-वडील शंभर मैल दूर असलेल्या त्यांच्या गावी उन्हाळ्याच्या वार्षिक हंगामासाठी गेलेले होते आणि या वर्षी लग्नाची तयारी करायची म्हणून युकिओने घरीच राहायचे ठरवले होते. त्या आळसावलेल्या दुपारची शांतता आणि स्तब्धता मोहात टाकणारी होती. त्यांना काही कळण्याआधीच युकिओ आणि रैको त्याच्या खोलीत गेले. त्यांच्या एकमेकांवरील प्रेमाने आणि अनुरक्तीने ते इतके वाहावत गेले की, त्याची परिणती नैसर्गिक आणि अपेक्षितच झाली.

जेव्हा ते संपले, तेव्हा त्यांनी एकमेकांना हळुवारपणे मिठीत धरले होते आणि युकिओ पुन:पुन्हा कुजबुजत होता, "मला वाईट वाटते की, मी तुझा असा फायदा घेतला. मी हे करायला नको होते...."

विवाहपूर्व शारीरिक संबंधांकडे नापसंतीने पाहिले जायचे आणि त्याला मान्यता नव्हती. रैकोला माहीत होते की, तिने आता जे केले, त्याचा तिला धक्का बसायला हवा होता किंवा निदान थोडासा पश्चात्ताप तरी वाटायला हवा होता. परंतु तिला समाधान आणि आत्यंतिक सुख वाटत होते, कारण त्यांनी प्रेम केले होते आणि तिने त्याला सर्वस्व अर्पण केले होते.

नंतर जेव्हा ती आपल्या गादीवर पडून होती आणि स्वयंपाकघरातून येणारे आपल्या आईचे आवाज ऐकत होती, तेव्हाही तिची भावना तशीच होती. काही दिवसांनंतर जेव्हा युकिओला सैन्यात भरती होण्याचे पत्र आले, तेव्हा तिला एकच समाधान वाटले की, तिने माघार घेतली नव्हती आणि त्यांच्याकडे त्यांच्या प्रेमाच्या परिपूर्तीचे क्षण होते.

रैको त्या उबदार दुपारचा विचार करत होती आणि युकिओ टोकियोला सैन्यात जाण्याआधीच जेव्हा त्यांनी पुन्हा एकदा शरीरसुख अनुभवले होते. त्या गोड संध्याकाळचा विचार करत होती. त्या वेळी त्यांच्यावर त्याला परदेशात लढण्यासाठी

पाठविले जाण्याच्या भीतीचे सावट होते. युकिओला परदेशात पाठवण्याएवढाही वेळ मिळाला नव्हता; तो अगदी इथं टोकियोत मरण पावला होता. कदाचित त्याला तेच हवे होते. कारण कोणत्याही परिस्थितीत तिचा हळुवार, हुशार वाग्दत वर कुणाला ठार करतोय, ही कल्पनाच रैको करू शकत नव्हती.

त्याने तिला कधीही सोडून न जाण्याचे वचन दिले होते, परंतु तो सोडून गेला होता. आता तिच्याकडे उरल्या होत्या फक्त आठवणी आणि गेलेल्या जीवासाठीची उत्कट इच्छा... शिवाय त्या दोन दुपारच्या आठवणी... जेव्हा त्यांना त्यांच्या प्रेमाच्या पूर्ततेचं समाधान मिळाले होते. तिला त्या रस्त्यातील तरुण सैनिकाचे शब्द आठवले, ''हजार टाक्यांचे पट्टे आम्हाला देण्यात काय अर्थ आहे? काही झाले तरी आम्ही मरणार आहोत. मग तुम्ही आम्हाला तुमच्या शरीरसुखाचा अनुभव देणे बरे होईल, त्यामुळे निदान आम्ही कुवाँर तरी मरणार नाही!'' रैकोला समाधान होते, की तिचा वाग्दत्त वर तिला पूर्णपणे न ओळखता मरण पावला नव्हता; तो कुवाँर मरण पावला नव्हता.

त्यांच्या सहजीवनाला सुरुवात होण्याआधीच ते संपले होते. मृत्यू हे अंतिम सत्य आहे, हे जाणून रैको थरारली होती. तिला जेवढ्या लवकर जमेल तेवढ्या लवकर मात्सुमोटोला परत जायचे होते. परंतु टोकियो सोडण्याआधी रैकोला खात्री करून घ्यायची होती की, युकिओची राख त्याच्या कुटुंबाकडे किंवा यासुकुनीला पाठवली आहे. त्यामुळे त्याच्यासाठी प्रार्थना करण्यासाठी त्यांच्याकडे एक जागा असणार होती. या घडीला मात्र त्याच्या मृत्यूला आणि सत्याला सामोरे जाण्याखेरीज ती दुसरे काहीच करू शकत नव्हती.

१२

"तू नक्की माझ्याबरोबर येणार आहेस का?" सायुरीने विचारले. "तू नुकतीच एका मोठ्या धक्क्यातून सावरली आहेस, त्यामुळे मला तू बरोबर यावेस, असं कितीही वाटलं असलं, तरी मी तुला तसं म्हणणार नाही."

काही दिवसांसाठी हॉस्पिटल सोडायचे आणि टोकियोतील युनिटमध्ये तिच्या भावाला शोधण्याचा प्रयत्न करायचा, या सायुरीच्या निर्णयावर त्या दोन मैत्रिणी चर्चा करत होत्या. सुरुवातीला परवानगी न घेता हॉस्पिटल कसे सोडायचे याचीच त्यांना काळजी होती. पण दुसरी एक नर्स गंभीरपणे म्हणाली, "आपण युद्धभूमीवर आहोत आणि आपल्यापैकी कोणीही चालतानासुद्धा मरू शकतो. जर कुणी आले नाही, तर ते खांदे उडवून म्हणतील की ती बहुधा बॉम्बहल्ल्यात किंवा दुसऱ्या कशाने मारली गेली असावी आणि त्यामुळे जास्त काही खळबळ माजणार नाही!"

रैकोचा सायुरीबरोबर जाण्याचा हट्टच होता. काही झाले तरी तिच्याकडे हॉस्पिटलमध्ये राहण्यासाठी तसे कोणतेच कारण नव्हते. प्रत्येक दिवशी येणारे जखमी, मरणोन्मुख लोकांचे आणि मेलेल्यांचे वाढते घोळके तिच्यासाठी नक्कीच उत्साहवर्धक नव्हते. युकिओच्या मृत्यूने तिच्या मनात ताटातुटीचा एक भयगंड निर्माण झाला होता आणि जर ती आपल्या प्रिय व्यक्तीपासून दूर झाली, तर मग ती त्या व्यक्तीला पुन्हा कधीच पाहू शकणार नाही याची तिला भीती वाटत होती. रैकोने ठरवले होते की, यापुढे प्रेमाने निरोप द्यायला मागे राहायचे नाही.

"तुझ्याशिवाय मी एकटीने हॉस्पिटलमध्ये राहायचे आणि युकिओबद्दल विचार करायचा, हे तुला हवंय का?" ती म्हणाली. "इथं राहण्यापेक्षा तुझ्याबरोबर येणं जास्त चांगलं!"

शेवटी सायुरीने माघार घेतली आणि एका उदास करड्या सकाळी जेव्हा

आदल्या रात्रीच्या बॉम्बहल्ल्याचा धूर अजून हवेत घुटमळत होता, अशा वेळी त्या दोघी हॉस्पिटलच्या राहत्या जागेतून हळूच बाहेर पडल्या. बरोबर कपड्यांचा एकच जोड होता. काही कोरडी बिस्किटे आणि छोट्या कापडी पिशवीत पाणी होते.

"आपण पुढे कसे जाणार, हे मला माहीत नाही!" त्यांच्या आजूबाजूला पसरलेले अरिष्ट पाहून सायुरी दुःखपूर्ण स्वरात म्हणाली. सार्वजनिक वाहतूक कोलमडली होती. कारण पुन:पुन्हा होणाऱ्या बॉम्बहल्ल्यात ट्रामच्या तारा आणि लोहमार्ग नष्ट झाले होते. रस्त्यावरच्या थकल्या-भागलेल्या दिसणाऱ्या बसेसमध्ये भयानक गर्दी होती. त्यांचे वेळापत्रकही कोलमडले होते.

"टोकियोच्या उत्तरेकडे जिथं दोन नंबरची पलटण आहे, तिथं चालत जायला अनेक दिवस लागतील आणि आपल्याकडे तेवढा वेळ नाही! मला वाटतं, आपण सायकली मिळवण्याचा प्रयत्न करू या. कसे आणि कुठे प्रयत्न करायचे, ते फक्त देवालाच माहीत! पण आपण प्रयत्न करू."

मग जवळजवळ दहा इमारती सोडल्यावर रैकोने मुख्य रस्त्याकडून येणाऱ्या एका गल्लीत सायकलचे दुकान पाहिले. ती मोठ्या उत्साहाने सायुरीला म्हणाली, "या इथं इथं सायकलचे दुकान आहे आणि कदाचित सायकलसाठी मी माझी सोन्याची साखळी देऊ शकेन."

आदल्या रात्रीच्या पावसामुळे झालेल्या चिखलाच्या डबक्यांतून त्या दोघींनी कशीबशी वाट काढली आणि त्या दुकानमालकाकडे गेल्या. तो तिशीचा माणूस होता आणि ज्या तऱ्हेने तो त्यांच्याकडे बघत होता, त्यावरून त्यांना चमत्कारिक वाटले. त्यांना त्या धीट आणि रोखून पाहणाऱ्या नजरेपासून पळून जावेसे वाटले.

आपले मन बदलून पळण्यापूर्वी सायुरीने आपल्या खिशातून सोन्याची बांगडी काढली आणि ती म्हणाली, "आम्हाला सायकल हवीये आणि तुला ही सोन्याची बांगडी आम्ही देऊ आणि दुसरी सायकल माझ्या या मैत्रिणीच्या साखळीच्या बदल्यात."

तो मालक दुकानात गेला आणि त्याने एक सायकल बाहेर काढली. कधी काळी चांगल्या अवस्थेत असलेली ही सायकल त्यांचे काम भागविण्यासाठी पुरेशी होती. सायुरीने प्रार्थना केली की, सोन्याची साखळी आणि बांगडी, या दोन वस्तू त्याला सायकली देण्यासाठी पुरेशा ठरतील.

त्या मालकाच्या डोळ्यांतील अस्वस्थ करणारी चमक पाहण्याचे ती टाळत होती आणि विशेषत: त्या दोघींपैकी चांगल्या दिसणाऱ्या रैकोकडे तो ज्या तऱ्हेने पाहत होता, तेही टाळण्याचा प्रयत्न करत होती.

"माझे नाव वाटानाबे आहे! आणि मी ही सायकल देऊ शकतो, परंतु सोन्याची बांगडी आणि साखळीच्या बदल्यात नाही..." तो माणूस म्हणाला. त्याच्या शब्दांनी

सायुरीच्या कण्यातून चमक उठली. तो त्यांच्याकडे अगदी सरळ-सरळ पाहत होता, विशेषत: रैकोकडे आणि त्याला काय हवंय, हे त्याच्या लंपट नजरेमध्ये अगदी उघड आणि स्पष्ट होते.

सायुरी परतण्याच्या बेतात होती, कारण जरी त्यांना प्रचंड गोंधळात असलेल्या टोकियोमध्ये हिरोचा शोध घेण्याची सुरुवात करण्यासाठी सायकल आवश्यक असली, तरी सायकलीसाठी असे काही करण्याचा विचार करणेही शक्य नव्हते. असा राक्षसी प्रस्ताव त्यांच्यासमोर मांडून, हा माणूस त्यांचा अपमान करण्याचे धाडस कसे काय करत होता?

"चल रैको, आपण जाऊ या. ही जागा आपल्यासाठी नाही!" ती म्हणाली. जेव्हा तिची मैत्रीण जागची हलली नाही, तेव्हा सायुरीने तिला ओढण्याचा प्रयत्न केला.

"आपण इथून जाऊ या –" ती फुत्कारली आणि तिने रैकोचा हात इतक्या जोरात पकडला, की तिथं लाल वळ उमटले. "याच्या या वेडेपणाच्या आणि अश्लील प्रस्तावाला होकार देण्याचा तर तुझा विचार नाही ना? चल, आपण जाऊ या!"

"हो, मी तोच विचार करतीये..." रैको थंडपणे म्हणाली. "आपल्याला सायकलची गरज आहे आणि आता युकिओ गेल्यानंतर मला कशाचेच काही वाटत नाही."

"तू काय बोलते आहेस?" सायुरी रागाने फणफणली. "तुला वेड लागलंय का? चल, आपण जाऊ या. आपण दुसरा काही मार्ग शोधू."

परंतु रैको त्यापूर्वीच वाटानाबेकडे गेली आणि त्याला म्हणाली, "मी 'ते' करायला तयार आहे. पण आधी ती सायकल तू माझ्या मैत्रिणीला दे आणि तुला कन्डोम वापरायला हवं."

सायुरीला एवढा धक्का बसला, की क्षणभर ती थिजल्यागत उभी राहिली आणि रैकोच्या मागोमाग धावत किंचाळत जाऊन, "नकोऽऽ रैको, नकोऽऽ तू असले काही करू नकोस!" असे म्हणेपर्यंत तिची मैत्रीण वाटानाबेबरोबर दुकानात गेली. पुढचा दरवाजा धाड्कन तिच्या तोंडावर बंद झाला आणि मग कुलपात किल्ली फिरल्याचाही आवाज झाला. त्या किल्लीचा तो आवाज नंतर बराच काळ सायुरीच्या मनातून पुसला गेला नाही.

आता ती काहीच करू शकत नव्हती. गुडघे टेकून युकिओची प्रार्थना करणे आणि त्याची क्षमा मागणे, एवढेच तिच्या हातात होते. कारण रैकोची काळजी घेण्याचे तिने त्याला दिलेले वचन ती पाळू शकली नव्हती.

"अरे देवा, काय घडतंय हे? या युद्धानं आमची काय अवस्था केलीये? माझी प्रिय, रैको सायकलसाठी शरीरविक्रयाच्या अधोगतीला पोहोचलीये?

“नाही, नाहीऽऽ हे असे घडूच शकत नाही. मला तिला थांबवायलाच हवं!”

सायुरी उडी मारून उभी राहिली आणि ती दरवाज्यावर ठोकू लागली. ती तिच्या सर्व ताकदीने दरवाज्यावर लाथा मारत होती, ठोकत होती; परंतु तो दरवाजा चोरांपासून रक्षण करण्यासाठी मजबूत बांधला होता. तो तसाच बंद राहिला.

“रैको, तिथून बाहेर ये. प्लीज, भलतंसलतं काही करू नकोस!” ती ओरडली. परंतु तिथं आता कर्णबधिर शांतता होती आणि दरवाजा ठोकण्याच्या तिच्या निष्फळ प्रयत्नांचे प्रतिध्वनी तेवढे तिला ऐकू येत होते.

ती एवढीच प्रार्थना करत होती की, हे सर्व लवकर संपावे आणि या प्रसंगाने रैकोला पुन्हा मानसिक धक्का बसू नये. कारण ती आधीच वेड लागण्याच्या टोकावर आलेली होती.

रैको आतमध्ये अर्ध्या तासापेक्षा जास्त वेळ नव्हती; परंतु सायुरीला तो सर्व आशा आणि स्वप्नांचा शेवट झाल्यासारखा वाटत होता. मित्रराष्ट्रांच्या बॉम्बवर्षावाचा एक नवीनच द्वेष तिच्या मनात निर्माण झाला होता. त्या बॉम्बवर्षावाने युकिओ मारला गेला होता आणि रैकोला भावनाहीन बनवले गेले होते. त्या क्षणी जर तिच्याकडे काही करण्याची ताकद असती, तर तिने प्रत्येक शत्रूला आपल्या हातांनीच ठार केले असते. तिच्या भावनांचा उद्रेक, राग या दोन्हींची तिला भीती आणि आश्चर्य वाटले. तिला पण वेड लागणार की काय, असे तिला वाटले.

दरवाजा उघडला गेला आणि रैको सरळ समोर बघत बाहेर चालत आली. वाटानाबे नावाच्या माणसाच्या तावडीतून आपल्या मैत्रिणीला वाचविण्याच्या प्रयत्नात सायुरीने जमिनीवर टाकलेली सायकल तिने चटकन उचलली. शब्दही न बोलता समोर बघत ती त्या गर्दीतून चालत गेली. बाहेरच्या मुख्य रस्त्यावर गेली. तिच्या चेहऱ्यावरचे भाव इतके थंड आणि कठोर होते की, सायुरीला धक्काच बसला. त्यामुळे तिच्या जिभेवर आलेल्या खरडपट्टीच्या शब्दांना बांध बसला.

जवळजवळ वीस इमारती ओलांडेपर्यंत सायुरी तिच्या मागून धावत सुटली. तो ताणतणाव आणि धक्क्यातून बाहेर पडेपर्यंत कुणीही बोलले नाही. मग रैकोने ती सायकल एका भिंतीला लावून उभी केली. तिने वळून थेट सायुरीच्या डोळ्यांत पाहिले.

“मला माहीत आहे की, तुला असे वाटतेय की, मी जे काही केले ते माझे डोके फिरले होते म्हणून!” ती म्हणाली आणि तिच्या आवाजात एक निराळा कठोरपणा होता. “पण, माझा आत्मा आणि चैतन्य हे युकिओबरोबरच गतप्राण झाले आहे आणि शरीराच्या या रिकाम्या कवचाबद्दल मला काहीच वाटत नाही. कदाचित तुला माहीत नसेल सायुरी, परंतु युकिओ आणि माझा शरीरसंबंध तो सैन्यात जाण्यापूर्वीच आला होता आणि एखाद्या पुरुषावर प्रेम करण्याची माझ्या

शरीराची ती शेवटची वेळ होती. तिथं मघाशी काय घडलं याचं मला काहीच वाटत नाही. आपल्याला ज्याची गरज होती, ते मिळवायचे ते एक साधन होते. काही रोग होईल किंवा मी गरोदर राहीन, याबद्दल काळजी करण्याचे कारणच नाही. त्याने कन्डोम वापरलाय याची मी खात्री करून घेतली होती. जर तुझ्या मनात असा विचार येत असेल की, मी माझे कौमार्य त्या घाणेरड्या माणसाला बहाल केले; तर मी कुमारिका उरलेलीच नव्हते.

''मला माहीत आहे की तू चिडली आहेस आणि मी जे काही केले त्याबद्दल तुला माझी खरडपट्टी काढाविशी वाटतीये. पण मला आत्ता खरंच हे नको आहे. त्यामुळे आपण या प्रसंगाबद्दल पुन्हा कधीच बोलायला नको; नाही का? आपल्याकडे आता सायकल आहे आणि आपण आता हिरोला शोधण्याची सुरुवात करू या. तेच काय ते महत्त्वाचे आहे.''

वचन दिले होते म्हणून सायुरीने तो विषय पुन्हा काढला नाही, तरीही तिचे मन तिला खात होते. तिच्या मनात पुन:पुन्हा रैको आणि तिच्या तोंडावर सायकलच्या दुकानाचा बंद झालेला तो दरवाजा यांचे चित्र येत होते. मनात धुमसत असलेल्या त्या रागाला या प्रसंगाने खतपाणी घातले होते आणि एक नवीन धाडसी कल्पना तिच्या मनात आकार घेऊ लागली होती. ती इतकी भयंकर होती की, क्षणभर सायुरीने स्वत: ती हास्यास्पद आणि असाध्य म्हणून सोडून दिली होती. परंतु तिला माहीत होते, की जेव्हा वेळ येईल तेव्हा ती योजना अमलात आणली जाईल. या घडीला त्यांना हिरोला शोधायचे असले तरी, रैकोने शरीरविक्रय करून किंमत दिलेल्या त्या सायकलला स्पर्श करायला तिचे मन धजत नव्हते. तरी शेवटी त्या इतक्या थकल्या की सायुरीने माघार घेतली आणि मग एकीने मागे बसायचे आणि दुसरीने सायकल चालवायची, असे त्या आळीपाळीने करू लागल्या.

१३

त्यांनी सबंध दिवसभर सायकलवरून टोकियो पालथे घातले. अगदी सायकलवरून जोरात जात त्या उत्तरेकडे गेल्या आणि शेवटी रात्रीच्या सुमारास एका हॉस्पिटलजवळ आल्या. 'नर्सेस पाहिजेत,' असा तिथं एक मोठा फलक होता.

"इथं नोकरीसाठी प्रयत्न करू या." सायुरीने सुचवले. "निदान हिरोचे युनिट धुंडाळताना आपल्याला राहायला जागा असेल आणि जिवंत राहण्यासाठी अन्न मिळेल."

त्यांना वाटत होते, त्यापेक्षाही जास्त आत्मविश्वासाने त्या स्वागतकक्षातील टेबलाकडे गेल्या; तेव्हा "आमच्याकडे तुमचे स्वागतच आहे. आम्हाला नर्सिंगमध्ये तरबेज असलेल्या माणसांची फार गरज आहे आणि टोकियोतील प्रत्येक हॉस्पिटलमधील परिस्थिती फारच बिकट आहे." त्या हॉस्पिटलमधील व्यवस्था पाहणाऱ्या, पण गांगरून गेलेल्या स्त्री कर्मचाऱ्याने त्यांना सांगितले.

त्यांचे नाव नोंदवून झाल्यावर तिने त्या दोघींना गणवेशाच्या प्रत्येकी दोन जोड्या दिल्या आणि बाजूच्या एका अंधाऱ्या इमारतीकडे बोट दाखवले.

"नर्सेसची राहण्याची जागा." ती म्हणाली. "तुम्हाला वरच्या मजल्यावर बऱ्याच रिकाम्या जागा आढळतील. कारण अंग मोडून काम केल्यावर फारच थोड्या नर्सेसना त्यांचे काम संपले की, तिथं वर धडपडत जाण्याची इच्छा असते!"

तिचे म्हणणे बरोबर होते. कधीच संपणार नाही, असे वाटणारा तो अरुंद गोल जिना शेवटी-शेवटी त्रासदायक ठरला तरी त्या रात्री त्यांना झोपायला जागा मिळाली, म्हणून त्या कृतज्ञ होत्या.

आपले उरलेले पैसे एका मजबूत साखळी आणि कुलपांवर खर्च केल्याबद्दल सायुरीला बरे वाटले. तिने आपली किमती सायकल नर्सेसच्या राहण्याच्या जागेच्या

तळमजल्यावरील जिन्याच्या कठड्याला सुरक्षितपणे बांधली होती. मग त्या न संपणाऱ्या जिन्याच्या पायऱ्या चढत त्या अप्रिय मजल्याकडे त्यांनी स्वत:ला कसेबसे चढायला भाग पाडले.

ते हॉस्पिटल छोटे होते, परंतु मध्यवर्ती टोकियोतील त्या हॉस्पिटलसारखेच. शिवाय त्यांच्यात एक न टाळता येण्याजोगे साम्य होते. ते म्हणजे, भानावर आणणाऱ्या युद्धाच्या आठवणी काही कमी होत नव्हत्या आणि त्यात भर पडली होती ती नर्सेसच्या, औषधांच्या आणि सामानाच्या तुटवड्याची.

हॉस्पिटलमधील मैत्रीपूर्ण व्यवस्थापनामुळे सायुरीने शेवटी धीर करून प्रत्येक आठवड्यात काही तासांची सुट्टी मागितली. त्या मौल्यवान वेळेत त्या हिरोचे युनिट शोधण्यासाठी तो भाग पालथा घालत होत्या. अजूनपर्यंत त्यांच्या हाती काही लागले नव्हते, त्यामुळे सायुरी जास्त निराश होत चालली होती. तिचा भाऊ त्यांना कधी सापडेल की नाही, असा विचार तिच्या मनात येत होता.

एक दिवस अगदी योगायोगाने सायुरीला एक सैनिक भेटला. तो बंदूक चालवण्याचा सराव करताना जखमी झाला होता. त्याची मलमपट्टी करत असताना ती आपल्या भावाबद्दल सांगू लागली... ती आणि रैको त्याचे युनिट शोधण्यासाठी जिवाचा कसा आकांत करत होत्या, तेही तिने सांगितले.

"तो कोणत्या युनिटमध्ये आहे?" त्या सैनिकाने अगदी सहजपणे विचारले; पण जेव्हा सायुरीने हिरोच्या पलटणीचा आणि युनिटचा नंबर सांगितला, तेव्हा तो उत्तेजित झाला.

"काय योगायोग! ते तर माझेच युनिट आहे!"

सायुरी इतकी आनंदित झाली की, तिच्या हातातील मलमपट्ट्यांचा खोकाच खाली पडला आणि त्या तिच्या अनपेक्षित हालचालीने त्या सैनिकाच्या जखमेवरील मलमपट्टी खेचली जाऊन, तो वेदनेने कळवळला.

"मला माफ करा! तुम्ही माझ्या भावाच्याच युनिटमध्ये आहात, असे जे आता सांगितलेत; त्यावर माझा विश्वासच बसत नाही! प्लीज, ते कुठे आहे, ते मला सांगा!"

त्या सैनिकाने कागदाचा एक तुकडा आणि पेन्सिल बाहेर काढली आणि त्यावर एक पत्ता लिहिला.

"ही ती नेमकी जागा आहे." तो म्हणाला, "परंतु जर तुला तुझ्या भावाला भेटायचे असेल, तर तू घाई करायला हवीस. कारण पुढच्या आठवड्यात ती सर्व पलटणच बोटीने सिंगापूरला पाठवली जाणार आहे."

त्या संध्याकाळी काळोख पडल्यावर बाहेर जायच्या धोक्याकडे दुर्लक्ष करून सायुरी आणि रैको हॉस्पिटलमधून चोरून बाहेर पडल्या आणि अर्धा मैल चालत

उदास करड्या रंगाच्या इमारतींच्या समूहाकडे गेल्या. त्या इमारतींभोवती भीती वाटावी, अशा बंदुकधारी सैनिकांचा पहारा होता.

"तुला असे वाटते का, की हिरो तिथं असला तर ते आपल्याला त्याला भेटू देतील?" रैको कुजबुजली आणि तिचा आवाज ज्या तऱ्हेने ताबा सुटल्यागत कापत होता; त्यावरून स्पष्ट होत होते की, गणवेशांतील अनेक सशस्त्र सैनिकांना पाहून ती घाबरली होती.

परंतु तिने स्वत:ला झटकन सावरले आणि वयाने अगदी लहान दिसणाऱ्या सैनिकाकडे पाहून गोड हसत, धीटपणे पुढे चालत गेली.

"तू आम्हाला मदत करू शकशील का?" तिने सुरुवात केली. "माझी मैत्रीण आपला भाऊ हिरो मियामोटोला शोधत आहे. तो दोन नंबरच्या पलटणीत 'ए' युनिटमध्ये आहे आणि त्याचा तळ इथं आहे, असे ऐकले आहे. आम्ही नर्स आहोत आणि तुमच्याप्रमाणेच देशाची सेवा करत आहोत. आम्ही किचिजोजो येथील हॉस्पिटलपासून इथपर्यंत चालत आलोत."

"नातेवाइकांना इथं येण्याची परवानगी नाही, तेव्हा मला तुम्हाला निघायला सांगायला हवं." त्या सैनिकाने कठोरपणे सांगण्याचा प्रयत्न केला. परंतु त्याच्या त्या फारशा जीव नसलेल्या आवाजाने आणि रैकोच्या भरदार वक्षस्थळांकडे त्याने टाकलेल्या कटाक्षांनी त्यांना सांगितले, की थोडी आणखी मनधरणी केली, तर तो कबूल होईल.

त्यांचा होरा बरोबर होता आणि रैकोच्या काही मिनिटांच्या 'भुरळ पाडणाऱ्या मोहजाला'नंतर तो त्यांना 'थांबा' असे म्हणाला आणि तो हिरोला आणण्यासाठी आणि त्याला तेथून गार्डच्या चौकीवर चोरून नेण्यासाठी आत गेला. वेळ झपाट्याने जात होता आणि कोणत्याही क्षणी त्यांना तेथून घालवण्यात येईल, अशी भीती त्यांना वाटत होती. त्या खडीच्या रस्त्यावर घाईगर्दीने येणाऱ्या पावलांचा आवाज झाला तोपर्यंत त्या भीतीने गळाठून गेल्या होत्या. कोणत्याही क्षणी आपण कोलमडून पडू, असे त्यांना वाटत होते. परंतु जेव्हा हिरोची परिचित आकृती त्यांच्याकडे धावत येताना त्यांना दिसली आणि त्याच्या चेहऱ्यावरचे आश्चर्यचकित हास्य पाहिले, तेव्हा त्यांच्या भीतीचे रूपांतर आनंदात झाले.

"सायुरी! तू इथं आहेस, यावर माझा विश्वासच बसत नाही! तू टोकियोत काय करत आहेस?"

"रैको आणि मी टोकियोत नर्स म्हणून आलो; आता तुला शोधण्यासाठी आलो. ओह! हिरो, या मोठ्या आणि गोंधळ असलेल्या शहरात तू सापडण्याची आशा आम्ही जवळजवळ सोडून दिली होती!"

"तू वेगळा दिसतोयस, हिरो!" रैको म्हणाली. "बारीक आणि काळवंडलेला."

'जास्त कठोर आणि जास्त तुसडा!' असेच तिच्या मनात आले, पण ती उघडपणे बोलली नाही. ते सांगण्यात काही अर्थ नव्हता.

"हो, आम्ही जे प्रशिक्षण घेत आहोत, त्यामुळे." हिरो म्हणाला आणि त्याच्या चेहऱ्याने एक वेगळाच मुखवटा धारण केल्यासारखे वाटले. त्यांना वाटले की, तो काहीतरी लपवत आहे. असे वाटले की, त्याला प्रशिक्षणाबद्दल काही बोलायचे नव्हते. "तुला माहीत आहे का, की माझे युनिट आग्नेय आशियातील सिंगापूर नावाच्या बेटाकडे पाठवले जात आहे? आम्ही पुढच्या आठवड्यात हिनोमारू बोटीने जात आहोत."

हिरोने ते सांगितल्यावर तिथं दीर्घ आणि गंभीर शांतता पसरली. या शक्यतेबद्दल त्यांना नेहमीच भीती वाटत होती. या अशा अनिष्टसूचक आणि भीतिदायक गोष्टीवर काय बोलावे, हे त्यांना समजत नव्हते.

मग तो लहान वयाचा, प्रौढी मारणारा सैनिक मावळला आणि पुन्हा तो सायुरीचा लहानगा भाऊ झाला. तो गंभीरपणे म्हणाला, "आपल्या देशाची सेवा करण्याचा मला अभिमान वाटत असला, तरी आतून खोलवर मी खूप घाबरलेलो आहे, सायुरी!"

भावाबहिणीने मूकपणे एकमेकांना मिठी मारली. दोघांच्याही मनात भीती आणि दु:ख होते, ते लवकरच होणाऱ्या ताटातुटीचे! ते कधी पुन्हा एकमेकांना भेटतील का, हा प्रश्न त्यांना सतावत होता.

"आई-बाबांना याबद्दल सांगशील का?" हिरोने सरतेशेवटी विचारलेच. सायुरीला त्याच्या डोळ्यांत अश्रू चमकताना दिसले. उन्हाने रापलेल्या, निष्ठूर वाटणाऱ्या त्या सैनिकाच्या आत कुठेतरी युद्ध संपल्यानंतर टोकियोच्या प्रतिष्ठित विद्यापीठात वकिलीच्या पदवीसाठी प्रवेश घेण्याची महत्त्वाकांक्षा अजूनही असलेला तिचा छोटा भाऊ बघून, तिला बरं वाटलं.

मग तो क्षण संपला पावला. ज्याने हिरोला आणले होते, तो सैनिक तिथं धावत आला आणि हलक्या आवाजात म्हणाला, "आपला वरिष्ठ अधिकारी इकडे येण्याच्या मार्गावर आहे. तुला पटकन परत जायला हवं, कारण जर का आम्ही लष्कराचे नियम तोडतोय असं दिसलं, तर आम्हाला कडक शिक्षा होईल."

पटकन मिठी मारून हिरो गार्डच्या चौकीवरून त्या कठोर लष्करी प्रशिक्षणाच्या जगात घाईने परतला. फक्त एकदाच तो त्यांना हात करण्यासाठी वळला. सायुरी आणि रैकोने त्याच्याबद्दल जे शेवटी पाहिले, ते म्हणजे लष्करी वेषातील एक निराधार अशी आकृती कठोर दिसण्याचा प्रयत्न करत होती. तो त्यांच्या आवाक्याबाहेरच्या त्याच्या गुप्त जगाकडे जाताना दिसला.

जेव्हा त्या लष्करी छावणीकडून परत फिरल्या, तेव्हा सायुरी रडत होती;

कारण तिचा भाऊ तिथं चालला होता, जिथं प्रत्येक कुटुंबातील नवरा किंवा मुलगा – ज्याची सर्वांत जास्त भीती वाटत असे, अशा ठिकाणी मारायला किंवा मरायला चालला होता.

त्यानंतरच्या आठवड्यात ती काही मिनिटांची सुट्टी घेऊन हॉस्पिटलच्या कर्मचाऱ्यांच्या लाऊंजमध्ये गेली होती. तेव्हा रेडिओवरचा कार्यक्रम मध्येच थांबवून जाहीर करण्यात आले की, 'हिनोमारू' या बोटीने आग्नेय आशियाला सैन्याची आणखी रसद पाठवली गेली आहे. तेव्हा तिने त्या प्रशांत महासागरात जाणाऱ्या बोटीच्या सुरक्षिततेसाठी प्रार्थना केली.

काही दिवसांनंतर 'हिनोमारू'ची बातमी पुन्हा आली. अमेरिकन पाणबुडीने टॉर्पिडो डागून तिचे तुकडे केले होते आणि ती बोट त्यावर असलेल्या सर्वांसकट सर्व गोष्टींनिशी बुडाली होती.

सायुरीला स्वत:चेच आश्चर्य वाटले की, ती इतकी शांत कशी होती! तिचा भाऊ हिरो त्या जहाजावर होता आणि लष्कराने त्या जहाजावर असणाऱ्यांची नावे जाहीर करण्याआधीच तिला माहीत होते की, तिचा भाऊ 'हिनोमारू'बरोबर बुडाला होता. पण नंतरच्या दिवसांत त्या थंड शांततेचे रूपातंर भयंकर रोषात झाले आणि तिने शपथ घेतली की, तिच्या भावाला मारल्याबद्दल ती त्यांचा सूड घेईल. मग तिच्या मनात घोळत असलेली एक भयंकर कल्पना जास्तच बळकट आणि दृढ झाली.

पुढच्या आठवड्यात रैकोचा वाढदिवस होता आणि त्यांनी त्यांना मिळणाऱ्या भत्त्याचा उपयोग जवळच्या याकिटोरी दुकानात जाऊन जेवण घेण्यासाठी करायचे ठरवले. सायुरीने एका डॉक्टरकडून कॅमेरा उसना घेतला. तो गेले कित्येक आठवडे तिने त्याच्याबरोबर बाहेर यावे, म्हणून तिची मनधरणी करत होता. सायुरीने त्याच्याबरोबर बाहेर जाण्याच्या बोलीवर त्याने रात्रीपुरता त्याचा कॅमेरा वापरायला दिला होता.

ती रात्र त्या दोघींसाठी संस्मरणीय होती. बांबूच्या सळ्यांवर भाजल्या जाणाऱ्या मांसाच्या वासाने त्यांना घरची आठवण आली. त्यांच्या आया कोळशाच्या शेगडीवर याकिटोरी सळ्यांवर मांस भाजायच्या आणि त्याच्या वासाने संपूर्ण घर भरून जायचे.

त्या रात्रीची जादू सायुरीने उसन्या घेतलेल्या कॅमेऱ्यात बंदिस्त केली. बऱ्याच दिवसांनंतर हसणाऱ्या रैकोचे, तसेच मांसाच्या भरलेल्या थाळ्या आणि युद्धकाळात मिळणारी स्वस्त दारू घेत असलेल्या दोघींचे फोटो तिने घेतले.

त्या रात्री ते भयप्रद सूचना देणारे भोंगे नव्हते किंवा प्रत्येक बॉम्बहल्ल्यानंतरचे धुराचे स्तंभही नव्हते. आकाशात चांदण्यांची रजई चमचमत होती.

परंतु शांततेचे हे सौंदर्य फार काळ टिकले नाही. काही दिवसांनंतर त्या त्यांच्या उशिराच्या शिफ्टसाठी हॉस्पिटलमध्ये जाण्याच्या तयारीत असताना धोक्याचा भोंगा वाजला. त्यापाठोपाठ बॉम्बपासून बचाव करण्यासाठी जवळच्या सुरक्षित जागेकडे जाण्याची धावपळ झाली. त्या आपल्या राहत्या जागेकडून धावत बाहेर येत असताना, रैको अचानक थांबली आणि मागे जाण्यासाठी वळली.

''तू काय करते आहेस?'' सायुरी त्या कर्णकर्कश किंचाळणाऱ्या भोंग्याच्या वरताण ओरडत म्हणाली.

''तू पुढे हो, मी मागाहून तुला गाठते.'' रैको ओरडून म्हणाली. ''माझे युकिओचा फोटो असलेले लॉकेट आत राहिले आहे. मला ते जाऊन परत घ्यायला हवं.''

''नको रैको, आता राहू दे. धोक्याची सूचना संपल्यावर आपण त्यासाठी परत जाऊ. आता घाई कर. आपण त्या सुरक्षित जागी जाणे गरजेचे आहे! परत जाणे आता धोक्याचे आहे. प्लीज, लवकर चल!''

रैकोचा हात पकडण्याचा तिने प्रयत्न केला, परंतु तिची मैत्रीण त्याआधीच राहत्या जागेकडे धावत परतली होती. त्या भोंग्याचे किंचाळणे वाढत गेले आणि ते निर्वाणीचे होत होते. त्यामुळे सर्व लोक निरनिराळ्या दिशांना धावत गेले. मग त्या भयंकर सकाळी आलेले क्षण तिच्या उरलेल्या आयुष्यभर ती जगत राहिली. नेमके काय घडले, ते सायुरीला आठवत नव्हते; पण अचानक तिथं उजेडाचे झोत दिसू लागले. तिला कोणीतरी त्या कचरा आणि माणसांच्या लोंढ्यांच्या लाटेवर एका काळ्या विवरात नेले आणि ते तिच्या पाठोपाठ बंद झाले.

''मला आत ढकलू नका... मला इथून बाहेर पडू दे!'' त्या मिट्ट अंधाराच्या पोकळीत जाईपर्यंत ती अशी किंचाळत असल्याचे तिला आठवत होते.

१४

शुद्धीवर आल्यानंतर सायुरीला आपण अडकलो असल्याची एक विचित्र जाणीव झाली. जणू काही तिचा सर्व देह घट्ट जखडला गेला होता आणि ती शरीराच्या कोणत्याही भागाची स्वतंत्रपणे हालचाल करू शकत नव्हती. आपण त्या बॉम्बहल्ल्यात मेलो असतो, तर बरं झालं असतं, अशी इच्छा तिच्या मनात उमटली. कारण जागे होऊन, पुन्हा आयुष्याला सामोरे जाण्यापेक्षा ते सोपे होते. 'अरे देवा! मी अजून जिवंत का होते?'

ती उठायचा प्रयत्न करत होती; पण प्रत्येक वेळी तिने एखादा अवयव हलवला की, तिचा देह वेदनेने इतका तळमळायचा की, ती बेशुद्ध व्हायची. त्यानंतरच्या दिवसांत सायुरी बऱ्याचदा झोपून होती. परंतु कधी कधी ती अर्धवट शुद्धीवर यायची. आजूबाजूला लोक फिरत आहेत आणि बोलत आहेत याची तिला जाणीव व्हायची. शिवाय आता जेव्हा ती हालचाल करायची, तेव्हा तिला वेदना कमी झाल्याचे जाणवायचे.

जसजशी शुद्ध येऊ लागली, तसतशा त्या बॉम्बहल्ल्याच्या आठवणी तिला येऊ लागल्या होत्या. लॉकेट घेण्यासाठी राहत्या जागेकडे पळत परत जाणारी रैको पाहिल्याचे तिला आठवले... रैको... तिला काही झाले तर नव्हते ना? त्या वेदना आणि पट्ट्यांचा तिला संताप आला. त्यामुळेच ती कैदेत पडल्यासारखी झाली होती, तिला तिच्या मैत्रिणीला शोधता येत नव्हते.

"रैको... रैको कुठाय?" सायुरी पुन:पुन्हा ओरडत होती आणि कुणाचे तरी लक्ष वेधून घेण्यासाठी हात हलवण्याचा प्रयत्न करत होती. परंतु तिच्या हालचाली इतक्या क्षीण होत्या की, ती केवळ निष्फळ तडफड होती. तिचा आवाज सुकलेल्या ओठांतून बाहेरही येऊ शकत नव्हता.

जेव्हा एक नर्स तिला तपासायला आली, तेव्हा तिने रैकोबद्दल विचारण्याचा प्रयत्न केला; परंतु तिच्या ओठांतून शब्द बाहेर पडले नाहीत, बाहेर पडले ते फक्त निरर्थक आवाज... जे कुणाला समजू शकत नव्हते.

कुणीतरी तिच्या पायावर टोचल्यासारखे केले आणि तिने नकळत अंग आखडले. पांढऱ्या कपड्यातील कुणीतरी मान हलवली आणि म्हणाले, ''तिच्या जाणिवा परत येत आहेत आणि ती काही आठवड्यांत बरी होईल.''

''आठवडे?'' सायुरी ओरडली. ''या तारांमध्ये अडकून मी अनेक आठवडे नाही राहू शकत! मला उठायला हवं आणि रैकोला शोधायला हवं.''

केवळ इच्छाशक्तीच्या जोरावर सायुरीचे मोडलेले अवयव आणि हाडे दोन आठवड्यांपेक्षा कमी कालावधीत ठीक झाली. मग आणखी दोन आठवडे, खाली असलेल्या पुनर्वसन केंद्रात जीवघेणे व्यायाम केल्यानंतर ती पुन्हा चालू लागली.

या अवधीत संपर्कात येणाऱ्या प्रत्येकाला तिने रैकोबद्दल विचारले; परंतु कोणालाच ती माहीत असल्याचे दिसत नव्हते. प्रत्येक बॉम्बहल्ल्यानंतर तिथं इतके जखमी आणि मेलेले लोक यायचे की, त्या हॉस्पिटल्सना एखादा विशिष्ट रुग्ण किंवा मृत व्यक्ती आठवणे कठीण होते. थोडेसे चालता येऊ लागल्यानंतर सायुरी खुरडत सर्व हॉस्पिटलभर एकापाठोपाठ एक अशा उदास वॉर्डमध्ये आपल्या मैत्रिणीला शोधत राहिली. या काळात तिच्या मनात एक भयंकर विचार घोळत होता, जो स्वीकारायला ती तयार नव्हती. जेव्हा बॉम्ब पडला, तेव्हा रैको पुन्हा राहत्या जागेकडे गेली होती आणि ती सर्व इमारत जमीनदोस्त झाली होती....

'नाही,' तिच्या मनात आले. 'ती नसण्याचा पुरावा माझ्याकडे नाही तोपर्यंत ती कुठेतरी जिवंत आहे आणि मी तिला शोधून काढण्याची वाट पाहतेय, हीच अशी वस्तुस्थिती धरून मी चालायला हवं.'

परंतु, जसजसे दिवस जात होते तसतशा तिच्या आशा कमी होत होत्या. आता एकच गोष्ट करायची उरली होती. ती म्हणजे, त्या जमीनदोस्त झालेल्या इमारतीकडे परत जाऊन रैकोचे काय झाले, हे कळतंय का ते पाहायचं. कधी काळी मोठी वसाहत असलेली ती जमीनदोस्त इमारत आणि लोखंड-कॉंक्रीटच्या ढिगाऱ्याने सायुरीला ताबडतोब सांगितले, की जो कोणी त्या इमारतीच्या जवळ त्या सकाळी होता, तो जिवंत असण्याची शक्यताच नव्हती. पराजित होऊन सायुरी मांसात घुसणाऱ्या तिथल्या धारदार दगडांची पर्वा न करता आपल्या गुडघ्यांवर बसून रडू लागली.

''तू गेलीस... रैको... हो ना? हे सांगण्यासाठीच तू मला इथं घेऊन आलीस? परंतु मी ते स्वीकारू शकत नाही! तू गेलीस आणि तुझे ते दुसऱ्यालाही हसविणारे

हसू मी पुन्हा ऐकू शकणार नाही, हे मी स्वीकारू शकत नाही.''

तिच्यामागे काहीतरी हालचाल झाली आणि त्यांच्याच मजल्यावर राहणारी एक नर्स तिथं आली.

''तू रैकोला शोधत आहेस का?'' तिने विचारले. ''मला सांगायला वाईट वाटते की, ती त्या बॉम्बहल्ल्यात मारली गेली.''

''ती मारली गेली, याबद्दल तू इतक्या खात्रीने कसे सांगू शकतेस?''

''आत आणलेल्या मृतदेहांमधून मी तिला तिच्याकडे असलेल्या मोठ्या घड्याळामुळे ओळखलं. ते घड्याळ तिच्या वाग्दत वराचं असल्याचं ती सांगायची आणि ते नेहमी घालायची. शिवाय मृतांच्या यादीतही तिचं नाव होतं.'' ती नर्स खात्रीने म्हणाली, कारण तिने आपला मुद्दा सिद्ध केला होता.

सायुरीला आणखी काही ऐकायचे नव्हते. हुंदका दाबत तिने नर्सकडे आपली पाठ वळवली. ती सावकाशपणे त्या दगड-मातीच्या ढिगाऱ्यांतून धडपडत वाट काढत जिथं रैको मारली गेली होती, त्या जागी गेली. तिथं तिने आपल्या आयुष्यातील शेवटचे अश्रू ढाळले.

त्या अवशेषांच्या ढिगाऱ्यांमध्ये रैकोच्या सौम्य, गोड, मनाला शांत करणाऱ्या आवाजासारख्या मंद वाऱ्याने काहीतरी फडफडले आणि सायुरी खाली वाकली. तिने हातात दोन याकिटोरी काठ्या 'व्ही'च्या खुणेत धरून तिच्याकडे पाहून हसणाऱ्या तिच्या मैत्रिणीचा फोटो पाहिला. तो फोटो त्या शेवटच्या रात्रीच्या जेवणाच्या वेळी जेव्हा त्यांनी याकिटोरी ढाब्यावर रैकोचा वाढदिवस साजरा केला, तेव्हा काढलेला होता. त्या बॉम्बहल्ल्यातून तो कसाबसा वाचला होता. जणू काही सायुरीने तो उचलावा आणि आयुष्यभर आपल्या हृदयाजवळ ठेवावा, याचीच वाट पाहत होता.

तो रैकोने तिचा घेतलेला निरोप होता. सायुरीला आता खात्री झाली की, तिची मैत्रीण जिवंत नाही. आता ती फक्त एवढीच आशा करत होती की, ते मरण तिला ताबडतोब आलेले असावे आणि कुठे तरी तिचे युकिओशी पुनर्मिलन झाले होते.

अचानक एक क्षणभर तिला असहायतेची आणि खोलवरच्या एकाकीपणाची जाणीव झाली. मग त्या वेदनेचे रूपांतर पोलादी निश्चयात झाले. सायुरी त्या फोटोतील हसऱ्या रैकोकडे पाहून हळू आवाजात म्हणाली, ''ज्यांनी तुझी, युकिओची आणि माझा भाऊ हिरोची अशी अवस्था केली; त्यांचा मी सूड घेईन. आतापासून माझे अस्तित्व केवळ याचसाठी असेल. मी तुला वचन देते. माझ्या सखे, आता शांतपणे विश्रांती घे!''

तिच्या प्रक्षुब्ध झालेल्या मनाला असे वाटले की, त्या वावटळीचे रूपांतर सौम्य वाऱ्यात झाले आहे आणि दूरवरून तिला रैकोची कुजबुज ऐकू आली –

“नाही, सायुरी, नाही. पुढे जा. युद्धाच्या अंतापर्यंत जिवंत राहण्याचा प्रयत्न कर आणि आपल्या आयुष्याची पुन्हा बांधणी कर. सूडाचा विचार करू नकोस! आपण नेहमी काय म्हणायचो, ते तुला आठवते? आता युद्ध पूर्ण पेटले आहे आणि लोक वेडे झाले आहेत. आपले जितके लोक मारले जातील, तितकेच आपण शत्रूचेही मारू. त्यामुळे क्षमा करून विसरण्याची ही वेळ आहे....”

“नाही रैको,” सायुरी ओरडली. “तुला हे समजत नाही. तू मरण पावली आहेस; त्यामुळे तुझ्यावर जगण्याचे असह्य, जडशीळ ओझे लादलेले नाही. आता क्षमा नाही आणि देवाची इच्छा असेल, तर ज्याने तुझ्या चेहऱ्यावरचे हसू पुसलं, ज्याने माझ्या भावाची प्राणज्योत विझवली; त्यांचा मी सूड घेईन!”

तो वारा आणि रैकोचा आवाज थंडावला; एक निर्जन, शांत पोकळी निर्माण झाली. आपल्या मरण पावलेल्या मैत्रिणीची नापसंती आणि दुःख याने सायुरी कातर झाली; परंतु ती आता माघार घेणार नव्हती.

१५

रैकोचा ज्यामुळे मृत्यू झाला होता, त्या बॉम्बहल्ल्याला आता जवळजवळ दोन आठवडे झाले होते. अजूनही सायुरी आपल्या कामावर लक्ष केंद्रित करू शकत नव्हती. ती आतल्या आत आपली सूड घेण्याची भयंकर योजना अमलात आणण्यासाठी धुमसत होती. कुठून सुरुवात करावी, हे तिला समजत नव्हते. आता नर्सिंगला तिच्या दृष्टीने काही अर्थ नव्हता, तिला आघाडीवर जाऊन गोळ्या घालायच्या होत्या... तिचा राग शमेपर्यंत शत्रूला ठार मारायचे होते.

दुसरे एक दुर्दैवी वर्ष आले आणि गेले. आता वर्ष १९४५ सुरू झाले होते. ज्या भीषण तऱ्हेने रैको मरण पावली होती, ते सायुरी विसरू शकत नव्हती किंवा जिथे स्त्री सैनिकाचा स्वीकार केला जाईल, असे लष्कराचे एखादे युनिटही शोधू शकली नव्हती. ती आपला प्रत्येक रिकामा क्षण कर्मचाऱ्याच्या विश्रांतिगृहात जुन्या मोडक्या-तोडक्या रेडिओला चिकटून युद्धात जपानच्या हळूहळू होणाऱ्या पीछेहाटीच्या बातम्या ऐकत घालवायची आणि रात्री ती आपल्या गादीवर तळमळत राहायची. एका संध्याकाळी एका कार्यक्रमाने तिचे लक्ष वेधून घेतले. रेडिओवर जाहीर करण्यात आले की, लष्करामध्ये पायलटांची भरती करण्यात येणार होती. जी विमाने जपानवर चालून येत होती, अशा विमानावर त्यांनी धडक मारून ती नष्ट करायची. शत्रूचा नाश करण्याचे हे शेवटचे हत्यार होते आणि तिच्यासारखीच सूडाग्नीने पेटलेली उच्चभ्रू घरातील आणि विद्यापीठातील तरुण मुले झुंडीने येऊन प्रतिसाद देत होती.

त्यात कोणी स्त्रिया होत्या का, हे जाणण्यासाठी सायुरीने आपले कान टवकारले, पण नाही... तिथं सर्व पुरुषच होते.

'हे सर्व पुरुषच का असायला हवेत?' चिडून तिच्या मनात विचार आला. 'स्त्रियांनाही या जाणिवेचा हक्क हवा. त्यांनाही आपले बलिदान करण्याचा पर्याय हवा!'

त्या रात्री झोपायला जाण्याआधी तिने हसतमुख रैकोचा फोटो बाहेर काढला आणि ती हळुवार आवाजात म्हणाली, ''मला लढाऊ पायलट व्हायचंय! तू मला हसतीयेस आणि मला शहाणपणाने वागायला सांगतीयेस. कारण, स्त्रिया लढाऊ पायलट बनू शकत नाहीत. पण तुला माहीत आहे का रैको? मी विमानात जायचा, त्याची इंजिनशक्ती जेवढी ताणता येईल तेवढी ताणून आपल्या शत्रूवर रोरावत न्यायचा प्रयत्न करणार आहे. तू जशी निर्दयपणे जिवंत जळालीस तसे त्यांना जाळायचा मार्ग शोधून काढणार आहे.''

सायुरीच्या आई-वडिलांनी काही आठवड्यांनंतर टोकियोला फेरी मारली आणि तिने त्यांच्याबरोबर मात्सुमोटोला परत यावे, यासाठी तिचे मन वळवण्याचा प्रयत्न केला.

''जिकडे तिकडे हेच बोललं जातंय की, टोकियोसारख्या मोठ्या शहरांच्या बॉम्बहल्ल्यात वाढ होणार आहे आणि प्रत्येक दिवशी तुझ्याबद्दल काळजी करत आम्ही कणाकणाने मरतोय!'' तिचे वडील म्हणाले. ''प्लीज, आमच्याबरोबर घरी ये. आपण मात्सुमोटोमध्ये जास्त सुरक्षित असू, असे मी काही म्हणत नाही; पण निदान आपण एकत्र असू. प्लीज सायुरी, आम्ही याआधीच एका मुलाला गमावलंय, आम्हाला आता तुलासुद्धा गमवायचं नाही.''

सायुरीला त्या युद्धाबद्दल, सूडाबद्दल आणि तिची ती भीषण योजना हे सर्व विसरण्याचा आणि तिच्या कुटुंबीयांकडून लाड करून घेत काहीही न घडणाऱ्या सामान्य आयुष्यात परत जाण्याचा मोह क्षणभर झाला. पण, मग तिचा निश्चय पक्का झाला आणि तिने मान हलवली. ''हे शक्य नाही बाबा. मला जे काही करायचंय, ते पुरे केल्याशिवाय हे शक्य नाही.''

त्या सर्वांनी एकत्र जेवण घेतले. त्यांना स्टेशनवर दुःखी मनाने निरोप देताना सायुरीला जाणीव होती की, जर ती त्या धोकादायक कामात यशस्वी झाली, तर ती त्यांना पुन्हा कधीही पाहू शकणार नव्हती.

परंतु तीन महिन्यांनंतरही ती त्या हॉस्पिटलमध्येच होती आणि आपल्या ध्येयाच्या जवळपासही गेलेली नव्हती. जरी तिने जपानच्या त्या घाबरवून सोडणाऱ्या पायलटांबद्दलच्या प्रचाराचा प्रत्येक कार्यक्रम ऐकला, तरी त्यातून जर या कार्यक्रमात सहभागी व्हायचे असले, तर कुठे जायचे किंवा कोणाला भेटायचे याबद्दल काहीच

माहिती मिळाली नाही. जणू काही ज्याला कोणाला पायलट व्हायचे होते, त्याला कुठे जायचे, हेही माहीतच होते!

मग योगायोगानेच एक संधी चालत आली. सायुरी जवळजवळ आठवडाभर दोन सैनिकांच्या जखमांवर मलमपट्टी करत होती. त्यांचे परस्परांतील साधे बोलणे जरा वरच्या दर्जाचे होते, या निरीक्षणाव्यतिरिक्त तिचे त्यांच्याकडे लक्षही गेले नव्हते. काहीशा उत्सुकतेने तिने त्यांची वैद्यकीय कागदपत्रं तपासली आणि बऱ्याच काळानंतर पहिल्यांदा तिच्या हृदयात दाटलेली उदासीनता दूर झाल्यासारखी वाटली. जणू काही आकाशातून पडलेल्या विजेने तिला धक्का दिला होता.

'कॅप्टन टी. हिगुची आणि कॅप्टन नागॅनो हवाईदलातील पायलट.' तिने हळूच बघितले.

त्या दोघा जखमी, कंटाळलेल्या आणि हॉस्पिटलमध्ये अडकून पडलेल्या पायलटांशी संवाद साधणे तसे अवघड नव्हते. त्यांना स्त्री-सहवासाची अत्यंत गरज होती – मग ती स्त्री चकचकते नाक, चुरगाळलेला गणवेश आणि अर्धवट कल्पना असलेली असली तरी.

सायुरीला समजले की, ते पायलट होते. त्यांची विमाने पाडली गेली होती; परंतु त्यांनी पॅरॅशूटच्या मदतीने सुरक्षित जागी उडी घेतली होती. त्यात त्यांची अनेक हाडे मोडली होती आणि ते भाजले गेले होते. ते हॉस्पिटलमधून बाहेर पडल्यावर त्यांच्या युनिटमध्ये परत जाणार होते. पुन्हा लढाऊ जेट उडविणार होते.

"ही मोठी धोकादायक विमाने आकाशात वर घेऊन जाणे, उडवणे आणि त्यांना सांभाळणे यासाठी फारच धैर्य लागत असेल?" कॅप्टन हिगुची याच्या जखमेवरची मलमपट्टी बदलत असताना सायुरी सहज म्हणाली.

"सुरुवातीला असं होतं, परंतु आता ते आमच्या रक्तात भिनलंय!" त्या तरुण पायलटने उत्तर दिले. "आता आमच्या युनिटमध्ये परत जाण्यासाठी आणि पुन्हा वर आकाशात जाण्यासाठी आम्ही अधीर झालो आहोत."

सायुरीचे हृदय इतक्या जोरात धडधडत होते की, तिला श्वास घेणे कठीण जात होते. परंतु ती शांतपणे म्हणाली, "आपल्या पायलट्सबद्दल रेडिओ आणि वर्तमानपत्रांतून बऱ्याच बातम्या येत आहेत. आपला देश शत्रूचा नायनाट करण्यासाठी या हवाई शक्तीवर जास्त भरवसा ठेवून आहे; हो ना?"

"हो." दुसरा पायलट नागॅनो म्हणाला, "आणि आम्हाला त्यात भाग घ्यायचाय."

"ते सर्व पायलट पुरुष आहेत की, स्त्रियांनाही त्यात सहभागी होता येते?"

"नाही, ते सर्व पुरुष आहेत. लढाऊ जेट आणि बॉम्बर्स उडविण्यासाठी लागणारे धैर्य आणि कणखरपणा स्त्रियांकडे आहे, असे लष्कराला वाटत नाही."

हिगुची म्हणाला.

"का नाही? उदाहरणच द्यायचे झाले, तर मला त्यातील एक व्हायची इच्छा आहे."

"तू?" नागॅनोने तिच्याकडे अविश्वासाने पाहिले. 'शत्रूच्या विमानांनी भरलेल्या आकाशात असणे किती धोकादायक आहे, हे तुला माहीत आहे का? हे म्हणजे आकाशात हाराकिरी करण्यासारखं आहे. फरक एवढाच आहे की, हाराकिरीत आत्मसन्मान जपण्यासाठी स्वत:ला संपवलं जातं. आम्ही देशाच्या सन्मानासाठी विमानं उडवतो आणि मरतो."

"हं, पण तरीही स्त्री ही पायलट का असू शकत नाही, हे व्यक्तिश: मी समजू शकत नाही." हिगुची म्हणाला.

"या विचाराबद्दल आभार!" सायुरी हसली आणि तिने सहजपणे विचारले. कारण आपण जास्त चौकस किंवा उत्साही आहोत, असे दाखवून तिला त्याला सावध करायचं नव्हते. "त्या पायलट मोहिमेसाठी तुम्ही कुठे जाऊन नोकरी मागाल?"

"ती भरती करणारा मुख्य हवाईतळ हा मिटाका भागात आहे आणि परवा आम्ही हॉस्पिटलमधून सरळ तिथंच जाणार आहोत. आता वेळ घालवण्यात अर्थ नाही, कारण प्रत्येक दिवशी शत्रूची विमाने जपानजवळ येत आहेत आणि त्यांना रोखायला हवं." नागॅनो म्हणाला.

"तुम्हाला माहीतच आहे की, हे काम धोक्याचे आहे आणि प्रत्येक उड्डाण म्हणजे मृत्यू ठरू शकतो; हे माहीत असताना तुम्हाला या मोहिमेत सहभागी होण्याची भीती वाटत नाही का?" सायुरीने विचारले.

कॅप्टन नागॅनोने मान हलवली आणि तो म्हणाला, "कदाचित प्रत्यक्ष धडक देताना मला भीती वाटेल, परंतु आता मला वाटत नाहीये. तुला हे दिसत नाही का, की जपानला वाचविण्यासाठीचा दुसरा कोणताही मार्ग नाही. एकदा जर मित्रराष्ट्रांनी ओकिनावा काबीज केले की, आपण संपलोच! माझ्या दृष्टीने आपण आपल्या सम्राटाचे, आपल्या देशाचे आणि आपल्या आयाबहिणींचे संरक्षण करायला हवे; मग जरी त्यासाठी आपल्या प्राणांची आहुती द्यावी लागली तरी हरकत नाही!"

त्या दोन पायलटांनी हॉस्पिटल सोडले, त्या दिवशी सायुरीने त्या हवाईतळाचा पत्ता घेतला आणि ती हॉस्पिटलच्या पायऱ्यांपर्यंत त्यांना निरोप द्यायला गेली होती. तिला माहीत होते की, या युद्धातून ते जिवंत राहण्याची संधी फारच कमी होती आणि भावनेच्या भरात तिने मान उंचावून त्या दोघांच्या गालाचे चुंबन घेतले. ते दोघे पायलट कोपऱ्यावर वळून कदाचित कायमचे दिसेनासे होण्यापूर्वी तिला हात

करण्यासाठी मागे वळले, तेव्हा त्या कठोर पायलटांच्या चेहऱ्यांवर अजूनही लाजल्याची भावना होती.

ते दूरवर दिसेनासे होईपर्यंत सायुरी त्यांना पाहत राहिली आणि मग ती घाईने राहण्याच्या जागेकडे परतली. काय करायचे, याचा निर्णय घेण्यात तिने दोन दिवस घालवले. परंतु तिसऱ्या दिवशी सायुरी एका निश्चयानेच उठली. आपली अवघड योजना एकदाची प्रत्यक्षात आणायची किंवा मात्सुमोटोला परत जाऊन उरलेले युद्ध पश्चात्ताप न करता पाहायचे, यापैकी एकाची निवड करण्याची वेळ आली होती. सायुरीने पाच मिनिटांपेक्षा कमी वेळ निश्चय करण्याआधी निर्णय करण्यात घालवला. आपल्या निर्णयाच्या निव्वळ धिटाईने जेरीस येण्यापूर्वी तिने घाईने आपल्या चीजवस्तू एका छोट्या कपड्याच्या बॅगेत भरल्या आणि वरची गाठ कठोर निश्चयाने बांधली. बाहेर अजूनही अंधार होता आणि पहाट व्हायची होती; परंतु कोणीही तिच्या बेताबद्दल प्रश्न विचारण्याआधी जाण्याची ही उत्तम वेळ होती.

जर इतर नर्सेसना कळले की, ती कठीण आणि अजिंक्य अशा जपानच्या शाही सम्राटाचे लष्कराचे नियम मोडून पायलट म्हणून भरती व्हायला निघाली होती, तर त्यांना काय वाटेल, या विचारानेच तिला आलेले काहीसे गंभीर हसू तिने दाबले.

"मूर्ख! बेजबाबदार! अशक्य!"

त्यांचे ते चेष्टेखोर हास्य त्या खोलीत तिच्या कल्पनेतून निनादले. भिंतींवर आदळून त्यांचा प्रतिध्वनी आला आणि तो तिच्या कानात घुसला; परंतु तिने तो मागे सारला. न राहवून तिने एक चिठ्ठी शेजारच्या बिछान्यावर असलेल्या नर्ससाठी – युमिकोसाठी खरडली. सायुरीची तिच्याशी बऱ्यांपैकी मैत्री जुळली होती.

सायुरीने लिहिले, की ती मात्सुमोटोला काही महत्त्वाच्या कामानिमित्त घरी परत जात आहे. त्या खोलीतून गुपचूप बाहेर पडण्याआधी त्या चिठ्ठीबरोबर तिने युमिकोला आवडलेले हृदयाच्या आकाराचे छोटे पदक झोपेत असलेल्या तिच्या बाजूला ठेवले.

सकाळची हवा थंड आणि आल्हाददायक होती. सायुरीने आपल्या आतमध्ये ती अधाशीपणे भरून घेतली. त्यामुळे तिच्या मनावर आलेले मळभ आणि ती योग्य गोष्ट करत आहे ना, याबाबतचे संभ्रम दूर व्हायला मदतच झाली.

मिटाका ही जागा सायकलवरून पोहोचायला तशी दूर होती. त्यामुळे सायुरीने सकाळची सहाची गाडी पकडायचे ठरवले. त्याआधी तिने ती सायकल राहत्या जागी ठेवली. तिला आता तिची गरज नसल्यामुळे युमिकोने ती चांगल्या कामासाठी वापरावी, अशी चिठ्ठीही तिने ठेवली. रैकोने ही सायकल मिळवण्यासाठी काय केले त्याची आठवण येऊन तिचे डोळे भरून आले. सायुरीने त्या फिक्कट झालेल्या

लाल रंगाच्या सायकलीवर अखेरचा हात फिरवला.

त्या गाडीत सकाळी कामावर जाणाऱ्यांची गर्दी होती. शिवाय नेहमीच्या गणवेश घातलेल्या आणि एका छावणीतून दुसऱ्या छावणीकडे जाणाऱ्या लोकांनीही ही गाडी भरली होती. त्या धक्काबुक्की करणाऱ्या झुंडीमुळे सायुरी ढकलली गेली. अचानक ती भीतीने गळाठून गेली आणि त्या घुसमटवून टाकणाऱ्या बंद जागेतून बाहेर पडण्याचा तिने प्रयत्न केला, परंतु आता फार उशीर झाला होता. गाडीचे दरवाजे बंद झाले होते आणि ती स्टेशनमधून बाहेर पडत होती. सुरुवातीला मंद असलेल्या गाडीने नंतर वेग पकडला.

सायुरीला मिटाका हवाईतळ पटकन सापडला आणि जर का तिने तो काही भव्यदिव्य असेल अशी कल्पना केली असती, तर ती नक्कीच निराश झाली असती. तो हवाईतळ हा एकसारख्या अशा इमारतींचा समूह होता. काँक्रीटच्या त्या भिंतीवर असलेल्या काटेरी तारांच्या कुंपणातून त्या इमारती दिसतही नव्हत्या; परंतु तिथे एक कठोर, भीतिदायक असे सामर्थ्याचे वातावरण होते. सायुरीचे हृदय जोरजोरात धडधडत होते. ती राखण करणाऱ्या सशस्त्र सैनिकांकडे चालत गेली. त्यांची चौकी तारांच्या उंच भेंडोळ्यात होती आणि तिथून आत जाणे अशक्यच दिसत होते.

''मी नर्स आहे आणि मी तुमच्या वरिष्ठ अधिकाऱ्याला भेटायला आलीये. इथं आपल्या सैन्याची सेवा करण्यासाठी एखादी जागा आहे का, हे मला विचारायचंय.'' ती म्हणाली. तिच्या आवाजात जाणवणारा बारीकसा कंप सोडला ती घाबरली होती, असे कुणीही म्हणू शकले नसते.

परंतु नशीब तिच्या बाजूने होते. कारण, ज्या चौकीदाराने तिचे ओळखपत्र बघितले आणि तिची नोंद करून घेतली, तो या कामात नवा होता. देशाभिमानाच्या दृढ विश्वासाने आणि देशाची सेवा करण्यासाठी आलेल्या कुणालाही माघारी पाठवायचे नाही, या विचाराने तो इतका प्रेरित झालेला होता की, त्याने तिला पुढे जाण्यासाठी हात केला आणि डावीकडच्या लांब बैठ्या इमारतीकडे बोट दाखवले.

''त्या इमारतीचा तिसरा दरवाजा; परंतु तू खूपच लवकर आली आहेस, त्यामुळे तुला थोडा वेळ वाट पाहावी लागेल.''

''आभारी आहे. खरंच, तुमची फार आभारी आहे! ठीक आहे, मी वाट पाहीन.'' सायुरीने उत्तर दिले आणि त्या चौकीदाराचा विचार बदलण्यापूर्वी ती घाईघाईने त्या चौकीपासून त्याने दाखविलेल्या इमारतीकडे निघाली.

इंजिनाचे येणारे आवाज एवढीच काय ती त्या वसाहतीत विमानतळ असल्याची

खूण होती. हा विमानतळ देशातील शूर आणि निर्भय पायलटांसाठी होता. त्यांचे शूर वीर म्हणून जनतेकडून कौतुक केले जायचे. सायुरीला टोकियोभर जिकडे-तिकडे चिकटवलेले कृष्ण-धवल फलक आठवले. त्या फलकांवर पायलट उड्डाण करून जाताना लोक गुडघ्यांवर वाकून जमिनीचे चुंबन घेत असल्याचे दृश्य होते. कारण तो आपल्या देशासाठी प्राण धोक्यात घालत होता. त्यांचे शौर्य आणि प्रतिष्ठेमुळे त्यांच्या आयुष्याबद्दल लोक त्यांचे ऋणी होते.

ज्या इमारतीत तिला जायला सांगण्यात आले होते, तिचा तिसरा दरवाजा एका मोठ्या खोलीत उघडत होता. त्या खोलींच्या भिंती करड्या रंगाच्या होत्या. जमिनीवर घाणेरडे-मळकट रंगाचे कॅनव्हासचे जाडजूड कापड अंथरले होते. खोलीत लष्करी थाटाचे लाकडी फर्निचर होते आणि एक मुलगी तिथं एका मेजापाशी बसली होती. एका जुन्या टाइपरायटरची बटणे कशीबशी दाबत होती आणि ती अगदी रडकुंडीला आलेली दिसत होती.

सायुरी त्या मेजाशी गेली, तेव्हा तिने वर पाहिले आणि वैतागाने म्हणाली, "तू इथं कॅप्टन तानिगुचींना भेटायला आली आहेस का? ते पुढचा एक तासभर तरी येणार नाहीत. तू तिथं बस आणि त्यांची वाट पाहा. हा अतिसंवेदनशील विभाग आहे. त्यामुळे कोणत्याही भेटायला आलेल्या व्यक्तीला या वसाहतीत त्याचे यजमान बरोबर असल्याशिवाय भटकायची परवानगी नाही. त्यामुळे या खोलीतून बाहेर जाण्याची मी तुला परवानगी देऊ शकत नाही."

एक विमान अगदी खालून त्यांच्या मागून आवाज करत उडाले. त्या आवाजामुळे काहीतरी इजा होत असल्यासारखे तिने तिचे अंग चोरून घेतले.

'ती हवाईतळावर काम करणारी असूनही तिला विमानांचा आवाज नक्कीच नकोसा वाटत असावा, असे दिसले!' सायुरीला मनातून याचे आश्चर्य वाटले. कारण तिच्यासाठी तिने ऐकलेल्या आवाजांपैकी अत्यंत उत्तेजित करणारा असा हा आवाज होता. तिने मनाशी पक्की खूणगाठ बांधली. तिला त्या रोंरावणाऱ्या शक्तिशाली विमानांबरोबर राहायचे होते.

त्या मुलीचा चेहरा सौहार्दपूर्ण नव्हता, त्यामुळे तिच्याबरोबर काही बोलणे किंवा इकडच्या-तिकडच्या गप्पा मारणे शक्य नव्हते. त्यामुळे सायुरी त्या टणक, लाकडी, गोल खुर्चीवर बसली. त्या खुर्चीची खडबडीत बैठक तिला अगदी निर्दयपणे तासभर बोचत होती. त्या तासाभरानंतर तो दरवाजा उघडला गेला आणि एक बुटका, करडा गणवेश घातलेला माणूस आत आला.

त्या मुलीने त्याला सलाम ठोकला आणि त्याच जीव नसलेल्या आवाजात तिने त्याला सांगितले, "ही एक स्त्री तुम्हाला भेटायला आली आहे, सर."

जरी ती आतून थरथरत होती, तरी कॅप्टन तानिगुचीने दाखविलेल्या खुर्चीवर

ती अगदी शांतपणे बसली आणि मग तिने आपली हकिगत अगदी ठामपणे आणि आत्मविश्वासाने सांगितली. त्या कडक आणि व्यवहारी लष्कर-प्रमुखाच्या भेदक नजरेने ती क्षणभरही घाबरली नाही किंवा थरथरली नाही, याचे तिलाच आश्चर्य वाटले.

"माझे नाव सायुरी मियामोटो आहे आणि मी मात्सुमोटोची आहे. प्रत्यक्षात मी टोकियोला नर्स म्हणून काम करण्यासाठी आले. मी मध्य टोकियोतील दोन हॉस्पिटल्समध्ये काम केले आहे आणि बॉम्बहल्ल्यात जखमी झालेल्यांची शुश्रूषा करणे हे माझे रोजचे काम होते." तिने सुरुवात केली.

"ठीक आहे, पण या सर्वांत जाण्याएवढा माझ्याकडे वेळ नाही." कॅप्टन तानिगुची अधीरतेने म्हणाले. तिथं केवळ चकचकीत केलेल्या बुटाचा थंड, काँक्रीटच्या जमिनीवर ताल धरण्याचा आवाज होता. "मुद्दा हा आहे, की तुझा इथं येण्याचा हेतू काय? तुला दिसले असेलच की हा हवाईतळ आहे; हॉस्पिटल नाही."

त्याची वर्तणूक घाबरवणारी आणि चर्चेला प्रोत्साहन न देणारी होती; परंतु जराही नाउमेद न होता सायुरी निश्चयाने म्हणाली, "हो, मला माहीत आहे, सर. हा एक पायलटांना प्रशिक्षण देणारा खास हवाईतळ आहे. मुद्दा हा आहे की, माझा भाऊ आणि माझी जवळची मैत्रीण ही दोघं शत्रूच्या बॉम्बहल्ल्यात मेली आणि त्यांच्या मृत्यूचा सूड घेण्याची तीव्र इच्छा माझ्या मनात आहे. थोडक्यात, सर, मला पायलट म्हणून भरती व्हायचंय. ते मृत पावलेले असताना मी जिवंत आणि सुरक्षित असणे मला योग्य वाटत नाही."

तिथं मती गुंग करणारी शांतता पसरली आणि त्या दुःखी मुलीच्या भावनाहीन चेहऱ्यावरही त्या भयानक विनंतीमुळे थक्क झाला होता. सायुरीला मात्र आश्चर्य वाटले की, तिच्या वक्तव्यावर कॅप्टन तानिगुचीने तिला अपेक्षित असलेले गडगडाटी हास्य केले नाही. कारण, ज्या कुणाकडे ती याबद्दल बोलायची, त्यांची सामान्यतः हीच प्रतिक्रिया असायची.

त्याऐवजी त्यांनी तिच्याकडे नीटपणे पाहिले. जणू काही 'व्यक्ती' म्हणून ते पहिल्यांदाच तिच्याकडे पाहत होते, गंभीरपणे ते म्हणाले, "मला तुझ्या निर्णयाचा आदर वाटतो आणि व्यक्तिशः स्त्री पायलट असू शकत नाही, याचे मला तरी काही कारण दिसत नाही. परंतु, उच्च अधिकाऱ्यांनी केलेल्या लष्करी कायद्यानुसार स्त्रियांना या कामासाठी आम्ही भरती करून घेत नाही. त्यामुळे तुझी ही मागणी मला नाकारावी लागतेय.

"परंतु," तो पुढे म्हणाला, "कोणत्याही तरुण हृदयातील देशसेवा करण्याच्या तीव्र इच्छेकडे काणाडोळा करता कामा नये किंवा ती बदलूही नये. मला असे वाटते, मी या हवाईतळावर तुला एक काम निश्चितच देऊ शकतो. आम्हाला

आचाऱ्याची गरज आहे. तू ज्या आशेने इथं आलीस, तसे हे काही नाही. या हवाईतळावर काम करून पायलट्सची सेवा करण्याचा हाच एक जवळचा मार्ग आहे. काही असो; त्या पायलट्सना खाऊ घालताना तू अप्रत्यक्षपणे त्यांच्या ध्येयामध्ये गुंतली जाशील. या हवाईतळावर असलेल्या अगदी थोड्या स्त्रियांपैकी तू एक असशील आणि तुला दिसेलच की, ही छावणी मुळातच आम्हा पुरुषांसाठी आहे.''

सायुरीचा आपल्या नशिबावर विश्वासच बसत नव्हता. तिची चेष्टा केली जाईल आणि तिला बाहेर काढले जाईल, असे तिला वाटत होते. ज्या कामासाठी ती आली होती, ते हे काम नसले तरी कॅप्टन तानिगुचीचे म्हणणे बरोबर होते. पायलट होण्याच्या ते जवळपासचे होते आणि कुणाला माहीत; तिला असा कोणीतरी भेटेल; जो तिला विमान उडवू देईल. जर ते ध्येय तिला अन्न शिजवून गाठायचे असेल, तर ती ते करील!

''आभारी आहे, सर, आभारी आहे!'' ती म्हणाली. त्या धैर्यवान पायलटच्या अगदी जवळपास काम करण्याची, राहण्याची, श्वास घेण्याची आणि त्यांच्याबरोबर जेवण्याची तिला संधी देण्यात आली होती. त्या हेलावून टाकणाऱ्या भावनेने तिचे डोळे चमकत होते. त्या क्षणी तरी हे स्थान मिळवण्यासाठी रांधावे लागणार होते, याचे तिला काहीच वाटत नव्हते.

तिला एक अरुंद खोली देण्यात आली. त्यात एक कठीण लोखंडी पलंग होता आणि एक खुर्ची होती. त्या खोलीला एक छोटी खिडकी होती. तिला आपल्या चवड्यांवर उभे राहून त्यातून कसेबसे पाहता येई. ती खोली तुरुंगातील खोलीसारखी वाटत असली, तरी हॉस्पिटलमधल्या त्या गर्दीने भरलेल्या राहण्याच्या जागेपुढे सायुरीला ती खोली म्हणजे स्वर्गच वाटला.

तरीही गेल्या काही दिवसांच्या ताणतणावामुळे सायुरीवर परिणाम झाला होता आणि त्यामुळे त्या रात्री तिला नेहमी पडणारे ते दुःस्वप्न पडले.

तिच्या स्वप्नात तिचा धाकटा भाऊ हिरो आला; ज्याला नेहमी पाण्याची इतकी भीती वाटायची की त्याला कितीही समजावले, धमक्या दिल्या किंवा मित्रांनी टोमणे मारले तरीसुद्धा जेव्हा ते समुद्रकिनारी जात असत, तेव्हा तो समुद्रात उतरत नसे. भयंकर उसळणाऱ्या लाटांमुळे होणाऱ्या ओकाऱ्यांमुळे त्याचा चेहरा हिरवा पडायचा आणि तरीही तो जहाजावर गेला होता. नंतर जेव्हा तो डेकच्या कठड्यावर ओकारी करण्यासाठी वाकला, तेव्हा एक धगधगता आगीचा लोळ जहाजावर पडला. तो तीव्र वेदनांनी ओरडत असताना ज्वालांनी त्याला लपेटले आणि आपल्या लांब

जिभांनी त्याला लाल उकळत्या भोवऱ्यात खेचले. ते जहाज झोकांड्या खाऊ लागले. बुडण्यापूर्वी त्या जहाजाने जोरात भयानक असा कण्हल्याचा आवाज केला आणि त्या जहाजाचे दोन तुकडे झाले. तिने पाहिले की, त्या पेटलेल्या ज्वालातून काळ्या पाण्याच्या झोताने हिरोला खेचले. त्याला समुद्राच्या खोल काळ्या गर्तेत अविरत दुःख सोसण्यासाठी फेकले.

जोरजोराने श्वास घेत सायुरी जागी झाली आणि तिला दिसले की, तिचा सर्व देह घामाने भिजलेला होता. आपला भाऊ हिरोच्या दुःखाने वेड्यासारखी आपलीच नखे हाताच्या कातडीत खोल आणि रानटीपणे घुसवल्यामुळे तिथून रक्त येत होते!

"ओह, हिरो!" ती पुटपुटली. "तू ज्याला घाबरायचास, त्याच अथांग समुद्रात बुडाल्यामुळे त्या खोल गर्तेत तू किती दुःख सोसत असशील! जर मी पायलट झाले आणि ज्यांनी तुला या पाण्याच्या थडग्यात लोटले त्यांना ठार मारले, तर तुझ्या आत्म्याला शांती मिळेल का? मिळेल?"

१६

दुसऱ्या दिवशी जेव्हा सायुरी स्वयंपाकघरात कामासाठी गेली, तेव्हा तिच्या लक्षात आले की, हे काही सोपे काम नव्हते. तिथं आणखी एक स्वयंपाकी होता आणि दोन मदतनीस होते. त्या सर्वांना त्या तळावरच्या भुकेल्या पायलट्सच्या संपूर्ण पलटणीसाठी दिवसांतून तीन वेळा जेवण बनवायचे होते. त्या स्वयंपाकघरातील भांड्यांचा आकारच घाबरवून सोडणारा होता आणि जेव्हा तिने आपल्या आकाराच्या निम्मे असलेले भांडे उचलण्याचा प्रयत्न केला, तेव्हा ती पार वाकलीच.

"मी कधीही हे करू शकणार नाही आणि ते मला परत पाठवतील!" ती विव्हळली.

"जास्त काळजी करू नकोस, तुला लवकरच या राक्षसी भांड्यांची सवय होईल." ज्याने आपली ओळख ताकागी अशी करून दिली होती, त्या दुसऱ्या स्वयंपाक्याने तिला समजावले. तो मजबूत बांध्याचा बुटका माणूस होता. त्याच्या आनंदी गोल चेहऱ्यावरून त्याला कधीही हसू फुटेल, असे वाटत होते. सायुरीला तो ताबडतोब आवडला. त्याने तिला स्वयंपाकघर फिरून दाखवले आणि ते मोठमोठे उघडे स्टोव्ह कसे वापरायचे, ते सांगितले. त्यावर सकाळच्या नाश्त्यासाठी मिशोशिरो सूपची मोठी भांडी रटरटत होती.

"इथला जेवणाचा प्रकार फारच सोपा आहे." ती घाबरलीये, हे ओळखून ताकागीने सांगितले. "भात, मिशोशिरो सूप आणि लोणची हे नाश्त्यासाठी असते. मिशोशिरो सूप आणि भाजलेले मासे हे दुपारच्या आणि रात्रीच्या जेवणासाठी असतात. जोपर्यंत तुला सूप कसे उकळवायचे, मासे कसे भाजायचे आणि भात कसा शिजवायचा एवढे माहीत आहे, तोपर्यंत तू येथे टिकशील!"

नंतर जेव्हा ते भाताच्या मोठ्या भांड्याशी उभे राहिले आणि तो जाडाभरडा भात

लाकडी चमच्याने ढवळत होता, तेव्हा तेथील विस्तवाच्या उष्णतेमुळे त्यांच्या तोंडावरून घाम निथळत होता. ताकागीने विचारले, ''मला हे दिसतंय की, तू काही स्वयंपाकीण नाहीस; मग तू इथं का आली आहेस?''

या वडीलधाऱ्या माणसाला आपल्याबद्दल कितपत सांगायचं, या विचाराने सायुरी बराच वेळ गप्प बसली. मग तिने उत्तर दिले, ''तुम्हाला हे कदाचित विचित्र वाटेल; परंतु मी खरं तर इथं पायलट होण्यासाठी आले होते. परंतु तुमच्या लक्षात आले असेलच की, मी एक स्त्री आहे. त्यामुळे मला नाकारले गेले आणि येथील मुख्य अधिकाऱ्याने त्याऐवजी हे मला काम दिले. मी असा विचार केला की, इथं अजिबात नसण्यापेक्षा आचारी म्हणून असणे बरे.''

''एक स्त्री पायलट?'' ताकागी विचार करत पुन्हा म्हणाला. ''ठीक आहे; पण लष्करात हे असे कायदे का आहेत, ते मला समजत नाही. परंतु व्यक्तिशः मी तुझ्यासारख्या तरुणांना – मग ते पुरुष असोत किंवा स्त्रिया – मरायला पाठवण्याच्या विरुद्ध आहे. आई-वडिलांना एक मूल वाढवताना किती कष्ट पडतात, हे तुला माहीत आहे का?

''देवा, मला या युद्धाचा तिटकारा वाटतो आणि जरी जपान हरत असल्याचं दिसत असलं, तरी मला ते संपायला हवंय!''

ताकागीने त्याच्या भावनिक रागाला वाट करून देण्यासाठी स्टीलचे भांडे जोरात खाली आपटले. सायुरीला समजले, की आपली योजना पुढे दामटवण्यासाठी हा काही योग्य माणूस नाही. परंतु तरीही त्या वडिलांसारख्या वयाच्या आचाऱ्याचा तिला लळा लागला. त्या फारशी खेळती हवा नसलेल्या स्वयंपाकघरात शेगडीजवळ उभे राहून काम करताना, त्याने त्याच्या 'तोहोकू' नावाच्या गावाच्या सांगितलेल्या गोष्टींत तिला रस वाटायचा.

एका संध्याकाळी सायुरीने विमाने बघण्यासाठी आणि त्यांना स्पर्श करण्यासाठी धावपट्टीवर जाऊन शिस्तभंगाच्या कारवाईचा धोका पत्करला. त्या हिरवट-काळपट रंगाच्या विमानाच्या पृष्ठभागावर ती पहिल्यांदाच आपली बोटे फिरवत होती. त्या थंड, कठीण धातूच्या स्पर्शाने तिच्यात ऊर्जेचा एक शक्तिशाली प्रवाह खेळू लागला. त्या क्षणापासून तिने ते विमान चालविण्याची आणि ज्यांनी हिरो, रैकोची आयुष्ये संपवली होती, त्यांचा सूड घेण्यासाठी आपले आयुष्य वेचायची शपथ घेतली. ती स्त्री असल्याची मर्यादाही तिला त्यापासून रोखू शकणार नव्हती.

परंतु आठवड्यांचे महिने होत होते आणि सायुरीला काळजी वाटत होती की, युद्धाचा सबंध काळ ती स्वयंपाकघरातच अडकून राहील आणि कुठेही जाऊ शकणार नाही. एका रात्री ती आपल्या अरुंद पलंगावर पडलेली असताना तिने

ठरवले की, धाडसी हालचाल करण्याची वेळ आता आली आहे. त्याच सकाळी ताकागीने तिला सांगितले होते की, स्वयंसेवी पायलटांची एक तुकडी ओकैडूहून येणार होती. ते कामावर कसे रुजू होतात त्याविषयी सहजपणे तिने विचारले होते.

"हे स्वयंसेवक 'कामिकाझी' पायलट होण्यासाठी आलेले आहेत, अर्थात तुला त्यांच्याबद्दल ठाऊक असेलच ना? कामिकाझी पायलट दोन प्रकारचे असतात," ताकागीने खुलासा केला. "माझा सगळ्यात धाकटा भाऊ कानेको हवाईतळावर पायलट होता आणि काही आठवड्यांपूर्वी त्यांच्या मुख्य अधिकाऱ्याने त्या सर्व युनिटला एका मोठ्या हॉलमध्ये बोलावले आणि शत्रूच्या जवळ येत चाललेल्या हजारो जहाजांकडून जपानवर ताबडतोब हल्ला होण्याची शक्यता कशी आहे, याची कल्पना दिली होती. शत्रूच्या शक्य तितक्या जहाजांचा नाश करण्यासाठी आपली विमाने त्यांच्यावर धडकवून आपल्या देशावरचा हल्ला रोखण्यासाठी पायलटांची कशी गरज आहे, ते त्याने सांगितले होते.

"त्या अधिकाऱ्याने खुलासा केला की, जनरल युकागीने अशा प्रकारचे विशेष हल्ले करणाऱ्या कामिकाझी पायलटांची युनिट्स तयार करण्याची योजना आखलीये आणि त्यासाठी स्वयंसेवकांची गरज आहे. जे कोणी आपल्या देशासाठी स्वत:च्या प्राणांची आहुती द्यायला तयार असतील; त्यांनी अत्यंत उत्सुक, उत्सुक आणि कमी उत्सुक अशा क्रमाने पुढे यावे आणि ज्यांना देश वाचवण्यासाठी आपल्या प्राणांची आहुती द्यायची नाही, त्यांनी मागे राहावे.

"त्या पायलटांपैकी कुणाचीही 'नाही' म्हणण्याची हिंमत नव्हतीच. विशेष म्हणजे, इथं फार उत्सुक किंवा निदान उत्सुक चमूमध्ये जायलाच गर्दी झाली. माझ्या भावाने तो पहिल्या कामिकाझी विमानावर एकतर्फी कामासाठी जाण्याआधी शेवटचे पत्र लिहिले. त्यात त्याने कबूल केले की, त्याला मरणाची भीती वाटत होती; परंतु त्यांच्या त्या सबंध युनिटमध्ये देशासाठी मरणाऱ्या उत्साही तरुणांची संख्या जास्त होती, त्यामुळे उत्साही चमूत भाग घेण्याशिवाय त्याला पर्यायच नव्हता.

"तो फक्त बावीस वर्षांचा होता आणि त्याला डॉक्टर व्हायचे होते; पण ती संधी त्याला कधीच मिळाली नाही!" भावाच्या मृत्यूचे दु:ख ताजे असल्यामुळे ताकागीचा गळा भरून आला. त्याचा आवाज कापत होता, "माझा लहानगा भाऊ– जो नेहमी बढाया मारायचा की तो सर्वांत लहान असल्यामुळे आम्हा सर्वांपेक्षा तो जास्त जगेल! तर मग या कामिकाझी पायलट्सबद्दल मला काय वाटावे, अशी तू अपेक्षा करत्येस?"

सायुरीने हा सर्व वृतांत एक प्रकारच्या तंद्रीतच ऐकला आणि आता आपल्या पोटात गोळे आले आहेत, असे तिला जाणवले.

"कामिकाझी पायलट्स? कामिकाझी... देवाचे वायुदूत!" ती पुटपुटली.

"हो. मित्रराष्ट्रांपासून बचाव करण्यासाठी शेवटचा उपाय म्हणून जनरल युकागीने कामिकाझी पायलट्सचे हे युनिट नुकतेच या वर्षाच्या फेब्रुवारीत तयार केले आहे आणि त्यांचे काम म्हणजे, जी शत्रूची विमानवाहू जहाजे आपल्या किनाऱ्याकडे आता येत आहेत, त्या जहाजांवर निकराचा हल्ला चढवायचा." ताकागी उत्तरला.

"हा कामिकाझी पायलट्स तयार करण्याचा तळ आहे का?" सायुरीने हळूच विचारले.

"अर्थात! तू इतके महिने इथं आहेस आणि तरी तुला हे माहीत नव्हते?" ताकागीने विचारले. "ही जागा काय आहे, असे तुला वाटले?"

सायुरीचा चेहरा पांढराफटक पडला होता.

"तू ठीक आहेस ना?" सायुरीकडे जवळून जाऊन पाहत त्याने विचारले.

तिने मान हलवली. परंतु नेहमीप्रमाणे तिला ढवळून आले. ती धावतच स्वच्छतागृहात गेली आणि तिला भडभडून ओकारी झाली. अगदी नशिबाने ती कामिकाझी पायलट तयार करणाऱ्या प्रशिक्षण केंद्रावर येऊन पोहोचली होती. परत न येण्यासाठीच विमान घेऊन जाणाऱ्या या 'विशेष' पायलट्सचे सर्व देश कौतुक करत होता. रेडिओवरूनही देवाच्या वायुदूतांचाच जोरदार प्रचार चालला होता. सायुरी जपानमधील इतर सर्वांप्रमाणे त्यांची पूजा करत असली तरी प्रत्यक्षात तिने आपली पायलट होण्याची आणि 'देवाचे वायुदूत' होण्याची इच्छा उघड करण्याचे धाडस केले नव्हते.

ज्या भावना तिच्या देहातून वाहत होत्या, त्या भारावून टाकणाऱ्या आणि जवळजवळ सहन न होणाऱ्या होत्या. सायुरीचे हृदय जोरजोरात धडधडू लागले. कारण त्याच घडीला तिच्या पायलट होण्याच्या ध्येयाची पूर्ती झाल्यासारखे दिसत होते. तिला शेवटी ठामपणे माहीत होते की, तिला कामिकाझी पायलटच बनायचे होते.

सायुरीने सुरुवातीला ताकागीला ती पायलट बनण्यासाठी या छावणीत आल्याचं खरंखरं सांगितलं होतं. पण जेव्हा हा सामान्य तळ नसून ज्याची खूप स्तुती होतीये आणि जे कधीही लष्करी नियम तोडत नाहीत, अशा कामिकाझी पायलटना प्रशिक्षण देणारा हा तळ आहे; हे जेव्हा तिच्या लक्षात आले, त्यानंतर मात्र कोणाचाही, अगदी ताकागीचाही संशय बळावेल, असे काही करणे तिला परवडणारे नव्हते.

या वेळेपर्यंत ताकागीही सावरला होता आणि तो सांगत होता ती माहिती पुढे सांगावी यासाठी सायुरीने त्याला प्रोत्साहित केले.

"तुम्ही असे म्हणालात ताकागीसाहेब, की तिथं आणखी एक कामिकाझी

पायलटांचा चमू होता?'' तिने विचारले.

''हो. तो दुसरा चमू कामिकाझी स्वयंसेवकांचा, जे देशाच्या कानाकोपऱ्यातून येतात. ते एका खोलीत त्यांची मोजदाद व्हावी, त्यांना नोकरीत घेतले जावे आणि लगेचच दुसऱ्या दिवशी त्यांचे प्रशिक्षण सुरू व्हावे, म्हणून वाट पाहतात.'' ताकागीने खुलासा केला. जीव कानात आणून काळजीपूर्वक त्याचा खोल भावनाशील आवाज ऐकत असताना एक धाडसी योजना सायुरीच्या मनात तयार होत होती.

''या तळाबद्दल काय? ते इथंही येतात का?'' तिने सहज चौकशी केली.

''होय, अतिशय नियमितपणे ते या तळावर त्यांच्या देशासाठी लढून मरण पत्करण्यासाठी मोठ्या संख्येने येतात.'' ताकागी म्हणाला. ''जेव्हा मी त्यांचे तरुण उत्सुक चेहरे पाहतो, त्यांतील काही तर नुकतेच आडवयातून बाहेर आलेले असतात आणि जे त्यांचा विसावा वाढदिवस बघण्यासाठीही जिवंत राहणार नाहीत... अशी मुलं पाहिली की, मला मनातल्या मनात रडू फुटते. कारण ते कुणाचे तरी मुलगे, भाऊ, प्रियकर आणि अगदी नवरेही असतात!''

दिवसभरात सायुरी आपल्या उत्साहाला आवर घालू शकली नाही. तिच्या मनातून उमटणाऱ्या सावधानतेच्या आणि शहाणपणाच्या आवाजाकडे तिने दुर्लक्ष केले. तिच्या मनात विचार आला की, ते असे धाडसी कृत्य करून ती त्यातून बाहेर पडू शकेल का?

ही योजना धाडसाची आणि चमत्कारिक होती. त्यात कोणतीही तर्कशुद्धता नव्हती. पण तरीही तिच्यासाठी कामिकाझी पायलट होण्याची ती एकमेव संधी होती. ती संधी चुकली, तर मग तिला पुन्हा ती कधीच मिळणार नव्हती. जेवणाच्या त्या तासाभराच्या सुट्टीत सायुरी रसदीच्या खोलीत गेली आणि घाबरतच तिने पायलट वापरत असलेले दोन करड्या रंगाचे गणवेश कापडी बॅगेत भरले. मनातून ती प्रार्थना करत होती की, ते बरोबर मापाचे असतील. तिने एक बुटांची जोडी, टोपी आणि विमानोड्डाणासाठी वापरले जाणारे जरा मोठे गॉगल्सही त्यात टाकले आणि ते सर्व सामान लपवण्यासाठी ती आपल्या खोलीत परतली.

तो उरलेला दिवस काढणे तसे कठीण होते, परंतु तिने ते निभावले. जास्त काही घडले नाही. फक्त ताकागी काळजीने म्हणाला, ''तू ठीक आहेस ना? तू काहीशी निस्तेज आणि घाबरलेली वाटतेस! तुला बरे वाटत नसेल तर मी तुला उरलेल्या दिवसाची सुट्टी देऊ शकतो. फक्त मला रात्रीचे जेवण करताना थोडा जास्त त्रास होईल, इतकेच!''

सायुरी क्षणभर घुटमळली. थोडे तास मोकळे मिळाले असते, तर बरेच होते; परंतु बिचाऱ्या ताकागीला असे खड्ड्यात टाकायला तिचे मन धजत नव्हते. लवकरच

ती त्याला पेचात टाकणार होती. त्यामुळेच सायुरीने ठरविले की, कमीत कमी त्या वेळी तिथे राहून त्याला शेवटचा दिवस शांतपणे काढू द्यावा. म्हणून तिने मान हलवली आणि ती म्हणाली, ''मी खरोखरच ठीक आहे ताकागीसाहेब... परंतु माहिती असावी म्हणून विचारते की जर मी आजारी पडले आणि मला काही दिवसांची रजा घ्यावी लागली, तर तुम्ही कसे काय निभावून न्याल?''

''हं, ते कठीण जाईल. परंतु ही जागा एकट्याने सांभाळणे अशक्य नाही. स्वयंपाकघरातील एखाद्याला मला मदतीसाठी घ्यावे लागेल. तुझ्या लक्षात आले असेलच की, जे जेवण आपण तयार करतो, ते काही फार चवीचे असते, अशातला भाग नाही. त्यामुळे त्यात काही फार आव्हान नाही. निदान सेन्डाई इथं अगदी उत्तम असे सुशीचे दुकान चालविणाऱ्या माझ्यासाठी तरी नाही.''

''मी अगदी फार गरजेची असल्याचे तुम्ही दाखवलेत, याबद्दल आभार!'' सायुरी हसली; पण तिला जरा सुटल्यासारखे वाटत होते. ती निघून गेली तरी ताकागीला फारसा त्रास होणार नव्हता. एक तऱ्हेने तिला वाईट वाटत होते; कारण ती ताकागीला आपल्या योजना सांगू शकत नव्हती. त्याला हे कधीच पसंत पडले नसते आणि जर का हे गुपित कुठे फुटले असते, तर तिचे जीवन धोक्यात येणार होते. आपल्या ताकागीबरोबरच्या शेवटच्या दिवशी काम करताना ती नेहमीपेक्षा जास्त भावनावश झाली होती. प्रत्येक दिवशी द्वेषाने जास्तच बिघडत चाललेल्या जगात तिच्यासाठी तो शहाणपणाचा आणि तर्कशास्त्रीचा मजबूत आधार होता. सायुरीला आपल्या भावना आवराव्या लागल्या आणि काहीच झाले नसल्याचे नाटक करावे लागले. जणू काही त्या स्वयंपाकघरातील जास्त कामाचा तो आणखी एक दिवस होता.

परंतु, शेवटची थाळी स्वच्छ केल्यानंतर आणि दुसऱ्या दिवसासाठी म्हणून स्वयंपाकघरातील कपडे वाळत घातल्यानंतर सायुरीने आपल्या अनधिकृत साहेबाला त्या रात्री निरोप घेण्याआधी हळुवार मिठी मारली. तिला सतत त्याचे शहाणपण, त्याचे आश्वासक अस्तित्व आठवणार होते. कारण, जे जग ताब्यातून निसटू पाहत होते, अशा जगात ताकागीसाहेब परिपूर्ण घरगुती जीवनाच्या अगदी जवळ होता.

''चल, जा!'' तो धटिंगण आचारी जरा लाजून म्हणाला. बहुतांशी सर्व जपानी लोकांसारखा तो भावनांचे असे प्रदर्शन करणारा नव्हता; पण तरीही सायुरीला जाणवले की, तो खूश झाला होता.

''मला तुम्हाला मिठी मारावीशी वाटली, कारण तुम्ही फार दयाळू आहात. मला घराची आणि माझ्या वडिलांची आठवण करून देता!'' सायुरी म्हणाली. ताकागी कोपऱ्यावरून त्याच्या राहण्याच्या जागेकडे जाण्यासाठी वळून दिसेनासा होईपर्यंत ती पाहत राहिली.

"देवा! ताकागींना वाटेल की, आज रात्री मी अगदी वेडी झालीये!'' सायुरी स्वत:शीच पुटपुटली. मग ती सारे विसरून घाईघाईने आपल्या खोलीकडे परतली.

विमानतळावर ती एकटीच स्त्री राहत असल्यामुळे तिची स्वत:ची झोपण्याची वेगळी जागा होती, याचे तिला मनापासून बरे वाटले. तिला पहिली गोष्ट करायची होती ती म्हणजे, आपले केस कापायचे होते. सायुरी बराच वेळ विमानतळाच्या भंगार ठेवायच्या जागेतून मिळवलेल्या फुटक्या आरशापुढे उभी राहिली. ती केस कापायला धजावत नव्हती. तिने पिना काढून केस मोकळे सोडले. तिचे चमकत्या लाटांसारखे असलेले केस कमरेपर्यंत लांब होते. तिचे डोळे भरून आले. सायुरीचे आपल्या लांबसडक काळ्याभोर केसांवर प्रेम होते. केसांमुळे तिच्यामध्ये सौंदर्याची आणि आत्मविश्वासाची भावना निर्माण व्हायची. त्यामुळे तिच्यासाठी केस कापणे, हे आयुष्याचा एक भाग कापण्यासारखेच होते.

मग तिने स्वत:ला समजावले. देवा! जेव्हा हजारोंनी लोक मरताहेत, अशा वेळी थोड्याशा केसांच्या बटांचे काय? आणि आपला विचार बदलण्याआधीच सायुरीने कात्री उचलली आणि केसांची एक जाड बट कापली. मग सर्व केस कापेपर्यंत ती थांबली नाही. आता तिच्या त्या चमकदार, सुंदर केशसंभाराच्या जागी फारच बारीक कापलेल्या केसांची रचना झाली होती. त्यामुळे ती आता एखाद्या आडवयाच्या मुलासारखी दिसत होती. एक छोटासा अश्रू तिच्या डोळ्याच्या कोपऱ्यातून निघाला आणि सायुरीने तो रागाने पुसला. आतापासून ती पुरुष होणार होती आणि कामिकाझी पायलट बनणार होती. लष्करी इतिहासांतील हे सर्वांत धाडसाचे वेषांतर उघड होऊ नये, म्हणून अश्रू आणि दुर्बलतेचे कोणत्याही प्रकारचे प्रकटन तिला टाळायचे होते. आपले केस कापणे हे अनेक अर्थांनी तिच्या मागच्या आयुष्याशी फारकत घेतल्याची आणि नाव, चेहरा नसलेल्या कामिकाझी पायलटच्या भूमिकेत गेल्याची खूण होती.

"आता मला वयाने जास्त आणि जाडजूड दिसायला हवं!'' सायुरी आरशात दिसणाऱ्या आपल्या प्रतिबिंबाकडे पाहत म्हणाली. तिने आपले कपडे काढून आदल्या दिवशी चोरलेले पायलटचे कपडे घातले होते. परंतु नंतर जेव्हा तिने आपल्या डोक्यावर टोपी ओढली आणि खांद्यांवर थोडी कपड्याची भर घातली, तेव्हा ती थोडी मोठी दिसू लागली. वयात येणारा मुलगा म्हणून ती खपून जाऊ शकली असती. जरी ती आपला बांधा कमनीय नाही म्हणून पूर्वी तक्रार करत असली तरी आता तिला बरं वाटत होतं की, त्या जाड आणि फारशा छान नसलेल्या पायलटच्या गणवेशात तिची वक्षस्थळं फारशी दिसतही नव्हती. ती कोणत्याही तरुण मुलासारखी सपाट छातीची वाटत होती.

त्या रात्री नवनियुक्त सैनिकांचा (रंगरूट – रिक्रूट) जथा येणार होता. अचानक काही घोटाळा झाला नाही, तर सायुरीच्या अंदाजाप्रमाणे रात्रीच्या अंधारात जेव्हा तो जथा तिच्या बाजूने जाईल तेव्हा त्या जथ्याबरोबर नोंदणी करायला सभागृहात जाणे तिच्यासाठी फारसे कठीण नव्हते. गेले काही महिने विचित्र तऱ्हेने का होईना, तिचे शांत असे घर असलेल्या त्या खोलीकडे शेवटची नजर टाकून सायुरी त्या राहत्या जागेतून बाहेर पडली आणि मुख्य चौकीकडे वाट काढत गेली. उंच जागेवरच्या चौक्यांतून अधूनमधून फिरत राहणाऱ्या प्रखर दिव्यांच्या प्रकाशात पकडले जाऊ नये, म्हणून ती तेथील झुडपांच्या छायेच्या अंधारात राहण्याची काळजी घेत होती. ती मनातून प्रार्थना करत होती की, ते स्वयंसेवक पायलट आधीच आलेले नसावेत आणि त्या बैठ्या, करड्या इमारतीत असलेल्या सभागृहात पकडले जाण्याचा धोका पत्करून ती हळूच गेली. ते सभागृह रिकामे होते. मात्र, तिथं एक लांब टेबल आणि काही खुर्च्या आधीच मांडलेल्या होत्या. सायुरीने सुटकेचा निःश्वास सोडला. ते नवनियुक्त सैनिक अजून आलेले नव्हते. म्हणजे, तिला फारसा उशीर झालेला नव्हता.

चौकीजवळच्या झुडपांच्या दाट रांगेच्या जागेत ती हळूच शिरली आणि फार वेळ थांबण्याच्या इराद्याने म्हणून बसून राहिली. परंतु फारतर तीस मिनिटे तिथं त्रासदायकरीत्या बसल्यानंतर तिने खूप लोकांचा आवाज स्पष्टपणे ऐकला. ते त्या चौकीतून पुढे पाठवले जात होते.

सायुरीने आपला श्वास रोखून धरला. कारण तिच्या लक्षात आले की, नवनियुक्त सैनिक आलेले होते आणि तिची ती धाडसी योजना अमलात आणण्याची हीच वेळ होती. घामाच्या थंड धारा तिच्या पाठीवर वाहत होत्या. शेवटचा मनुष्य तिच्या जवळून जात असतानाच ती शांतपणे झुडपांतून बाहेर आली आणि नवनियुक्त सैनिकांच्या कमीत कमी तीस कामिकाझी पायलटांच्या जथ्यात मिसळली. ते सर्व सैनिक स्वतःचा ताणतणाव आणि भीतीच्या दडपणाखाली होते, त्यामुळे आपल्यात एक जण वाढलाय, हे त्यांच्या लक्षात आले नाही किंवा त्यांनी त्याची पर्वा केली नाही!

अपेक्षेपेक्षा हे कितीतरी सोपे होते, यावर सायुरीचा विश्वासच बसेना. तरीही तिने स्वतःला सावध राहण्याबद्दल बजावले. कारण पहिला अडथळा पार केला याचा अर्थ ती अपेक्षित ठिकाणी सुरक्षितपणे पोहोचली होती, असा नव्हता. अजूनही नोंदणीचा चकवा कार्यक्रम पार पडायचा होता आणि भरती करणाऱ्या अधिकाऱ्यांची अनुभवी नजर त्यांच्यावर भिरभिरणार होती. कदाचित त्या वेळी ती सापडू शकली असती.

आधी तिने आपल्या भावाचे, हिरोचे नाव घ्यायचे ठरवले. हिरो मियामोटो... पुन्हा एकदा आपल्या बसक्या आवाजाबद्दल तिला बरं वाटलं. त्यामुळे ती एखादा

फारच तरुण मृदूभाषी आणि किंचित उच्च स्वर असलेला मुलगा म्हणून सहज खपून गेली असती.

पौगंडावस्थेतून नुकत्याच बाहेर आलेल्या तीस तरुणांपैकी कुणीही तिच्याकडे अजूनपर्यंत पुन्हा पाहिले नव्हते किंवा ती स्त्री आहे, असा संशयही त्यांना आला नव्हता. ज्या तीन-चार जणांनी स्वत:ची ओळख करून दिली होती आणि तिच्याशी संभाषणाचा प्रयत्न केला होता, अगदी त्यांनाही!

सायुरीने इतरांबद्दल जाणून घेण्याच्या तिच्या स्वभावाला आवर घालून 'हो' किंवा 'नाही' अशीच उत्तरे दिली होती. कारण तिला माहीत होते की, ती आपल्याबरोबरीच्या नव्या सैनिकांबरोबर जितकी जास्त मिसळेल तितका चुका होण्याचा आणि तिचे स्वरूप उघडे पडण्याचा संभव जास्त होता.

''परंतु क्योतारू मोगुशी नावाचा एक पायलट माझ्या 'हो', 'नाही', अशा एका शब्दातल्या उत्तराने नाउमेद झाला नाही. सरतेशेवटी मी विरघळले आणि आमच्या प्रशिक्षणाच्या काळात आम्ही अगदी जिवलग मित्र झालो आणि आमची विमाने आकाशात उडण्याआधी अंगठा वर करून आम्ही परस्परांना खुणा करायचो.'' ती वृद्ध स्त्री मायुमीला आपल्या आठवणी सांगत होती.

सायुरीचे हृदय इतक्या जोरात धडधडत होते की, ते आपल्या छातीच्या पिंजऱ्यातून फुटून बाहेर येईल, अशी धास्ती तिला वाटत होती. जेव्हा ती भरती करणाऱ्या अधिकाऱ्यांसमोर गेली, तेव्हा आपल्या थरथरणाऱ्या शरीरावर ताबा नसल्याचे तिला जाणवत होते.

त्या ठेंगण्या, जाडजूड अधिकाऱ्याने तिच्याकडे घाबरवून सोडणाऱ्या, तीक्ष्ण आणि भेदक नजरेने पाहिले. सायुरीला वाटले, की तिचा खेळ संपला आहे! कारण, त्या भेदक डोळ्यांनी जणू काही तिच्या शरीराचा वेध घेतला होता. तिला बाहेर घेऊन जाण्याच्या हुकमाची आणि लष्कराला फसवल्याबद्दलच्या कडक शिस्तीच्या कारवाईला तोंड देण्याची वाट पाहत ती थांबली. ते तिला गोळी घालतील की, मरेपर्यंत चाबकाने फोडतील?

सायुरीला मरणाची भीती वाटत नव्हती, कारण त्यासाठी तर ती इथं आली होती! पण ती आपले जीवन देशाला समर्पित करण्यासाठी आली होती. त्यामुळे तिला धीरोदात्त नायक म्हणून मरायचे होते; लष्करी गुन्हेगार म्हणून नव्हे. 'तो तिचे मूल्यमापन करायला एवढा वेळ का घेत होता?....'

'सर्व संपले, सर्व संपले, संपले...' त्याचे टेबलावर पेनने टक्टक् करणे जणू तिला वेडावून दाखवत होते. जेव्हा तिला वाटले की, ती पायावर उभी राहू शकत

नाही, तेव्हाच त्या भरती करणाऱ्या अधिकाऱ्याचा करडा आवाज तिच्या कावऱ्या-बावऱ्या विचारांना भेदत गेला.

"हिरो मियामोटो, तू वयाने अगदी लहान आणि घाबरलेला दिसतोयस, पण तरीही मी तुझी भरती करतोय. कामिकाझी पायलट व्हायला जे लागते, ते तुझ्याजवळ आहे की नाही, ते आम्ही पाहू. पुढचा नंबर!"

सायुरीला शरम वाटावी अशा तऱ्हेने तिचा श्वासोच्छ्वास जोरात फुत्कारल्यागत बाहेर आला; परंतु त्या खोलीत भरलेला ताणतणाव इतका होता की, कुणाचे तिकडे लक्ष गेले नाही आणि तिच्या मागे उभ्या असलेल्या सैनिकाने नोंदणी टेबलाकडे जाण्याच्या घाईत तिला अक्षरश: बाजूला ढकलले.

सायुरी नव्याने भरती झालेल्या सैनिकांच्या जथ्याकडे काहीशी यंत्रवतपणे चालत गेली. हे सर्व काहीही अडथळा न येता तिने जमवले, यावर तिचा विश्वासच बसत नव्हता. त्या भरती करणाऱ्या अधिकाऱ्याच्या अनुभवी नजरेलाही ती स्त्री असेल, असा संशय आला नव्हता! हे खरं आहे; ज्यातून ती जागी होणार होती असे स्वप्न नाही, याची खात्री करण्यासाठी तिने स्वत:ला चिमटे काढले. परंतु या वेळी सर्व खरे होते – ती कामिकाझी पायलट होणार, ही सत्यस्थिती धरून!

उंच पाठीच्या खुर्चीवर बसलेल्या त्या वृद्ध स्त्रीने मांडीवर ठेवलेल्या पत्र्याच्या पेटीतून तोंडावर टोपी ओढलेला आणि कॅमेऱ्यांकडे पाहून गालात हसत असलेल्या एका तरुण मुलाचा अंधुक फोटो बाहेर काढला.

"ती मी आहे!" ती हळुवारपणे म्हणाली. "हा फोटो मी कामिकाझीच्या विशेष कामगिरीवर जाण्याआधी एक दिवस आधी घेतलेला आहे."

मायुमीने त्या युद्धाच्या वेळच्या फोटोकडे बोट दाखवले आणि ती पुटपुटली, "कामिकाझी विमानाच्या पुढे घेतलेल्या त्या फोटोत तुम्ही आणि ताकुशी आहात; होय ना?"

सायुरीने मान हलवली. भावनेने आणि दु:खाने थरथरत्या आवाजात तिने जे उत्तर दिले, ते मायुमीला नीट ऐकू आले नाही, "होय. तो फोटो आम्ही आमची विमाने घेऊन उडण्याआधी दोन दिवस आधी घेतलेला होता!"

१७

जेव्हा तिला या तीस पुरुषांबरोबर – जे कसेही उघडे-रांगडे राहत होते आणि अतिशय रांगडी भाषा बोलत होते – त्यांच्याबरोबर झोपायचे, खायचे आणि अंघोळ करायची असल्याचे लक्षात आले; तेव्हा आपण काय केले आहे, याची जाणीव तिला झाली. स्वत:ला पुरुष म्हणून बदलण्याच्या त्या सर्व विसर पाडणाऱ्या काळजीत या परिस्थितीचा विचार तिच्या मनात आलाच नव्हता. ती एक नर्स होती आणि नग्न पुरुषांचे देह बघण्यात तिला अस्वस्थता वाटत नव्हती, ही एक चांगली गोष्ट होती. परंतु आपण स्त्री आहोत, ही गोष्ट गुप्त ठेवण्यासाठी तिला काहीतरी मार्ग काढणे गरजेचे होते. हे करताना आपली वागणूक सर्वसामान्य ठेवायला हवी होती; ज्यामुळे बरोबरीच्या इतर नवनियुक्त पायलटांना काही संशय येणार नाही.

काही दिवस तिने त्या पुरुषांच्या अंघोळीच्या नित्यक्रमावर लक्ष ठेवले. एखाद-दुसरा मागे रेंगाळणारा सोडला, तर रात्री साडेआठपर्यंत शेवटचा नवनियुक्त सैनिक अंघोळ करून बाहेर पडत असे. मग सायुरीने घाईघाईने अंघोळ उरकण्यासाठी रात्रीची आठ पस्तीसची वेळ ठरवली. त्या उकळत्या पाण्यात घाईघाईने पाच मिनिटे बुडी मारताना ती प्रार्थना करत असायची की, कुणीही आत येऊ नये.

"मी नशिबवान होते आणि प्रशिक्षण कालावधीच्या काही महिन्यांत मला फक्त दोनदाच उशिरा येणाऱ्यांनी आश्चर्याचा धक्का दिला होता. या दोन्ही वेळा मी ते जाईपर्यंत टबमध्ये पाण्यात बुडून राहिले, त्या वाफांनी माझे स्त्रीत्व लपवले होते. एका प्रसंगी मात्र एका माणसाने इतका वेळ लावला की, मी त्या गरम पाण्यात जवळजवळ बेशुद्ध झाले; मी जेव्हा उठले, तेव्हा माझ्या शरीरावर अनेक जागी

लाल वळ उठून आग होत होती.''

एकाच खोलीत असलेल्या बिछान्यांवर ते दहा जण झोपायचे. सायुरीने झोपण्यासाठी वरची जागा घेतली होती. त्यामुळे झोपेत बेसावध असताना तिला कुणी लज्जास्पद अवस्थेत पाहणार नव्हते किंवा पकडणार नव्हते.

तिथं काही वेळा नाजूक प्रसंगही घडले होते. एका रात्री खूप गरम होत असताना सर्वांत लहान असलेला पोरगेला नवनियुक्त सैनिक खेळकरपणे सायुरीचा शर्ट काढू लागला आणि म्हणाला, ''या उकाड्याच्या रात्रीही तू नेहमी आपले सर्व कपडे घालून का झोपतोस? हे बघ, तू शर्ट काढ आणि जरा मोकळा हो.''

''ए, आधी तुझे हात माझ्यापासून दूर घे!'' सायुरी त्या मुलाला एक जोरदार धक्का देत म्हणाली. अनेक वर्षं आपल्या भावाबरोबर भांडताना ती हे शिकली होती. ''मला माझ्या अंगावर कपडे ठेवायला आवडतात, याला काही खास कारण नाही.''

''तुला माहीत आहे का?'' दुसरा नवनियुक्त सैनिक म्हणाला. ''मी असे ऐकलंय की ते कधी कधी आपण उड्डाणासाठी शारीरिकदृष्ट्या सक्षम आहोत की नाही, हे पाहण्यासाठी डॉक्टरांना बोलावतात. या शारीरिक तपासणीच्या वेळी आपल्याला सर्व कपडे काढावे लागतात.''

''ठीक आहे, ती शारीरिक तपासणी असेल तर गोष्ट वेगळी.'' सायुरी खेळकरपणे म्हणाली, परंतु मनातून ती प्रचंड धास्तावली. असे घडले, तर तिचा खेळच संपणार होता. काही चमत्कार घडला, तरच ती अशा परिस्थितीतून बाहेर पडू शकणार होती.

''या अशा काल्पनिक परिस्थितीचा त्रास करून घेत एक-दोन रात्री अस्वस्थतेत काढल्यावर मी ठरवले की, यावर विचार करण्यात अर्थ नाही आणि सर्व हवाला दैवावर सोडला. हीच सर्वांत शहाणपणाची गोष्ट ठरली. कारण आमची शारीरिक तपासणी करायचा त्रास कुणीच घेतला नाही. युद्धाची परिस्थिती वाईटातून घायकुतीला आल्यागत झाली होती. जो कुणी कामिकाझी पायलट होण्यासाठी आपणहून येत होता, त्याची गरजच होती; मग तो शारीरिकदृष्ट्या ठीक असो वा नसो. काही झाले तरी आम्हाला तरुणपणीच मरण्यासाठी नेले जात होते. त्यामुळे आम्ही कोणत्या शारीरिक स्थितीत आहोत, याची कुणाला पर्वा होती!

''सुरुवातीचे प्रशिक्षण हे खडतर आणि नवनियुक्त सैनिकांना शक्य तेवढ्या कमी वेळात 'तयार' करण्यासाठीचे होते. सामुराईसाठी मानाची असलेली कठोर 'बुशिडो' संहिता ही त्यांची प्रार्थना आणि शीर्षक गीत होते. त्या संहितेतील खडतर

मागण्या हीच त्या तळावरची जीवनपद्धती होती.

"आमच्यापैकी प्रत्येकाला युद्धमंत्री जनरल हिडेकी टोजो यांनी तयार केलेली युद्धतत्त्वांच्या संहितेची प्रत दिली होती. ही बघ, ती इथं आहे. मी इतकी वर्षे ती जपून ठेवली आहे!"

त्या वृद्ध स्त्रीने एक रंग उडालेली पत्रिका तिच्याकडे सारली आणि मायुमीने ते कठोर, क्रूर शब्द आवंढा गिळत वाचले.

"अपमानित स्थितीत जिवंत राहू नका
अशा तऱ्हेने मरू नका, ज्यामुळे आपले नाव वाईट रीतीने मागे राहील.
आत्माहुतीची एक उदात्त जाणीव ही तुम्हाला जीवन आणि मृत्यू यातून मार्गदर्शन करील.
कर्तव्य करत असताना केलेल्या प्रत्येक प्रयत्नात मृत्यूचा विचार कधीही करू नका.
अनंत काळ टिकणाऱ्या न्यायासाठी मरणाची भीती बाळगू नका."

"ही संहिता रक्त गोठवून टाकणारी होती, हे तुझ्या लक्षात आले असेलच!" सायुरी कोरडेपणाने म्हणाली. "मी जनरल टोजोच्या नीती-संहितेचे फारसे पालन करू शकले नाही. कारण मी अनेक वर्षे केवळ जिवंत राहिल्याची अपराधी भावना घेऊनच जगत आहे.

"पहिल्या काही आठवड्यांत आमचा मुख्य अधिकारी आणि एका तुकडीने कामिकाझी पायलट म्हणून मरता येणाऱ्या त्या 'अतुलनीय' सन्मानाबद्दल आमचे अतिशय क्रूरपणे बौद्धिक घेतले. यातनाकारक अशा मानसिक बौद्धिकांच्या कसोटीतून पार पडल्यानंतरच आम्हाला खऱ्याखुऱ्या उड्डाणाच्या प्रशिक्षण सत्रात सहभागी होण्याची परवानगी देण्यात आली. काही जण उड्डाण करण्यासाठी उत्सुक होते आणि त्यांची वेळ येईपर्यंत वाट पाहू शकत नव्हते. परंतु काही जण मात्र केवळ दडपणामुळेच त्या 'देवाच्या वायुदूता'कडे खेचले गेले होते, ते फारच घाबरलेले होते."

त्यांना विमान कसे चालवायचे, या शास्त्राचा एक आठवड्याचा अभ्यास करायला दिला. ज्या दिवसाची सायुरी वाट पाहत होती, तो दिवस उजाडला. त्यांना आता विमानावर पाठवण्यात येणार होते. अनेक जणांसाठी ते पहिले उड्डाण होते.

आणि त्याच दिवशी तिला एक माणूस भेटला, जो तिचे जीवन किंवा मृत्यू कायमचे बदलणार होता. प्रशिक्षण देणारी विमाने पाहण्यासाठी सायुरी असलेल्या नवनियुक्त सैनिकांच्या तुकडीला विमानतळावर पाठवले गेले होते. ती विमाने धुळीचे लोट उडवत धावपट्टीवर उतरली. त्यांना सांगण्यात आले की, उद्या कामिकाझी पायलटांची एक तुकडी या विमानतळावरून यू.एस.च्या मालवाहू जहाजांवर हल्ला करण्यासाठी पाठवली जाणार होती. या मोहिमेतून ते जिवंत परतण्याची अपेक्षा नव्हती.

तोंड वासून बघणाऱ्या आणि आश्चर्याने थक्क झालेल्या इतर नवनियुक्त सैनिकांपासून जरा दूर उभी राहून सायुरीने विमानातून उडी मारून बाहेर येत असलेल्या, शेवटचे उड्डाण प्रशिक्षण घेत असणाऱ्या त्या पायलटांकडे पाहिले. त्यांचे चेहरे गडद शिरस्त्राणाने आणि मोठमोठ्या गॉगल्सने झाकले गेले होते. ते आपापसांत हसत गप्पा मारत होते. जणू काही दुसऱ्या दिवशी भयानक मृत्यूला सामोरे जाणे, हा त्यांच्यासाठी नेहमीच्या कामाचा भाग होता.

त्या रात्री त्यांना चमचमीत जेवण दिले जाणार होते. त्यांना सर्वोच्च अशा शौर्य पदकाने सन्मानित केले जाणार होते आणि दुसऱ्या दिवशी त्यांना मरण्यासाठी पाठवले जाणार होते. हे तरुण आपल्या जन्मभूमीचे रक्षण करण्यासाठी प्राणांची आहुती देत आहेत, या जाणिवेने रडणाऱ्या आणि त्यांच्याविषयी असलेल्या कृतज्ञतेने जमिनीचे चुंबन घेणाऱ्या जमावाच्या 'सळसळत्या घोषणांत' त्यांना निरोप दिला जाणार होता. तिथं देशाभिमानाच्या 'यासुकुनीला भेटू या!' अशा घोषणा दिल्या जात होत्या. जेव्हा विमाने आवाज करत दूर झाली आणि वर गेली, तेव्हा त्या कौतुक करणाऱ्या जमावाचा जल्लोष आणि प्रार्थनांचा विमानांच्या घरघरीमुळे दबलेला आवाज, शेवटचे विमान नाहीसे होईपर्यंत थांबला नव्हता.

जसजसा युद्धातील पराजय अटळ होत होता, तसतसा कामिकाझी पायलटांच्या फेऱ्यांचा हा रोजचाच कार्यक्रम झाला होता. पण त्या दिवशीचा निरोप समारंभ फार मोठा होता. कारण, नेहमीपेक्षा जास्त पायलट असलेले जवळजवळ वीस पायलटांचे युनिट त्यांच्या घातक कामावर निघाले होते.

प्रत्येक कामिकाझी पायलटला निरोप दिला जात असताना धावपट्टीवर होणाऱ्या हालचालींच्या आवाजाने सायुरी इतकी मोहित झाली होती की, एका विमानाच्या नाकाजवळ वाकून उभा असलेला पायलट तिच्याकडे लक्षपूर्वक पाहतोय, याकडे तिचे लक्षच गेले नाही.

....अशा तऱ्हेने ती ताकुशी यामाशिटाला भेटली. डोक्यावर काळेभोर केस असलेला, एक सडपातळ तरुण असे तिचे त्याच्याबद्दल प्रथमदर्शनी मत बनले.

जेव्हा तो हसला, तेव्हा त्याची पांढरीशुभ्र दंतपंक्ती तिला दिसली. सायुरीने इतके शुभ्र दात यापूर्वी कोणाचेच पाहिले नव्हते. नंतर ती त्याला चिडवायची आणि म्हणायची की, त्याची दंतपंक्ती अगदी काळ्या रात्रीतसुद्धा चमकेल!

तो कामिकाझी पायलटांचा प्रशिक्षक होता आणि जेव्हा पहिल्यांदा सायुरीने त्याला पाहिले, तेव्हा तिला आपले हृदय अक्षरश: हललेले जाणवले. त्याच्या दिसण्यामुळे किंवा तो जे काम करत होता, केवळ त्यामुळे हे वाटले नव्हते; तर दोन अगदी अनोळखी लोकांमधून वाहणारा तो ऊर्जेचा प्रवाह होता. त्यामुळेच जेव्हा तो तिच्याकडे चालत आला, तेव्हा तिला अजिबात आश्चर्य वाटले नाही.

''हाय!'' तो म्हणाला. ''तू बहुधा नव्या नियुक्तांपैकी असावास! अरे देवा, तुम्ही लोक वयाने अधिकच लहान-लहान होताना दिसताय. तू तर अठरा वर्षांच्या वरचा दिसत नाहीस. मी ताकुशी आहे. मी कामिकाझी मोहिमेसाठी पायलटांना प्रशिक्षण देतो.''

आपण तेवीस वर्षांच्या आहोत आणि त्याचे अनुमान चुकीचे आहे, असे त्याला सांगण्याचे तिच्या ओठांवर आले होते. पण त्याच वेळी तिच्या लक्षात आले की, तो जसा विचार करत होता, ती अगदी तशीच दिसायला हवी होती... नुकताच वयात आलेला एक तरुण 'बायल्या' मुलगा! आणि ती गप्प राहिली.

जवळून पाहिल्यावर तो जास्तच आकर्षक वाटला आणि सायुरीने स्वत:ला बजावले की, तिच्यासारख्या डौलदार पण शारीरिक सौंदर्य न मिळालेल्या स्त्रीमध्ये त्याला स्वारस्य असणार नाही. कमनीय बांधा असलेली रैको अतिशय सुंदर होती आणि पुरुष नेहमी तिच्याकडेच आकर्षित व्हायचे. मग तिला आपण कुठे आहोत आणि आपण काय असायला हवं, हे आठवलं. तिचे विचार ज्या तऱ्हेने धावत होते, त्यामुळे ती भयचकित झाली. 'लक्ष दे सायुरी, लक्ष दे. तुला पुरुष म्हणून राहायचं आहे आणि जर त्याने तुझ्यात थोडासा जरी रस दाखवला, तर त्याचा अर्थ त्याने तू स्त्री आहेस, हे ओळखलं आहे, असा होतो. स्त्रीसारखा विचार करणे थांबव! लक्षात ठेव की, तू पुरुष आहेस. कारण, फक्त पुरुषच कामिकाझी पायलट असू शकतात.'

त्याने पुन्हा एकदा तिच्याकडे गोंधळून पाहिले आणि तो म्हणाला, ''तुला माहीत आहे का, की इतर कामिकाझी पायलटांपेक्षा तुझ्यात काहीतरी वेगळे आहे? तू मला माझ्या लहान भावाची आठवण करून देतोयस. तो आता फक्त सोळा वर्षांचा आहे! असा मोठा भाऊ बनून एका तिऱ्हाईताची काळजी घ्यावी, असं मला उगीचच का वाटतंय, ते मला आता कळतंय!''

''थँक्स!'' सायुरी सहजपणे म्हणाली. परंतु त्याला ती आपल्या भावासारखी वाटल्यामुळे आणि तिची काळजी घ्यावीशी वाटते, असे सांगितल्यामुळे तिला

आनंद झाला होता. गेले काही महिने एका मागोमाग एक त्रासदायक अनुभव आले होते आणि बराच काळ ती कोणावर अवलंबून निश्चिंत राहिली नव्हती.

जेव्हा ताकुशी तिच्याजवळ जात थोडासा वाकला, तेव्हा तिचे डोके गरगरू लागले. त्याच्या सान्निध्यामुळे त्या तरुण नवनियुक्त पायलटला काय त्रास होत होता, याची त्याला कल्पनाच नव्हती. देशद्रोयांना, इतर हेरांना आणि धीर खचलेल्या सैनिकांना शोधून काढणारे कुविख्यात लष्करी हेर हे चोरून ऐकतील, अशी जणू काही भीती वाटल्यामुळे तो कुजबुजला, ''या अशा गोष्टींसाठी तू अगदी लहान आणि अपरिपक्व वाटतोस. कामिकाझी पायलट बनण्याची तुझी खरंच इच्छा आहे का?''

''मला जगातील इतर कोणत्याही गोष्टींपेक्षाही जास्त करून हे करायचंय!'' सायुरीने उत्तर दिले. तिचा आवाज स्पष्ट होता. त्यात थरथर नव्हती आणि तो स्थिर होता.

''छान!'' ताकुशीने मान हलवली. ''ज्यांच्यात हिंमत आहे, खरीखुरी बांधिलकी आहे आणि जे न चाचरता किंवा न घाबरता उत्तर देतात; असे पायलट मला आवडतात. कामिकाझी पायलटांच्या वाटणीला येणारे कष्ट आणि त्यांना द्यावी लागणारी आहुती, हे सोसायला तू एकदम मवाळ दिसतोस, असे मला वाटले होते.''

''थँक्स, माझ्यावर विश्वास ठेवल्याबद्दल आभारी आहे, सर!'' सायुरी म्हणाली. ''कामिकाझी पायलट ही पुढे सरकणाऱ्या मित्रराष्ट्रांच्या सैन्याला आपल्यापासून दूर ठेवण्याची शेवटची संधी आहे आणि मला त्या शेवटच्या संधीमध्ये भाग घ्यायचा आहे. मी जरी लहान दिसत असलो, तरी मी माझा आत्मा आणि शौर्य देशासाठी संपूर्णतः अर्पण केले आहे.''

''ठीक आहे, ठीक आहे. माझी खात्री पटली.'' ताकुशी म्हणाला आणि त्याने दाखवलेल्या त्या चमकदार, शुभ्र पांढऱ्या दंतपंक्तीमुळे सायुरीला जाणवले, की तिच्या आवेशपूर्ण बोलण्याची त्याला गंमत वाटली होती. त्या तरुण, उत्साही आणि महत्त्वाकांक्षी कामिकाझी पायलटवर त्याचा काय परिणाम होतोय, याची त्याला जराही कल्पना नव्हती. तो पायलट त्याच्याहून सहा-आठ इंच तरी ठेंगणा होता. तो अगदी तरुण आणि लहानखुरा असला तरी चैतन्यमय आणि हिंमतवान होता. ताकुशीने निःश्वास सोडला. या लहान मियामोटोची अस्पर्शित आणि ध्येयवादी निष्ठा आपल्यातही असावी, असे त्याच्या मनात आले.

त्यामुळे तिला एका वेगळ्याच तऱ्हेचा आनंद वाटला. कारण आपण त्याच्यासाठी विशेष असावे, असे तिला वाटत होते. मात्र तिला माहीत नव्हते की, ताकुशीच्याही मनात अस्वस्थ करणाऱ्या विचारांची लढाई सुरू होती. हिरो मियामोटो असे नाव असलेला हा तरुण मुलगा वेगळा होता. केवळ त्याच्या वरच्या पट्टीतल्या आवाजामुळेच

नाही, तर त्याचा सडपातळ पार्श्वभाग, मुलायम मऊ हात आणि त्याची सुंदर, लांब निमुळती बोटे या सर्वांमुळेच त्याच्या डोक्यात वेड्यासारखी कल्पना येत होती, की हा मुलगा खरं तर मुलगी आहे!

अरे देवा, हे युद्ध त्याच्यावर एवढा परिणाम करत होते का की तो समलिंगी बनत होता आणि एका मुलाकडे आकर्षिला जात होता? त्याच्यावर पूर्ण विश्वास टाकून असलेल्या या मुलाबाबतची त्याची दुर्बलता, विचित्र आकर्षण याची ताकुशीला भीती वाटली आणि स्वत:चा तिरस्कारही वाटला. त्यामुळे मग तो त्याची इच्छा होती त्यापेक्षा जास्त तुटकपणे म्हणाला, ''ठीक आहे, जा आणि इतर नवनियुक्त सैनिकांबरोबर थांब. मी तुम्हा सर्वांना विमानाच्या कंट्रोल पॅनेलची माहिती देऊन आजचे प्रशिक्षण सुरू करीन.''

त्याने पटकन तिचा निरोप घेतल्यामुळे तिला जरा अपमानास्पद वाटले आणि सायुरी घाईने आपल्या तुकडीकडे गेली. ते अगदी उतावीळपणे प्रात्यक्षिक दाखविल्या जाणाऱ्या विमानाभोवती त्यांच्या प्रशिक्षकाची वाट पाहत होते. मग जेव्हा त्यांच्या प्रशिक्षकाने इंजीन सुरू केले, तेव्हा ती सर्व विसरली आणि ते विमान रोंरावत जिवंत झाले. त्याची ती निर्दय शक्ती इतकी आश्चर्यकारक होती की, तो नवनियुक्त सैनिकांचा छोटा चमू घाबरून मागे सरला.

ताकुशीने मग त्यांना त्या खिळवून टाकणाऱ्या कंट्रोल पॅनेल आणि नर्व्ह सेंटरपासून ते मशिन कसे चालवायचे याबद्दलच्या प्राथमिक गोष्टी सांगितल्या. ते त्यांच्यापैकी प्रत्येकाला त्यांच्या अचानक हल्ला करणाऱ्या विमानांच्या फेऱ्यांकडे आणि मृत्यूकडे नेणार होते.

प्रशिक्षणाचे सत्र संपल्यावर विमाने उतरतात त्या धावपट्टीवर सायुरी बराच वेळ रेंगाळत राहिली. उडण्याआधी ती विमाने जास्तच आवाज करायची, ते ती पाहत होती. तिथं वर जाण्याची, ते विमान ताब्यात ठेवण्याची, आपले विमान द्वेषाच्या, मरणाच्या लक्ष्यावर थेटपणे घेऊन जाण्याची तीव्र इच्छा तिच्या मनात उफाळली, त्यामुळे तिची अवस्था वेड्यासारखी झाली.

'ती अमेरिकनांचा किती द्वेष करत होती! त्यांच्या त्या अविरत बॉम्बहल्ल्याने तिच्या देशाची काय अवस्था झाली होती!' तिची प्रियतम आणि आता पुन्हा भेटू न शकणारी अशी मैत्रीण रैको आणि तिचा भाऊ हिरो हाही त्यांच्यामुळेच मारला गेला होता.

तिला त्या रात्री आठवत, तेव्हा ती किंचाळत उठायची, 'बॉम्बहल्ला थांबवा! कुणीतरी त्यांना आपल्यावर आणखीन बॉम्ब टाकण्यापासून थांबवा!' आणि आता तिला 'देवाचा वायुदूत' बनण्याची संधी आली होती. आता ती शत्रूच्या जहाजांना जपानच्या किनाऱ्यावर येण्यापासून अडवणार होती. सायुरीला स्वत:बद्दल अभिमान

वाटला आणि स्वत:च्याच शक्तीपुढे ती नतमस्तक झाली.

त्या रात्री आकाश स्वच्छ होते. ते तेजस्वी अशा हजारो ताऱ्यांनी चमचमत होते. ती रात्र प्रेमासाठी आणि शांतीसाठी इतकी सुंदर होती की, आपल्या एकटेपणामुळे आणि देशाला पराजय व शरमेच्या दरीत लोटणाऱ्या युद्धामुळे सायुरीच्या हृदयाला पीळ पडला.

दूरवरून विमानांचे आवाज येत होते. त्या थरकाप उडविणाऱ्या गडगडाटाने तिला जाणीव करून दिली की, शहराच्या दुसऱ्या भागात बॉम्बहल्ला झाला आहे. लवकरच तेथील हॉस्पिटलमध्ये मेलेल्यांची, मरणाऱ्यांची आणि जखमींची गर्दी होईल. सायुरीने मनात प्रार्थना केली. तिच्या मनात एकाचवेळी आपल्या देशाबद्दल निराशेचा आणि कामिकाझी पायलटांच्या मनातील पवित्रतेचा विचार आला. हे पायलट जपानच्या मार्गात येणाऱ्या सर्व अडथळ्यांवर मात करण्यासाठी आणि पुढे सरकणाऱ्या मित्रराष्ट्रांच्या सैन्याशी मुकाबला करण्यासाठी आपल्या प्राणांची आहुती देणार होते.

बॉम्ब! आणखी बॉम्ब! कुणीतरी त्यांना थांबवले पाहिजे!

कुठून तरी लांबून आलेल्या कामिकाझी पायलटच्या आवाजामुळे ताऱ्यांनी भरलेल्या त्या रात्रीच्या शांततेचा भंग झाला. ते मद्य पीत होते आणि ओरडत होते, "उद्या आपण जाऊ आणि त्यांना लक्ष्य करू. आता मरण्याची पाळी त्यांची असेल! बान्झाय!!"

१८

शेवटी एकदाची सकाळ झाली. पहाटेच्या पहिल्या किरणांनी सायुरीच्या झोपायच्या लोखंडी बिछान्यातून दिसणारा आकाशाचा अरुंद चौकोनी तुकडा उजळला. परंतु आजूबाजूला जोरजोराने श्वास घेणाऱ्या आणि घोरणाऱ्या तिच्या खोलीतील नऊ सहकाऱ्यांनी तिला जाणीव करून दिली की, तिला एकटीलाच जाग आलेली होती. सायुरी अजूनही गोंधळलेली आणि झोपाळलेली होती. पण अचानक तिला हसू फुटले. तिच्या आईने जर तिच्या मुलीला प्रत्येक रात्री नऊ पुरुषांबरोबर एकाच खोलीत झोपताना आणि जवळपास नग्नावस्थेत डझनभर लोकांबरोबर अंघोळ करताना पाहिले तर काय होईल, हा विचार तिच्या मनात आला.

तिची झोप काहीशी अर्धवट झाली होती. बरीचशी रात्र तिने जागून काढली होती. ती ताकुशी यामाशिटाबरोबरच्या विलक्षण भेटीचा विचार करत होती. शिवाय प्रत्येक गोष्ट इतकी वेगाने आणि सुरळीत पार पडली होती की, तिला जराशी बैचेनी जाणवत होती. स्वयंपाकघरात काम करताना क्षणभरासाठीही कामिकाझी पायलट बनणे, हे अशक्यप्राय स्वप्न वाटत होते; पण ते आता सत्यात उतरले होते. सायुरीच्या मनात त्रास देणाऱ्या भावना आणि संशय घोंगावत होता. कामिकाझी पायलट हे फक्त पुरुषच असले पाहिजेत, अशी आव्हान न देता येणारी कठीण पवित्र संहिता तोडणे जास्त कठीण नव्हते का? तिने एकटीच्या जोरावर हे आव्हान स्वीकारले होते. केवळ त्या भीतिदायक जनरल तोजोलाच नाही, तर सर्व जपानी लष्कराला तिने आपल्या धोकादायक वेषांतराने फसवले होते आणि हास्यास्पद ठरवले होते. खरंच ती यातून बाहेर पडेल का?

कामिकाझी पायलट होण्याचा नुसता विचार करणे आणि इथपर्यंत येऊन त्या खोटेपणाच्या आणि ढोंगीपणाच्या जाळ्यात गुंतणे, हेच वेड्यासारखे नव्हते का?

याआधी तिने कधीही विमान पाहिलेलेही नव्हते. त्यामुळे आपण विमानात बसून ते उडवू, याबद्दल तिला इतकी खात्री कशी होती? जर ती घाबरली आणि तिने ताकुशीपुढे स्वत:चं हसं करून घेतलं तर? तो म्हणाला होता की, त्याला तिच्या धैर्याचे कौतुक वाटत होते. आता त्याच्या अपेक्षा पूर्ण करणे तिला भाग होते; त्यात तिला प्राण गमवावे लागले तरी बेहत्तर. पण इथपर्यंत आल्यावर माघारी फिरणे शक्य नव्हते. हे खोटेपणाचे ओझे घेऊन जगणे तिला भाग होते; सुरुवातीचे प्रशिक्षण मिळताच कामिकाझी पायलटना त्यांची विमाने घेऊन हल्ला करण्यासाठी ताबडतोब पाठवले गेले असते, तर तिला निश्चित बरं वाटलं असतं. कारण, मग असं खोटं जगण्याचा काळ फार मोठा राहिला नसता. ती हिरो मियामोटो म्हणून मेली असती आणि कोणालाच तिच्या वेषांतराबद्दल कळले नसते – अगदी तिच्या प्रशिक्षकाला, ताकुशी यामाहिटालाही.

त्याचा विचार मनात आल्यावर ती काहीशी उदास झाली आणि त्याच्या त्या प्रबळ अस्तित्वाने ती अस्वस्थ अशा ग्लानीत गेली. त्या सर्व रात्री ती विमानांची स्वप्नं पाहत होती. हिरवे राक्षसी बुडबुडे आकाशातून इकडे-तिकडे जात होते; दूर अंतरावर त्यांचे तुकडे होण्याआधी आणि केशरी रंगाच्या लोळात त्यांचे रूपांतर होण्याआधी, ते जोरजोरात रोंरावत होते.

प्रत्येक बॉम्बहल्ल्यानंतर जसे माणसांच्या वेदनांचे कण्हणे आणि किंकाळ्या ऐकू येत; तसे कण्हणे, किंकाळ्या कामिकाझी विमानांच्या स्फोटानंतर यायच्या नाहीत. प्रत्येक कामिकाझी पायलट शांतपणे आपल्या मृत्यूला सामोरा जात होता. आपल्या ओठांतून वेदनेचा थोडाही आवाज येऊ देत नव्हता... विमानाच्या ज्वाळांनी देह जळत असतानाही नाही.

सकाळ होण्याआधी आपल्या स्वप्नांच्या भयंकर आठवणीने सायुरी घामाने थबथबून जागी झाली. बाहेर अजूनही अंधार असला तरी तिला माहीत होते की, आता झोपेचा प्रयत्न करण्यात अर्थ नव्हता. जवळजवळ पंधरा मिनिटे तळमळत आणि चुळबुळत काढल्यावर तिने झोपेचा नाद सोडला. अंधारात आपल्या गणवेशाच्या अनोळखी धातूच्या बटणांशी चाचपडत तिने तो अंगावर चढवला. आपले वजनदार बूट हातात धरून ती हळूच त्या झोपण्याच्या खोलीतून अनवाणीच बाहेर आली. त्या वेळी तिचे इतर नऊ सहकारी कामिकाझी पायलट होण्याच्या शारीरिक आणि मानसिक दडपणाखाली थकून झोपले होते.

सकाळच्या दवबिंदूंत चमकणाऱ्या त्या शांत विमानांमुळे काही मन:शांती मिळेल म्हणून सायुरी सरळ त्या विमानतळाकडे गेली. जो भेटण्याची तिने अपेक्षा केली नव्हती, तो ताकुशी आपल्या चवड्यांवर बसून जे विमान तो आज सकाळी उडवणार होता, त्याची तपासणी करण्यात गुंगून गेला.

तिची चाहूल लागल्यावर तो उभा राहिला आणि त्याने विचारले, ''कोण, हिरो मियामोटो? तू एवढ्या सकाळी इथं काय करतोस? मी या विमानाच्या तपासणीची जंत्री पुरी करत आलोय. आपण आज सकाळच्या उड्डाणाच्या प्रशिक्षणासाठी हे विमान वापरणार आहोत. हे बघ, तू आता उठलाच आहेस, तर इकडे ये आणि मला मदत कर. कदाचित त्यातून तूही काही शिकशील.''

''ते फारच सुंदर आहे!'' एका पंखाच्या थंड पोलादी धातूवर हात फिरवत ती म्हणाली, ''हे कामिकाझी विमानांपैकी एक आहे का?''

''होय, हे तेच आहे. येथील प्रत्येक विमानाचा शेवट हा कामिकाझी मोहिमेसाठीच होईल.'' ताकुशीने सांगितले. ''ही अशी सुंदर वस्तू, हिचा नाश ज्वाळांच्या लोळात होईल, यावर विश्वास ठेवायला कठीण वाटते ना? मला विमाने आवडतात आणि जवळजवळ आपले सर्व हवाईदल या अशा तऱ्हेने संपेल, म्हणून मला दुःख होते. पण या अशा वेळी आपल्या देशासाठी आपल्याला प्रत्येक गोष्ट धोक्यात घालायला हवी.''

तो थांबला. त्याने तिच्याकडे गोंधळलेल्या नजरेने पाहिले. सायुरीला जाणीव झाली की, तिने उत्साहाच्या भरात आपण पुरुष आहोत, हे विसरून कामिकाझी विमानाच्या इतक्या जवळ जाऊन त्याचा संशय जागृत केला, की काय? विमानाला पुरुष अशा हळुवारपणे स्पर्श करणार नाही आणि हळू आवाजात ते सुंदर आहे, असेही म्हणणार नाही. त्यामुळे ती कोण आहे, हे शोधून काढण्याच्या प्रयत्नात ताकुशी असला, तर ती त्याला दोष देऊ शकत नव्हती. देव न करो; कदाचित त्याला असे वाटले असावे की, ती समलिंगी आहे! परंतु स्त्री असण्यापेक्षा समलिंगी आहे असे वाटणे, या तिच्या वेषांतरात जास्त चांगले होते.

'काळजीपूर्वक राहा,' तिने स्वतःला बजावले. 'नाहीतर तू स्वतःच स्वतःचा गौप्यस्फोट करशील!'

मग सायुरी उघडपणे म्हणाली, ''हो, या अशा तऱ्हेने या विमानांचा आणि आमच्यासारख्या कामिकाझी पायलटांचा शेवट होणार, हे विधिलिखित आहे यावर विश्वास ठेवणे कठीणच आहे! परंतु, या इथं तुम्ही हे सर्व इतक्या थंडपणे स्वीकारत असताना दिसते आणि मला आश्चर्य वाटते की, तुम्ही हे कसे काय करता?''

ताकुशीने एक झाकण जोरात बंद केले. त्याच्या कड्या आणि स्क्रू तपासताना त्याने खांदे उडवले, ''हे काम आहे आणि पहिला धडा तुम्हाला हाच शिकायचा आहे की, जर तुम्हाला खरंच कामिकाझी पायलट व्हायचे असले, तर तुम्ही तुमच्या मनातून सर्व भावभावना काढून टाकायच्या. फक्त आपल्या देशासाठी स्वतःला आणि शत्रूला मारायचे, ही न डळमळणारी भावना जागृत ठेवायची. या विमानतळावर कामिकाझी पायलट्ससाठी 'देशाभिमानाचे' वर्ग सक्तीने घेतले जातात, ते तुला

माहीत आहे का? आणि भंग न होणारा एक कायदा असा आहे की, मरण्याच्या त्या विशिष्ट कामगिरीवर गेलेले कोणीही जिवंत परत येऊन शरमेचे आणि नाचक्कीचे आयुष्य जगत नाही.

"मरणे हे कामिकाझी पायलटचे कर्तव्य आहे, तुला समजतंय ना? हा काही पोरखेळ नाही किंवा वीर होण्यासाठी आलेली निव्वळ लहर नाही!" तो म्हणाला आणि त्याने सायुरीकडे तीव्र कटाक्ष टाकला. "अजूनही तुला यातून जावे असे वाटते का? तू अगदी माझ्या लहान भावासारखा आहेस आणि म्हणूनच या घडीलाही मी तुला यातून बाहेर पडायला मदत करू शकतो!"

"मला माहीत आहे की, हे काम कठीण आणि धोक्याचे आहे. परंतु, मला तरीही कामिकाझी पायलट व्हायचंय आणि ते होण्यासाठी जे काही हवं ते माझ्याकडे आहे, असा माझा विश्वास आहे." सायुरीने ठासून सांगितले, "म्हणून विमान कसे उडवायचे, ते मला शिकवा. एकंदरीत हल्ला करायला जाण्यासाठी माझी निवड होण्याआधी मी विमानोड्डाणात किती तरबेज असायला हवं?"

"हं, प्रामाणिकपणे सांगायचे तर विमान वर कसे न्यायचे, नंतर ते लक्ष्याकडे घेऊन जायचे आणि त्यावर कसे आदळायचे यासारखी प्राथमिक माहितीच तुम्हाला गरजेची आहे. काही तुझ्यासारखे पायलट आहेत, ज्यांनी कधी उड्डाण केलेले नाही. तुम्ही हे लक्षात ठेवा की, काही झाले तरी हे काम म्हणजे विमान लक्ष्यावर आदळवणे हेच आहे; ते वर घेऊन जाऊन पुन्हा सुरक्षितपणे खाली उतरवणे नाही. फक्त एकाच तऱ्हेने कामिकाझी पायलट खाली उतरेल आणि ते म्हणजे स्फोटाने ज्वाळांचा लोळ करत!"

सायुरीच्या हे लक्षात आले नाही की, ते बोलत असताना ताकुशीने एक बंद केलेला दरवाजा उघडला होता आणि तो कॉकपिटमध्ये चढून गेला होता. त्याने तिला पाठोपाठ वर बोलावले त्याच्या बाजूच्या वापरून जुन्या झालेल्या सीटवर बसायला सांगितले.

सायुरीने यापूर्वी कधीही विमानाचा अंतर्भाग पाहिला नव्हता. पहिली काही मिनिटे ती त्या घाबरवून टाकणाऱ्या अशा कंट्रोल पॅनेलकडे वेड्यासारखी पाहत गप्प उभी राहिली. तिच्यासमोर बटणांची रांग, लिव्हर्स आणि उघडमीट करणारे दिवे होते. ताकुशीचा आवाज दूरवरून आल्यागत तिच्या कानांवर येत होता. तो प्रत्येक खुंटी, बटणाचे काम काय, ते सांगत होता.

सायुरीने एक दीर्घ श्वास घेतला. कारण, आपण फार घाबरल्याचे तिच्या लक्षात आले आणि तिने स्वत:ला बजावले, 'लक्षात ठेव, थंड आणि व्यवहारी राहा. नीट लक्ष दे आणि प्लीज, भावना दाखवू नकोस!'

"ही सर्व बटणं मी कशी लक्षात ठेवणार? मी ते कागदावर लिहिणे जास्त

चांगले नाही का?'' इंजीन सुरू झाल्यामुळे कान बधिर करणाऱ्या आवाजात ओरडत ती म्हणाली. परंतु असे दिसले की, ताकुशीने तिचे बोलणे ऐकले होते, कारण त्याने ओरडून उत्तर दिले, ''काळजी करू नकोस. तुला सर्व बटणं लक्षात ठेवण्याची गरज नाही. कामिकाझी पायलटना फक्त विमान वर कसे न्यायचे, ते निवडलेल्या लक्ष्यापर्यंत कसे घेऊन जायचे, एवढेच शिकायचे असते आणि लवकरच हे सर्व तुझ्या लक्षात येईल.''

त्याने तिला त्या विमानाचे ब्रेक कसे सैल सोडायचे आणि विमान जमिनीपासून उंचीवर कसे घेऊन जायचे, ते दाखवले. सायुरी ती बटणे बघण्यात एवढी दंग झाली होती की, विमान जमिनीवरून वर कधी गेले, ते खाली पाहीपर्यंत तिच्या लक्षातच आले नव्हते. तिने खाली पाहून 'आ' वासला.

''या सुंदरीमधून मी तुला चक्कर मारून आणतोय!'' इंजिनाच्या आवाजावर आवाज चढवत ताकुशी ओरडला.

खाली घरांची, इमारतींची सुंदर नक्षी आणि शेते पसरली होती. अजूनही सकाळचं धुरकट धुकं तिथं होतं. जसजसे ते वर गेले तशी खाली दिसणारी दृश्ये पाहू सायुरी खिळून गेली होती. तिला भीती वाटत नव्हती. वरती आकाशात असताना एका वेगळ्याच आभासी जगात असल्यासारखे वाटत होते, जिथं काहीही अशक्य नव्हते.

सायुरीने पाहिले की, तिचा प्रशिक्षक तिच्याकडे टक लावून पाहत होता. भावनेच्या आवेगात वर आकाशात, जमिनीच्या आणि सत्यापेक्षा हजारो फूट वर असताना तिच्या मनात त्या दोघांबद्दल विचार आला की, दोन शरीरे अन् एक मन असेच ते दोघं होते.

त्या विचाराच्या शृंगारिकतेने तिचे गाल लाल झाले आणि ताकुशीने आपले विमान उडवताना वापरायचे गॉगल्स आपल्या डोक्यावर नेले. त्याला वाटत होते त्यापेक्षा अधिक सहजतेने तो म्हणाला, ''तुझा चेहरा इतका लाल झालाय त्यावरून एवढे नक्की की, हे उड्डाण तुला खूपच उत्तेजित करणारे असले पाहिजे!''

मनातून तो स्वत:ला शिव्या देत होता, 'तुला काय वेड लागलंय का? एखाद्या पुरुषाबद्दल तुला हे असे कसे वाटू शकते?'

हे युद्धामुळे झाले असावे. या पुरुषांनी भरलेल्या विमानतळावर अडकल्यामुळे आणि बराच काळ स्त्री-सहवास न मिळाल्यामुळे तो बहुधा या मुलाकडे लैंगिकरीत्या आकर्षित झाला असावा!

इंजिनाच्या त्या जोरजोराच्या रोंरावण्याने सायुरी खूश झाली. कारण, त्यामुळे पुढे काही संभाषण सुरू ठेवणे त्यांना कठीण जात होते. तिने फक्त आपली मान हलवली आणि त्यानंतर ताकुशी ते विमान लक्ष्यापर्यंत जाण्यासाठी वर कसे उडत ठेवायचे याबद्दल सूचना देतच राहिला. परंतु त्यांच्यात असलेला तो विचित्र ताण

कायम राहिला. तिच्या पहिल्याच उड्डाणाच्या उत्साहात त्याने भर घातली. सायुरीला जाणवले की, हे कधीही संपू नये, अशी आपली मनापासूनची इच्छा आहे.

पंधरा मिनिटे उड्डाण केल्यावर ते विमान वादळी हवेच्या पट्ट्यात आले आणि विमान जोराजोरात हलू लागले. यामुळे सायुरीला चिंता वाटत नव्हती की भीतीही वाटत नव्हती. काही झाले तरी ती निर्भय कामिकाझी पायलट बनणार होती; असा कामिकाझी पायलट, जो विमान उडवतो ते लक्ष्यावर आदळवून मरण्यासाठीच... जिवंत राहण्यासाठी नाही. त्यामुळे पुढच्या मोठ्या योजनांकडे पाहता, या वादळी हवेच्या वातावरणात घाबरण्यासारखे काही नव्हते.

शिवाय, त्या गडगडाटी वातावरणात ते विमान जितके जास्त हलले आणि वर-खाली होत राहिले तितके सायुरीला जास्त आव्हान आणि स्थिरता जाणवू लागली. पुढे पसरलेल्या अनंत आकाशाची तिला भीती उरली नाही.

''त्या दिवशी मला वाटणारी सर्व भीती आणि स्वत:बद्दलच्या शंका मी झटकून टाकल्या. कामिकाझी पायलट होण्याचे सर्व गुण माझ्या अंगात आहेत, हे मला कळले. मी अगदी शांत, निर्भय, मनावर पुरेसे नियंत्रण असलेली आणि राजा आणि देश यासाठी मरण्याची पुरेशी उत्कट इच्छा असलेली झाले होते!'' त्या वृद्ध सायुरी मियामोटोने मायुमीला त्यांच्या मुलाखतीच्या सत्राच्या तिसऱ्या दिवशी सांगितले.

''त्या सर्व उन्हाळ्यात ताकुशीने आम्हाला विमान उडवायला शिकवले. तो आम्हाला काळजीपूर्वक सर्व प्राथमिक गोष्टी शिकवायचा. माझी विमान उडवण्यातली आवड वाढली. मी ज्या दिवशी विमान जमिनीवरून वर उचलेन, त्या दिवसाकडे पोहोचायचे आणि आकाशात रोंरावत माझ्या लक्ष्यावर स्वत:ला झोकून द्यायचे ही प्रेरणा, ही झाली पहिली गोष्ट. दुसरी गोष्ट म्हणजे – ज्यांनी माझ्या जिवलग मैत्रिणीला, माझ्या भावाला आणि असंख्य जपानी लोकांना मारले होते; त्या अमेरिकनांबद्दल प्रचंड द्वेष. तिसरी म्हणजे – उड्डाण प्रशिक्षक ताकुशीबद्दलचे वाढत जाणारे आकर्षण. या तीन कारणांनी ती आवड वाढतच गेली. ती अस्वागतार्ह भावनाही अनपेक्षित तसेच ठरवून केलेली कृती नव्हती. त्यामुळे माझ्या कार्यक्रमात भयानक अडथळा यायचा.''

प्रत्येक रात्री जेव्हा दिवसाचा उड्डाणाचा कार्यक्रम संपायचा, सायुरी आणि इतर नवनियुक्त सैनिकांना मनावर बिंबवणाऱ्या वर्गांना जवळजवळ तीन तास जावे लागायचे. या मधल्या काळात त्यांच्या देशाभिमानाच्या ज्वालेत इंधन घालायची गरज होती. त्यासाठी रेडिओवर केला जाणारा धीरगंभीर आवाजातील द्वेष आणि प्रचार त्यांना दररोज ऐकावा लागायचा. कामिकाझी पायलट बनायचेच, हा सायुरीचा

निश्चय पक्का होता. जरी तिच्या लक्षात आले की, तो धीरगंभीर आवाज ऐकण्याची तिलाही गरज होती. त्यामुळे तिचा निश्चय डगमगणार नव्हता आणि तिच्या आईच्या विनवण्या – ज्या मृत्यूसाठी नव्हे तर जगण्यासाठी आणि रक्तपातासाठी नव्हे तर शांतीसाठी होत्या – ती चालवून घेणार नव्हती.

उड्डाण प्रशिक्षणाचे दोन आठवडे झाल्यानंतर सायुरीला पुन्हा एक भयानक स्वप्न पडले. तिची मैत्रीण रैको तिच्या स्वप्नात आली. पण या वेळी तिचे सुंदर तपकिरी डोळे निराशेने आणि दुःखाने जड झालेले होते. ती आपली मान हलवत होती आणि बर्फागत थंड वाऱ्याच्या झोताने तिचा सौम्य, पछाडणारा आवाज सायुरीपर्यंत पोहोचवला, "नाही... नाही... असे काही करू नकोस... प्लीज, सायुरी... तू कुणाला मारण्यासाठी कधीच जन्माला आलेली नव्हतीस."

"परंतु हे सर्व तुझ्यासाठी आणि माझा भाऊ हिरोसाठी... हे सर्व तुम्हा दोघांसाठी आहे. अमेरिकनांनी आपल्याबरोबर जे काही केले, त्यामुळे मी त्यांचा द्वेष करते आणि मला त्यांना ठार मारायचंय!" ती किंचाळत होती. मात्र, रैकोचे समाधान झाले नाही.

"नाहीऽऽ" ती दुःखाने म्हणाली. "माझ्यासाठी तू हे करू नकोस; कारण तुला माहीत आहे की मला शांती, प्रेम आणि क्षमा या गोष्टी प्रिय होत्या; हिंसा, मृत्यू आणि सूड नव्हे."

त्या ज्वाळा वाढत चालल्या आणि उग्र होत गेल्या... हळूहळू तिच्या पायाजवळ पोहोचल्या. जणू काही त्या तिचा बळी घेणार होत्या! एका भयानक वेदनेने तिच्या देहाच्या प्रत्येक भागात शिरकाव केला आणि त्या स्वप्नाच्या तीव्रतेने किंचाळत ती जागी झाली. ते स्वप्न इतके खरे होते की, तिला त्या ज्वाळांची धग अजूनही जाणवत होती.

झोपण्याच्या खालच्या जागेवरचा एक नवनियुक्त सैनिक सहकारी जागा झाला आणि त्याने घोगऱ्या आवाजात विचारले, "हा एवढा मोठा आवाज कोण करतोय?"

सायुरीने आपली मूठ किंकाळ्या थांबविण्यासाठी तोंडात कोंबली आणि जेव्हा ती शांत झाली, तेव्हा ती म्हणाली, "सॉरी, मला भयानक वाईट स्वप्न पडलं!"

तो नवनियुक्त सैनिक कुरकुरला आणि त्यानंतर बराच वेळ तो कूस बदलत राहिला. तो पुन्हा झोपेच्या अधीन झाला आणि पुन्हा शांतता पसरली. मंद घोरण्याच्या आवाजाने त्या शांतीचा भंग होत होता. परंतु त्या खोलीत राहणाऱ्या कामिकाझी प्रशिक्षणार्थींची त्या तळावर असलेली ही नेहमीचीच रात्र होती.

सायुरी आपल्या उशीवर विसावली. आपल्या खोलीतील सहकाऱ्यांच्या घोरण्याने तिला आधार वाटला. नंतरची तिची झोप स्वप्नविरहित आणि गाढ होती.

११

"मी आकाशात अगदी सहज वावरत होते आणि एका महिन्यात मी इंजिनाचा ताबा मिळवण्यात सिद्ध झाले होते. त्या वेळी ताकुशी माझ्या बाजूला असायचा." सायुरीने मायुमीला मुलाखतीच्या चौथ्या दिवशी सांगितले.

"मी ज्या सहजतेने विमान आकाशात न्यायचे, ठरलेला मार्ग पूर्ण करायचे आणि कोणत्याही हिसक्या-धक्क्याशिवाय जमिनीवर उतरवायचे, हे पाहून तोही आश्चर्यचकित व्हायचा. रोजच्या प्रशिक्षणाच्या आम्हाला उड्डाणासाठी फक्त एक तास असायचा. कारण, ताकुशीला इतर नवनियुक्त सैनिकांना एकापाठोपाठ एक असे वर न्यावे लागायचे. मला तो एक तास म्हणजे स्वर्गसुख वाटायचे.

"वर आकाशात गेल्यावर ताकुशी मला बहुतेक वेळा कामिकाझी प्रणालीबद्दल काही गोष्टी समजवयाच्या. अर्थात ते स्वाभाविकच होते, कारण त्यामुळेच आम्ही एकत्र आलो होतो आणि त्या घडीला तरी आम्हाला जोडणारा तो एकच दुवा होता."

सायुरीच्या लक्षात आले की, कामिकाझी पायलटचे दोन प्रकार होते. एक म्हणजे, तो पायलट एकट्याने विमान उडवायचा आणि लक्ष्यावर हल्ला करायचा. दुसरा, स्फोटक द्रव्याने भरलेल्या विमानात असायचा. त्या स्फोटक द्रव्यांना 'चेरी ब्लॉसम्स' अशा आगळ्या-वेगळ्या नावाने संबोधले जायचे. हे छोटे विमान दुसऱ्या एका कामिकाझी नसलेल्या पायलटने चालवलेल्या विमानाला बांधलेले असायचे. जेव्हा ते मोठे विमान लक्ष्याजवळ पोहोचायचे, तेव्हा ते खाली असलेले छोटे विमान सोडून द्यायचे आणि ते विमान खाली त्या कामिकाझी पायलट व स्फोटकांसह लक्ष्याचा नाश करण्यासाठी पाठवले जायचे. सायुरीने ठरवले की, तिला खरोखरचा कामिकाझी पायलट व्हायचे होते, जो हल्ला करायला आपणहून जायचा आणि

दुसऱ्या तऱ्हेचा नव्हे, जो दुसऱ्याने चालवलेल्या विमानाद्वारे लक्ष्यावर 'फेकला' जायचा. मात्र, यासाठी तिला कठीण प्रशिक्षण घ्यावे लागणार होते.

पण एके दिवशी दुपारी अचानकच तिचे विश्व अपमानकारक रीतीने कोसळून तिच्याभोवती विखुरले. सायुरीला हे कसे घडले, ते समजलेच नाही. परंतु एक प्रशिक्षण सत्र रद्द झाल्यावर तिने आपल्या झोपण्याच्या जागेत जायचे ठरवले आणि खोलीत कोणी नाही, हे बघून तिने विचार न करता आपला घामाने भिजलेला शर्ट काढला. तेवढ्यात पूर्वसूचना न मिळताच दरवाजा उघडला गेला आणि ताकुशी तिथं दरवाज्यातच तिच्या स्त्री देहाकडे अविश्वासाने पाहत उभा होता.

''हिरो मियामोटो, तू स्त्री आहेस?'' त्याने मोठ्यांदा ओरडून विचारले. बंदुकीच्या जीवघेण्या गोळ्या भिंतीवर आपटून परत उडाव्यात, तसा तो आवाज त्या खोलीत घुमला.

तो टक लावून पाहतच राहिला. तेवढ्यात सायुरीने शरमेने शर्ट पुन्हा अंगात चढवला. परंतु तिचे हात इतके कापत होते की, बटणं लावण्याचं सोपं कामही ती करू शकत नव्हती. तिची बोटे बटणांवरून घसरत होती आणि वैफल्याचे अश्रू तिच्या गालांवरून ओघळू लागले होते, मग तिला जाणवले की, तो तिच्या जवळ आला आहे आणि तिच्या शर्टची बटणे त्याने पटकन लावली.

''प्लीज, माझी तक्रार करू नकोस!'' तिने विनंती केली. ''जर तू गप्प राहिलास तर मी तुझ्यासाठी काहीही करीन – अगदी काहीही!''

तिने केलेली सूचना अगदी स्पष्ट होती. केलेल्या सूचनेच्या धाडसामुळे सायुरीचा चेहरा आणि कान लाल झाले. परंतु तिने त्याची तीव्र नजर धीटपणे आणि न कचरता परतवली. काहीही झाले तरी हिरोला शोधायचं म्हणून रैको एका क्षुल्लक सायकलसाठी एका माणसाबरोबर झोपली होती; मग जर तिला देशासाठी विमान नेण्यासाठी तिच्या देहाचा वापर करावा लागला तर लागू दे. शेवटी युद्धात आयुष्याला काहीच मोल नसते. तशाही स्त्रिया फारच छोट्या गोष्टींसाठीही आपला देह द्यायला तयार असायच्या. परंतु तरीही सायुरी आतल्या आत लाजेने आणि स्वत:बद्दल तिरस्काराने जळत होती. त्या कामिकाझी मोहिमेत राहण्यासाठी ती घायकुतीला आली होती. या फसवणुकीसाठी जिवंत पकडले जाऊन कठोर लष्करी कारवाईला सामोरे जाण्याची किंवा गोळ्या घालणाऱ्या पथकाकडून होणारी मृत्यूची शिक्षा भोगण्याची तिची तयारी नव्हती.

''प्लीज, जर त्यांना हे कळले, तर माझा जीव घेतला जाईल आणि जर मला मरायचे आहे तर मला सन्मानाने कामिकाझी पायलट म्हणून आणि देशाचा शूर वीर – जो यासुकुनी पवित्र स्थळासाठी योग्य असा देशाचा वीर – म्हणूनच मरायचंय!''

तिथं प्रदीर्घ शांतता पसरली होती. कारण सायुरी खरोखरच स्त्री आहे, हा

धक्का ताकुशीला पचत नव्हता. मात्र, तिने केलेल्या फसवणुकीमुळे आलेल्या तीव्र सात्त्विक संतापाशी तो झगडत होता. त्याच वेळी त्याचे तिच्या त्या दृढनिश्चयाबद्दल आणि देशभक्तीबद्दल वाटणारे कौतुक वाढतच होते. कारण यामुळेच ती बारीकशी मुलगी इतकी मजल गाठून आपल्या देशासाठी मरायला तयार होती.

मनाला स्पर्श करणाऱ्या आणि कोणतीही उणीव नसलेल्या या अशा धाडसाने शेवटी बाजी गाठली आणि ताकुशी तिला गंभीरपणे म्हणाला, ''तुझ्या सूचनेबद्दल आभारी आहे.'' परंतु त्याच्या चमकणाऱ्या डोळ्यांत त्याला वाटणारी गंमत लपून राहिलेली नव्हती. ''नाही, मी हे वर सांगणार नाही. पण ज्याची तू सूचना केली आहेस, त्या कारणामुळे नाही. तुला अर्थातच माहीत आहे की, तुझ्याबद्दल वर सांगणे हे माझे कर्तव्य आहे. परंतु, तुझ्या इच्छेचा आणि कामिकाझी पायलट बनण्याच्या बांधिकलकीचा मी मान राखतो. अशा तऱ्हेचा राग आणि उर्जेला प्रोत्साहन द्यायला हवं. त्यामुळे तुझ्याबद्दल वरती सांगायचे नाही, असे मी ठरवलंय. परंतु आपल्याला काळजीपूर्वक राहायला हवं. कारण, तुला पाठीशी घालून लष्करी कायद्याचा भंग केल्याबद्दल जर मी सापडलो, तर मलाही गोळी घातली जाऊ शकेल!

''काही असो; मागे वळून पाहिले तर, मी असे म्हणणार नाही की मला अगदी आश्चर्य वाटले. खरं तर तू तुझे सोंग अगदी व्यवस्थित वठवले होतेस. तुझ्याबाबत असे काहीतरी होते, जे अगदी सुरुवातीपासून मला नेहमी गोंधळात टाकायचे आणि आता ते काय आहे, हे मला कळलंय!''

सायुरी बराच वेळ गप्प होती. कारण ज्याचे तिच्याशी कोणतेही, अगदी मैत्रीचेही नाते नव्हते; त्या माणसाच्या मनाच्या मोठेपणाने ती अगदी भारावून गेली होती. तिचे हृदय सुटकेच्या भावनेने उचंबळून आले होते; कारण तो तिचे हे वेषांतर उघड करणार नव्हता. आपल्या भावना व्यक्त करण्यासाठी आणि जो तिच्यासाठी स्वत:चा जीव तसेच लष्करी सचोटी धोक्यात घालायला निघायला होता, त्याच्या प्रशंसेसाठी शब्दच नव्हते.

''हं, तू गप्प आहेस याचा अर्थ मी असा घ्यायचा का, की या रहस्यात आपण दोघेही एकत्र आहोत?'' ताकुशीने विचारले.

''होय, अर्थात होय!'' सायुरी ओरडली आणि भरून आलेले अश्रू लपवण्याच्या प्रयत्नात तिचे डोळे चमकत होते. कामिकाझी पायलट रडत नसत आणि आता तर तिला पहिल्यापेक्षा जास्त तीव्रतेने आपली हिंमत ताकुशीला दाखवून द्यायची होती. ''तुमच्या या मला मदत करण्याच्या अनपेक्षित सूचनेने मी भारावून गेलेय आणि त्यामुळे काय बोलावे, हेच मला समजत नाही; कारण नुसते 'थँक्स' म्हणणे पुरेसे वाटत नाही!''

''एक गोष्ट लक्षात ठेव की, सामुराईंच्या बुशिडो संहितेत स्त्रियांनाही स्थान

आहे. ज्यांनी आपल्या स्त्रीत्वाच्या दुर्बलतेतून स्वत:ला बंधमुक्त केले आणि एखाद्या अत्यंत मजबूत आणि शूर वीरासारखे मनोधैर्य दाखवले अशा स्त्रिया', अशा शब्दांत बुशिडो संहितेत स्त्रियांची स्तुती केली असल्याचे माझ्या आईने सांगितले होते. तूही तसेच करते आहेस.''

उरलेल्या एका आठवड्यात ताकुशीने आपल्या शब्दांना जागून त्या नवनियुक्त पायलटांचे अत्यंत कठोर प्रशिक्षणाचे सत्र पूर्ण केले. त्याने काहीही उघड केले नाही आणि त्या चमूत असलेल्या एखाद्या पुरुषाप्रमाणे सायुरीला कठोर परिश्रम करायला लावले.

परंतु 'त्या' रात्रीच्याही आधी त्या दोघांनाही माहीत होते, की त्यांच्यात एक खास आकर्षण होते. त्या रात्री जेव्हा त्या अंघोळीच्या निर्मनुष्य जागी पटकन बुडी मारून आल्यावर सायुरीला झोपायच्या खोलीत इतर कामिकाझी पायलट्सची फालतू बडबड ऐकणे कठीण झाले, तेव्हा तिने एकट्याने फिरायला जायचे ठरवले. ही त्या अनेक रात्रींपैकी एक होती, जेव्हा तिला एकटीच राहण्याची आवश्यकता वाटत होती. कारण तिच्या मनात घोटाळणाऱ्या विचारांची गुंफण तिला सोडवायची होती आणि तिच्या आत्म्याला कुठे शांतपणा मिळत नव्हता.

'रात्र इतकी सुंदर आहे आणि इथं मात्र माझ्या मनात वाईट विचार अळ्यांसारखे गर्दी करून राहिले आहेत!' चांदण्यांनी भरलेल्या आणि एखाद्या छोट्या मुलीने दरवाज्यातून डोकावून पाहावे तशी चंद्राची कोर काहीशी बुजत बाहेर येत असलेल्या आकाशाकडे बघत सायुरीने उसासा सोडला.

तिने नेहमीचा सामान ठेवण्याच्या खोलीचा ओळखीचा रस्ता पकडला. तिथं एक लाकडी बाक होता. त्या धक्काबुक्की करणाऱ्या आणि गोंधळ घालणाऱ्या नवनियुक्त सैनिकांच्या खोलीत जाण्याआधी ती शांततेसाठी आणि स्तब्धतेसाठी बऱ्याचदा तिथं येऊन बसायची.

'त्याला तोंड दे. तुला काय झालंय ते तू जाणतेस. तू बैचेन आहेस आणि आतून शून्य आहेस, कारण प्रशिक्षणाचा काळ संपल्यानंतर तू ताकुशीला भेटू शकणार नाहीस. तेव्हा तो नाही म्हणून तुला पार चुकल्या-चुकल्यासारखे वाटेल!' तिच्या आतल्या आवाजाने सांगितले आणि ते सायुरीने रागाने दूर सारले.

''निव्वळ मूर्खपणा!'' ती मोठ्याने पुटपुटली आणि जेव्हा तिच्या मागून आवाज आला, ''हा निव्वळ मूर्खपणा कोणता?'' तेव्हा ती बाकावरून जवळजवळ पडणारच होती.

सायुरीचे हृदय धडधडू लागले. कारण मागे वळून बघण्याआधीच तिने तो आवाज ओळखला होता. वळून पाहिल्यावर तिला त्याची ती पांढरीशुभ्र दंतपंक्ती चांदण्यांत चमकताना दिसली. तो ताकुशी होता आणि त्या सामानाच्या निर्मनुष्य खोलीत ते दोघेच होते. वर आकाशात तारे चमचमत होते आणि चंद्र त्यांच्या

काळ्या सावल्यांवर आपले चंदेरी किरण टाकत होता. सायुरीला फारच अद्‌भुतरम्य आणि हलकेफुलके झाल्यासारखे वाटत होते. त्याचे तिच्या अगदी जवळ बसणे स्वाभाविकच होते. त्याचा श्वास तिला आपल्या चेहऱ्यावर जाणवत होता.

जेव्हा तो त्याच्या त्या दबलेल्या भावनांना वाट देत अतिशय प्रेमाने तिची चुंबने घेऊ लागला, तेव्हा सायुरीने प्रतिकार केला नाही. कारण, असे वाटत होते की या क्षणाची ती आयुष्यभर वाट पाहत होती!

"पहिल्यांदा प्रेम करणे कसे असेल याचे नेहमीच मला आश्चर्य वाटायचे आणि मी अशी कल्पना केली होती की, त्यात जादू आणि हळुवारपणा असेल; परंतु हे असे घडेल, अशी मी कधीच कल्पना केली नव्हती. ज्याच्यावर मी जीवापाड प्रेम केलं, त्या पुरुषाबरोबर संबंध ठेवताना माझ्या तोंडून हुंदके बाहेर पडत होते. साहसी, धोकादायक अशा कामिकाझी मोहिमेबद्दलचे जबरदस्त आकर्षण हा आमच्यामधला समान धागा होता. आंमचे प्रेम हे अनेक तऱ्हेने आमच्या या आकर्षणाइतकेच साहसी होते.

"आमचे नाते बदलले होते. त्याला प्रेम, साहस आणि त्वेष यांनी भरलेली एक वेगळीच दिशा मिळाली होती. त्या सामानाच्या निर्मनुष्य खोलीत चोरट्या रात्री हे घडले होते. त्यामुळे आमचे आयुष्य, आमची लष्करी कारकीर्द आणि जिथे आमच्यापर्यंत कोणीच पोहोचू शकत नव्हते, अशा ठिकाणी घेतलेली ती उत्कट दीर्घ चुंबने – सर्वांवरच टांगती तलवार होती.

"आम्ही कामिकाझी पायलट होतो आणि आमचे जीवन एका कारणासाठी आम्ही बहाल केले होते. तरीही आम्ही प्रेम करत होतो, हसत होतो. खरंतर असे करण्याचा आम्हाला कोणताही अधिकार नव्हता. जेव्हा मी कोणत्याही प्रकारचे सुख भोगत असायचे, तेव्हा कधी कधी मला अपराधी वाटायचे. कारण, कामिकाझी पायलट म्हणून सोसणे आणि मरणे हेच माझे भवितव्य होते. मला मिळणारे एकमेव सुख म्हणजे माझे विमान माझ्या लक्ष्यावर आदळवणे, हेच होते. मला वाटते की जे दुःख मला नंतर भोगावे लागणार होते, ते आम्ही पुरेशा खंबीरपणे नाकारल्याची ती शिक्षा होती."

हिशोब चुकता करण्याच्या ज्या दिवसाची सायुरी वाट पाहत होती, तो शेवटी आला. एका रात्री ताकुशी तिच्या खोलीत आला आणि त्याने सांगितले की, पुढच्या महिन्यात एक विशेष काम ठरले होते आणि त्यासाठी आपल्याबरोबर कोण घ्यायचे, हे त्याला 'ठरवायचे होते.' त्याच्या बरोबर जाऊन एकत्रपणे मरण्याइतकी तिची तयारी होती का? क्षणभर सायुरीला हसावेसे वाटले. त्या शब्दांमुळे नव्हे; पण

ज्या गंभीरपणे तो बोलला, त्यामुळे. जणू काही तो तिला फिरायलाबरोबर येण्याबद्दल विचारत होता!

आपली मुलगी कामिकाझी पायलट म्हणून प्रशिक्षण घेत आहे. ज्या माणसावर तिचे प्रेम आहे, त्याने फिरायला किंवा जेवायला बोलवावे तसे तिला मरणाच्या एका विशिष्ट कामावर त्याच्याबरोबर येण्यासंबंधी विचारलंय, हे जर तिच्या आई-वडिलांना कळले, तर ते काय म्हणतील याचा सायुरी मनातल्या मनात विचार करत होती.

कदाचित तो चेष्टा करत असावा. एक महिना हा तसा जास्तच जवळचा नव्हता का? तिने त्याच्या चेहऱ्याकडे एक चोरटा कटाक्ष टाकला आणि तिच्या लक्षात आले की, तो खरंच गंभीरपणे बोलत होता. म्हणजे गेले काही आठवडे जे प्रशिक्षण ते घेत होते, त्याचा हा शेवट होता?

"मला आपण दोघांनी बाजूबाजूला राहून उड्डाण करावेसे वाटते. त्यामुळे जेव्हा आपण खाली जाऊ, तेव्हा आपण दोघे बरोबरच जाऊ!'' ताकुशी म्हणाला.

सायुरीला पुन्हा एकदा या सर्व वेडेपणाबद्दल मूर्खासारखे हसावेसे वाटू लागले. तिचा प्रियकर तिला उरलेले आयुष्य त्याच्याबरोबर घालवण्यासाठी बोलावत होता. परंतु ते विवाह करून एकत्र म्हातारे होण्यासाठी नव्हे, तर अशा विशिष्ट कामासाठी, जिथं त्यांचे जीवन एकत्र संपणार होते! आता ती याबाबत जास्त चिकित्सक का बरं बनली होती? त्यांचे ते क्षणभंगूर प्रेम आणि अनुराग यांचा पाया हाच नव्हता का? आणि ते असंच व्हायचे नव्हते का? ती हे विसरली होती का, की ते कामिकाझी पायलट होते आणि सामान्यांसारखे प्रेम, हास्य आणि आयुष्य त्यांच्या वाट्याला नव्हते?

तरीही सायुरीने मोठा आवंढा गिळला आणि म्हणाली, "पुढच्या महिन्यात? तसे लवकरच, नाही का? परंतु काही झाले तरी आपण कामिकाझी पायलट आहोत आणि कोणत्याही वेळी आणि कोणत्याही ठिकाणी जायला आपण तयार असायला हवं; बरोबर?''

तिथं पावलांचा जोरदार आवाज झाला आणि तिच्या खोलीत राहणारे तिघे तिथं आले ते आनंद व्यक्त करतच! कारण, पुढच्या हल्ल्यावर जाण्यासाठी ते निवडले गेले होते. सायुरीला या अनपेक्षित विषयातंरामुळे बरे वाटले. कारण त्यांचा एकत्रित वेळ कमी होता म्हणून ती दु:खी झाली होती, हे ताकुशीजवळ कबूल करण्यातून तिची सुटका झाली होती. एखाद्या उत्साही कामिकाझी पायलटप्रमाणे तीही आपल्या खोलीतील सहकाऱ्यांप्रमाणे खूश व्हायला हवी होती.

त्यांच्या त्या 'बान्झाय' आणि 'आम्ही लवकरच यासुकुनी तीर्थस्थानात आपली जागा मिळवू!' या घोषणा, आरोळ्यांनी ती खोली भारली होती. त्या ओरड्यात

इतकी ताकद आणि साहस होते की, त्यामुळे सायुरीही त्यांच्या उत्साहात आणि देशासाठी मरण्याच्या त्या पवित्र आणि निर्मळ अशा इच्छेत खेचली गेली.

'मी हे करू शकेन! सर्व ठीक होणार आहे!' ताकुशी त्या अरुंद बोळातून लांब ढांगा टाकत कोपऱ्यावरून अदृश्य होताना तिने पाहिले, तेव्हा तिने स्वत:ला बजावले.

त्या रात्री तो तिला विमानतळ, कामिकाझी विमाने आणि लष्करी पोशाख यांच्या बाहेर पहिल्यांदा खऱ्याखुऱ्या प्रियाराधनेसाठी घेऊन गेला. त्यांच्याकडे दुर्लक्ष करून त्यांना विमानतळाबाहेर जाऊ द्यावे, यासाठी त्यांनी पहारेकऱ्यांना लाच दिली. पुरेसे अन्न असल्यामुळे शहरातील सुरू असलेल्या काही रेस्टॉरंटपैकी एका रेस्टॉरंटमध्ये ते गेले.

ती अशीच एक सुखकर रात्र होती आणि आकाशात चंद्राची कोर मंदपणे चमकत होती. मंद वारा वाहत होता आणि त्यामुळे विमानतळावरून घाईने बाहेर पडताना त्यांचे केस उडत होते. ती दोघं अंधारातून चालली होती, त्यामुळे त्यांना कोणी पकडणार नव्हते किंवा थांबविणार नव्हते. सर्वसामान्य जोडप्यांनी जे काही करायचे असते, ते करण्याची त्यांची ती रात्र होती. कोणत्याही कारणाने ही रात्र त्यांना बिघडायला नको होती. सायुरीने आपले केस फुगवले होते आणि तिने फुलाफुलांचा पोशाख व उंच टाचेचे बूट घातले होते. या सर्व गोष्टी तिचे स्त्रीत्व शक्य तेवढ्या प्रकर्षाने दर्शवत होत्या. आज रात्री ताकुशीसाठी तिला संपूर्ण स्त्री व्हायचे होते.

ते छोटे धुरकट रेस्टॉरंट स्थानिक लोकांनी भरलेले होते. तिथं जवळच्या छावणीतील लष्करी अधिकारीही होते; परंतु नशिबाने त्यांना ओळखणारे विमानतळावरचे कोणीही नव्हते. स्वत:ला क्वचितच मिळणाऱ्या अशा रात्रीमध्ये ते सर्व जण दंग होते. त्यामुळे कुणीही त्या आकर्षक, परंतु सामान्य दिसणाऱ्या, कोपऱ्यात बसलेल्या आणि संभाषणात रंगलेल्या त्या जोडप्याकडे जास्त लक्ष दिले नाही. ज्या तऱ्हेने त्यांचे हात गुंफलेले होते आणि त्यांच्या डोळ्यांत चमक दिसत होती; त्यावरून हे उघड होते की, त्यांचे एकमेकांवर खूप प्रेम होते.

सायुरीसाठी ती रात्र संस्मरणीय होती. ती दोघं वयात आलेल्या मुलांप्रमाणे अनेक गोष्टींवर वेड्यासारखे बोलत होती. त्या गोष्टी त्यांना कधीच मिळणार नव्हत्या, हे त्या दोघांनाही माहीत होते. तिचे मात्सुमोटो येथील घर आणि तिथं असलेले चातीसारखे मात्सु झाड, ताकुशीचे केस, दात आणि सायुरीचे सुंदर डोळे घेऊन जन्माला येणारी मुलं यावर गप्पा झाल्याच; पण बागेतील सारे खणणाऱ्या कुत्र्याचाही विषय निघाला.

त्या क्षणाच्या उन्मादाने भारावलेली सायुरी म्हणाली, ''मी आता असा विचार करत होते ताकुशी की, जर आपण कामिकाझी पायलट व्हायचा विचार सोडून

दिला, तर आता आपण ज्या गोष्टी बोललो, त्या सर्व आपल्याला अजून मिळू शकतील.''

ताकुशीच्या डोळ्यांतील आनंद नाहीसा झाला आणि तो गंभीरपणे म्हणाला, ''आजची रात्र जादू आहे, खोटे-खोटे जगायची आणि कल्पनेत रंगायची. तू जे काही आता म्हणालीस, ते शक्य नाही; कारण ते आपल्याला कधीही मोकळे सोडणार नाहीत. तुम्ही त्यांच्याजवळ तुमची नोंद कामिकाझी पायलट म्हणून केल्यानंतर, ते तुम्हाला कधीही जाऊ देत नाहीत. मग तुम्ही कुठेही लपा; ते तुम्हाला शोधून काढतील आणि दुसऱ्या एखाद्याला त्याचा विचार बदलावासा वाटला, तर त्याच्यासाठी उदाहरण म्हणून ते तुम्हाला गोळी घालून तुमचा जीव घेतील.''

''आपल्याला उत्तरेकडे जाता येईल. ते इतके प्रचंड आणि निर्जन आहे की कुणीही आपल्याला शोधू शकणार नाही!'' सायुरीने आपला मुद्दा रेटला.

''लष्कर जिकडेतिकडे आहे. त्यामुळे जेव्हा त्यांना आपण सापडू, तेव्हा ते आपल्याला गोळ्या घालतील आणि अतिशय अपमानास्पदरीत्या मरायला लावतील. कामिकाझी पायलटच्या हालचालींचा मागोवा अगदी काळजीपूर्वक घेतला जातो आणि त्याची नोंदही केली जाते. आता या घडीला मी विमानतळावरून चोरून बाहेर पडलोय, हेही त्यांना कळलेले असणे शक्य आहे; तरीही ते त्याकडे डोळेझाक करताहेत. कारण, काही झाले तरी मी मरणार आहे, तेव्हा एखाद्या स्त्रीबरोबर मला काही तास आनंदाचे मिळाले तर हरकत नाही, असा त्यांनी एकंदर विचार केला असावा.'' ताकुशी म्हणाला.

सायुरीने मान हलवली, परंतु तिच्या घट्ट मिटून घेतलेल्या डोळ्यांतून अश्रू ओघळत होते. ताकुशीचे म्हणणे अर्थातच बरोबर होते. एकदा का तुम्ही कामिकाझी पायलट म्हणून सही केलीत की, जिवंत परत फिरणे नाही. तुम्ही तुमच्या परत न घेता येणाऱ्या मृत्यूच्या हुकूमावर स्वतःच सही करून देत असता.

सायुरीने आपल्या मुठी इतक्या जोरात आवळल्या की, तिच्या बोटांच्या नखांनी पंज्यातून रक्त काढले. कामिकाझी पायलट म्हणून स्त्रियांवर विश्वास न टाकण्याचा लष्कराकडे हा एक मुद्दा होता! तिचा स्वतःचाच तो खंबीर निश्चय ती प्रेमात पडताच डळमळीत झाला होता आणि ती भावनेच्या भरात वाहवत गेली होती. त्या क्षणी सायुरीला स्वतःचाच अतिशय तिरस्कार वाटला. कारण, ती दुर्बल झाली होती आणि लष्कराचे मत योग्य असल्याचे सिद्ध करत होती.

''तुझे बरोबर आहे, ताकुशी. कामिकाझी पायलट बनायचे, हा माझा निश्चय आणि माझी ती आवड कुठे गेली?'' ती म्हणाली. ''मी खरंच दुर्बल आहे आणि त्याबद्दल मी स्वतःचाच तिरस्कार करते. परंतु तुम्हाला तुमचे प्रेम सापडले आणि त्याचा उपभोग घेण्यासाठी आणखी थोडा काळ आणि आयुष्य हवे आहे, असे

वाटणे, यात काही चूक आहे का?''

"नाही, ते चूक नाही. परंतु आपण कामिकाझी पायलट आहोत आणि ज्या घडीला आपण आपले आयुष्य बहाल करतो, त्या क्षणापासून ते पुढे कधीही आपले राहत नाही. ती एक सन्मान संहिता आहे. सायुरी, तुला कळतंय ना?'' ताकुशी म्हणाला. "हे सामुराईंच्या बुशिडो संहितेसारखे आहे. स्वत:चा मान राखण्यासाठी पोट कापून आत्महत्या करायला त्यांना जराही भीती वाटत नाही. त्याचप्रमाणे कामिकाझी पायलट म्हणून आपण आपल्या शब्दांना जागले पाहिजे.''

त्या चोरट्या रात्रीची जादू आणि मजा संपली होती, पण सायुरीला ती तशी संपायला नको होती. त्यामुळे ती म्हणाली, "आज रात्री आपण सुखात असायला हवं. तेव्हा हे असे भयंकर विचार करायचे सोडून देऊ या आणि नदीच्या बाजूला फिरायला जाऊ या.''

जेव्हा ते इझाकायामधून चालत बाहेर पडले आणि त्या छोट्या रस्त्याला लागले, तेव्हा चंद्र आकाशात वर आला होता. नदीच्या बाजूला जाणारा तो रस्ता वळणावळणाचा होता. नदीच्या त्या शांत पाण्यावर चंद्राचा प्रकाश रुपेरी छटेत चमकत होता आणि एक तऱ्हेची रंगेल प्रभावळ त्याने त्यांच्याभोवती टाकली होती. ती रात्र शांती आणि प्रेमासाठी होती. त्यांच्याभोवती युद्ध पेटलंय आणि प्रत्येक मिनिट त्यांनी निवडलेल्या त्या भयंकर शेवटाजवळ त्यांना नेत होते, यावर विश्वास ठेवणे कठीण होते.

अर्धा-एक तास चालल्यावर विश्रांती घेण्यासाठी ते एका उघड्या-बोडक्या सपाट खडकावर थांबले. त्याच वेळी एक तारा आकाशातून पडला. रुपेरी चमचम तेवढी त्या मागे उरली आणि सायुरीला तिच्या लहानपणी आई काय सांगायची, ते आठवलं... 'जेव्हा तू तारा पडताना पाहशील तेव्हा इच्छा कर आणि ती सत्यात उतरेल!'

आज रात्री सायुरीचे मन जड होते. मृत्यूच्या त्या काळोख्या छायेने त्यावर भार टाकला होता. भक्ष्यावर झडप घालणाऱ्या गिधाडाप्रमाणे मृत्यू पडद्याआड दबा धरून बसला होता. तिने आपले डोळे बंद केले आणि इच्छा केली, पण तिला माहीत होते की, चमत्कार झाला तरच ती इच्छा खरी ठरणार होती.

ताकुशीने तिचे केस विस्कटले आणि हसत विचारले, "तू कशाची इच्छा करत आहेस?''

"ते मी तुला सांगू शकत नाही.'' सायुरीने मनापासून सांगितले. "नाहीतर ती कधीच खरी होणार नाही, असं माझी आई म्हणायची!''

ते कामिकाझी पायलट आहेत, या वास्तवात त्यांना लवकरच परत जायचे होते. परंतु, आजच्या रात्री आणखी थोडा वेळ तरी सायुरी इतर स्त्रियांसारखी स्त्री होती. तिला वाटत होते, असा चमत्कार घडावा की, त्यामुळे त्यांचे प्रेम त्यांना त्या

वचनापासून वाचवेल, तशी प्रार्थना करत होती... जे वचन – ते न चुकता किंवा दयामाया न दाखवता लवकरच त्यांचे जीवन मागणार होते.

कामिकाझी पायलट होण्याची इच्छा करणाऱ्यांना दिलेली ताकीद सायुरीला आठवली आणि ती थरथरली, 'तुम्ही जेव्हा सही करता, तेव्हा तुमची त्याबद्दल खात्री असू द्या. कारण, मग परत फिरणे शक्य नाही. लष्कराला मन बदलणे किंवा मार्ग बदलणे मान्य नाही. एकदा तुम्ही सही केल्यानंतर मग कामिकाझी पायलट होण्यापासून दूर गेलात, तर शिक्षा असते – बंदूकधारी तुकडीकडून मरणाची.'

तांत्रिकदृष्ट्या विचार केला तर ती अडकू शकत नव्हती, कारण ती स्त्री होती आणि कामिकाझी पायलट म्हणून सही करू शकत नव्हती. तिला फक्त एवढेच करायचे होते की, ती स्त्री आहे, हे उघड करायचे आणि लष्कराला फसवले, हा ठपका पत्करायचा. परंतु ते ताकुशीला कधीच सोडणार नव्हते. दोन आठवड्यांनी मृत्यूकडे नेणाऱ्या त्या मोहिमेसाठी निघणाऱ्या विमानात तो असायला हवाच होता.

परंतु ती ताकुशीला एकट्याला जाऊ देणार नव्हती. त्यांनी ठराव केला होता आणि त्यावर त्यांनी सहीही केली होती, कारण त्याला तो शेवटचा प्रवास तिच्याबरोबर करायचा होता. त्यामुळे हल्ला करण्याची जेव्हा वेळ येईल, तेव्हा ती तिथं असणार होती. त्यांची विमाने एकमेकांच्या बाजूलाच असणार होती.

"हा एक विरोधाभास होता आणि आयुष्याला मिळालेली भयंकर कलाटणीही. कारण मी कामिकाझी पायलट बनायची इच्छा धरून बाहेर पडले ती सूड घेण्यासाठी. ज्यांनी माझी प्रिय मैत्रीण रैकोचा, माझ्या भावाचा आणि इतर असंख्य जपानी लोकांचा त्यांच्या अविरत बॉम्बहल्ल्यांनी जीव घेतला होता; त्या मित्रराष्ट्रांबद्दल माझ्या मनात प्रचंड तिरस्कार होता. आता मी त्या विमानात ताकुशीच्या प्रेमाखातर जात होते... माझ्या द्वेषाच्या आणि सूडाच्या सर्व भावनांच्या चिंध्या झाल्या होत्या!" ती समुद्री हिरव्या रंगाच्या किमोनोतील वृद्ध स्त्री म्हणाली आणि तिच्या खप्पड गालांवरून कशाचीही तमा न बाळगता अश्रू ओघळत होते.

मायुमीने न बोलता टिश्यू पेपरचे पाकीट तिला दिले आणि ती शांत होण्याची वाट पाहत थांबली. त्या पंच्याऐंशी वर्षांच्या वृद्ध स्त्रीला दिलासा देण्यासाठी ती काही बोलू शकेल, असे दिसत नव्हते. त्या आठवणींचे ओझे ती वृद्धा आपल्याबरोबरच घेऊन जाणार होती.

ताकुशीला ती थरथरताना जाणवली आणि त्याने आपले जॅकेट तिच्या भोवती पांघरले. ती दोघे त्या सपाट खडकावर त्या चमकत्या नदीच्या शांत, लाटा नसलेल्या पाण्याकडे टक लावून पाहत बसली होती.

त्या रात्री ताकुशीने आपण सापडले जाण्याचा आणि कडक शारीरिक शिक्षा होण्याचा धोका केवळ ती सबंध रात्र त्याने शोधून काढलेल्या एका अधिकाऱ्याच्या रिकाम्या खोलीत सायुरीबरोबर काढण्यासाठी पत्करला होता. जेव्हा तो लष्कराने गुप्तरोगांचा बंदोबस्त व्हावा म्हणून पुरवलेली संततिनियमनाची साधने बाहेर काढू लागला तेव्हा सायुरीने त्याला थांबवले. ती म्हणाली, ''दोन आठवड्यांत आपण मरणार असताना अशा तऱ्हेची सावधगिरी बाळगणे वेडेपणाचे नाही का? नाही ताकुशी, आपण दोघांनी एकरूप... खरोखर एकरूप व्हावे आणि आपल्यामध्ये कोणताही अडथळा नसावा,असे मला वाटते.''

बऱ्याच वेळानंतर ताकुशी शांत झोपी गेला. त्याने त्याचा हात तिच्याभोवती टाकला होता – जणू काही तो तिचे संरक्षण करत होता. सायुरी मात्र बराच वेळ जागी होती. काहीशी गोंधळलेली, घाबरलेली होती. तिचं एक मन अजूनही आपण कामिकाझी पायलट असावे, असे सांगत होते. परंतु दुसरे मन... त्याला आता दिसू लागले होते की, आयुष्य त्याच्या सर्व शक्यता लक्षात घेऊनही, मरणापेक्षा जास्त सुंदर आहे! आणि या विचाराला जास्त चालना मिळाली होती. ज्या रेषेने त्या दोन विचारांना वेगळे केले होते, ती आता अस्पष्ट झाली होती. ती आता गोंधळ आणि अनिश्चिततेत मिसळून गेली होती. तिच्या मनावर आपल्या स्वत:च्या दुबळेपणामुळे आणि निश्चयाच्या अभावामुळे शरमेचे पुट चढले होते.

''मी एखाद्या लहान मुलासारखी होते. सोडवता न येणाऱ्या मोठ्या अडचणीत अडकलेल्या मुलीसारखी. परंतु या वेळी ही अडचण काही साधीसुधी नव्हती; ती म्हणजे साक्षात मृत्यू होता!''

आणि तिच्या अंर्तमनातून पुन:पुन्हा येणारे शब्द तिला पछाडत होते... 'लष्कराचे बरोबर आहे. कामिकाझी पायलट होण्यासाठी जे लागते, ते स्त्रियांकडे नसते! तुझ्याकडेच पाहा ना, एखाद्या माणसाला तुझ्यात गुंतायला पाठवलं आणि नेमके नको ते घडलं. तू तुझ्या कामिकाझी पायलट होण्याच्या निर्णयाच्या योग्यतेबद्दलच शंका घ्यायला हवीस!'

'तुझा धिक्कार असो! कारण तू तुझे स्वार्थी स्वारस्य आणि इच्छा या देशापेक्षा जास्त महत्त्वाच्या मानतेस, धिक्कार असो तुझा!'

२०

कितीही आक्रमक प्रचार आणि मनावर ठसवून मतिभ्रष्ट करण्याचे काम शाही प्रशासनाकडून १९४५मध्ये केले जात होते, तरी जपानी साम्राज्य कोसळत आहे; हे सत्य ते देशांपासून लपवून ठेवू शकत नव्हते. काही चमत्कार झाला तरच अपमानास्पद पराभवापासून सुटका होणार होती. परंतु सायुरीच्या तळावरील मुख्य अधिकाऱ्याने जाहीर केले होते की, चाल करून येणाऱ्या मित्रराष्ट्रांच्या सैन्याला भयंकर टक्कर दिल्याशिवाय ते मागे हटणार नाही. त्यांची भयानक मानवी रॉकेट्स आणि बॉम्ब वापरून ते बदला घेणार होते. ज्यांनी जगाला हादरवले होते, अशा त्यांच्या कामिकाझी पायलटांचाही ते वापर करणार होते.

युद्ध जितके जपानच्या विरोधात जात होते, तेवढेच त्यांचे लष्कर घायकुतीला येऊन कमी होत जाणाऱ्या कामिकाझी पायलटांना शोधून चाल करून येणाऱ्या मित्रराष्ट्रांच्या सैन्याला रोखत होते. तो तळ कोणत्याही तरुण माणसाला कामिकाझी पायलट म्हणून मरायला पाठविण्याआधी त्यासंबंधीचे प्रशिक्षण देण्यासाठी भरती करून घेत होता.

जिथं माहिती दिली जात होती, त्या खोलीत सायुरीबरोबर ताकुशी जायचा. तिथं भिंतीवर पॅसिफिक विभागाचे मोठे नकाशे टांगलेले असत आणि लाल टोक असलेल्या टाचण्या त्या नकाशांवर टोचलेल्या असत. या टाचण्या त्यांच्या लक्ष्यस्थानांची जागा दर्शविण्यासाठी असत. त्या दोघांकडे औत्सुक्याने टक लावून पाहण्यास सुरुवात झाली असली आणि कोणीतरी कुत्सितपणे हसत ते समलिंगी आहेत असे कुजबुजले असले, तरी एकत्र असणे आणि तेही जितके जास्त वेळ शक्य असेल तेवढे; यापेक्षा त्यांच्या लेखी कशालाच किंमत नव्हती. कारण त्यांच्या आयुष्याची उलटगणती सुरू झाली होती.

त्या माहिती देण्याच्या खोलीत 'अंतिम उद्दिष्टांसाठी' निवडलेले कामिकाझी पायलट्स तळावरचे त्यांचे शेवटचे दिवस घालवत होते. त्या सर्व वातावरणात घर करून बसलेल्या भीतीच्या भावना इतक्या अविरत आणि तीव्र असायच्या की, सर्वांवर त्या शक्तीचा प्रभाव पडायचा.

"ती जागाच अशी होती, जिची तुम्हाला भीती वाटायची आणि तरीही तिथं जावेसे वाटायचे. मात्सुमोटोमध्ये फार वेळ प्रतीक्षा केलेल्या एका भुताच्या सिनेमाला मी आणि हिरो गेलो होतो. भीतिदायक प्रसंग आले की आम्ही डोळे बंद करायचो; परंतु ज्या हातांनी आम्ही डोळे झाकलेले असायचे, त्यातून चोरटी नजर टाकल्यावाचून आम्हाला राहवत नसे. आताची भावना अशीच काहीशी होती!"

संक्षिप्त माहिती देणारे अधिकारी त्या कामिकाझी पायलटमध्ये मित्रराष्ट्रांबद्दलच्या द्वेषाला आणि राष्ट्रीयत्वाच्या भावनेला जमेल तेवढे खतपाणी नियमितपणे घालायचे. त्यामुळे त्यांचे मानसिक धैर्य आणि हिंमत अगदी टिपेला पोहोचायची. ते या कामात इतके वाकबगार होते की, सायुरीचीसुद्धा ढळणारी हिंमत आणि विश्वास पुन्हा चेतवला.

"बान्झाय! बान्झाय!" ते पायलट मधूनमधून ठराविक अंतराने एकत्रितपणे ओरडायचे. त्यांचा त्याग हा जपानच्या मावळत्या दिवसांत काही फरक घडवून आणील, हा विश्वासच एवढा जबरदस्त होता की, त्या मजबूत जाळ्यात ओढले न जाणे आणि न अडकणे, हे कठीणच होते.

त्या संध्याकाळी सहा कामिकाझी विमानांच्या तुकडीने स्फोटके घेऊन हवाईदलाने निश्चित केलेल्या लक्ष्यांवर जाण्यासाठी उड्डाण केले. ही ठिकाणं हवाईजवळच्या समुद्रात होती. सायुरीने त्या तरुण पायलटनां प्रोत्साहन देणाऱ्या घोळक्याला हात हलवून आणि विजयी 'व्ही'ची खूण करून त्यांच्या विमानात वर चढून जाताना पाहिले. ते त्यांच्या देशासाठी मरण्यास अगदी पूर्ण तयारीत आणि आनंदात होते. त्यांच्यापैकी एकानेही भीती किंवा पश्चात्तापाची भावना पुसटशीदेखील दर्शविली नव्हती.

त्या रात्री जाणाऱ्या पायलटांपैकी दोघांशी सायुरीची मैत्री झाली होती. दोघेही वासेडा आणि टोकियोसारख्या चांगल्या विद्यापीठांचे पदवीधर होते. ते शत्रूची जहाजे उडवायची, या विचाराने इतके प्रेरित झाले होते की, ते विमानतळाच्या ऑफिसजवळ रोज घुटमळायचे आणि मरणाच्या त्या 'विशिष्ट' कामगिरीसाठी त्यांची संधी कधी येते याची वाट पाहायचे. त्या संध्याकाळी त्यांच्यासाठी ती सुसंधी

आली होती. जेव्हा निरोपासाठी ते वळले, तेव्हा सायुरीने त्यांच्या तोंडावर अभिमानाचे तेज पाहिले. तिथं भीतीचाही लवलेश नव्हता. त्यांना तो सन्मान वाटत होता आणि त्यांच्या देशासाठी मरण्याच्या भावनेने ते खूश होते. ....त्यामुळे तिला सामुराईंच्या अमानुष सेप्पुकू संहितेची आठवण झाली.

त्या तळाच्या बाहेर मोठा जमाव कामिकाझी पायलटना उड्डाण करताना बघायला आला होता. त्यातील काहींनी डोळे मिटून घेतले होते. आपल्या मरणाकडे जाण्याच्या बेतात असलेल्या त्या तरुण मुलांच्या आत्म्यांसाठी ते प्रार्थना करत होते. इतर 'जपानच्या सुपुत्रांसाठी' आभार आणि उत्तेजनांच्या घोषणा देत होते. प्रत्येक वेळी कामिकाझी पायलटांचा चमू जेव्हा विमानोड्डाण करायचा, तेव्हा असाच भावनिक प्रसंग घडायचा; परंतु जमावाने एकत्र येण्याचे कधीच थांबवले नव्हते.

"बान्झाय! बान्झाय! बान्झाय!" जेव्हा विमाने उडत आणि रोंरावत दूरवर जात, तेव्हा ते ओरडत असत. त्यांच्या या आरोळ्या विमाने दिसेनाशी होईपर्यंत सुरू असत.

दुसऱ्या दिवशी बातम्यांमध्ये त्यांनी ऐकले की, तीन विमाने सोडून बाकीच्या सर्वांनी आपले लक्ष्य गाठले होते. परंतु एक गोष्ट निश्चित होती की, ते हसरे आणि सुशिक्षित तरुण वैमानिक आता जिवंत नव्हते. त्यांचा त्याग निरुपयोगी ठरला होता... त्यांची आयुष्यं फुकट गेली होती. कारण काहीही झाले तरी, त्यांचे 'लक्ष्य' चुकले होते.

"असे कधी घडलेले माहीत आहे का, की कामिकाझी पायलट आपले लक्ष्य चुकला आणि जिवंत राहिला?" मुख्य इमारतींकडे जाताना सायुरीने ताकुशीला विचारले.

"हो, कामिकाझी पायलट जिवंत राहिल्याची अशी काही उदाहरणे आहेत. जेव्हा त्यांना जिवंत परत आणले गेले, तेव्हा त्यांचे आयुष्य एक दुःस्वप्न ठरले!" ताकुशी म्हणाला. "त्याला अत्यंत तीव्र अशी मानसिक 'शुद्धमोहीम' असे म्हणतात – अन्न आणि झोपेपासून त्यांना वंचित करणे, त्यांचा छळ करणे, टोमणे मारणे याचे ते समर्थन करतात. तू फक्त असल्या कोणत्याही छळांचे नाव घे; ते सर्व कामिकाझी पायलटच्या 'अपमानांच्या' या यादीत असतील!"

सायुरी २३ मे १९४५, हा दिवस कधीच विसरू शकली नसती. कारण त्या दिवशी ताकुशीला त्याचे कामिकाझी उड्डाण करण्यासाठी बोलावले गेले होते. ज्यांनी लक्ष्य साधण्यापेक्षा चुकविले होते, अशा फारशा प्रशिक्षित नसलेल्या अनेक पायलटांना नुकतेच परत पाठविले गेले होते. त्यामुळे लष्कराला त्यांच्या बेदरकार

अशा कामिकाझी मोहिमेत पुन्हा उत्साह भरायचा होता, म्हणून ताकुशीसारखे अनुभवी पायलट बोलावण्याची वेळ आली होती. त्या दिवशी त्याला आठ कामिकाझी पायलटच्या चमूबरोबर उड्डाण करण्याची आणि अमेरिकेच्या विमानवाहू जहाजांच्या ताफ्यावर आणखी एक हल्ला करण्याचा हुकूम मिळाला होता. ही जहाजे ओकिनावाकडे संथपणे येत होती आणि अगदी शेवटच्या क्षणाला त्याने सायुरीला या विशेष कामात घेतले जावे, अशी विनंती केली होती. त्यामुळे ती दोघे बरोबर जाऊ शकणार होती.

जेव्हा हा लेखी हुकूम एका सैनिकाने दिला, तेव्हा ताकुशीच्या चेहऱ्यावर कोणताही भाव नव्हता. परंतु सायुरी थरथरू लागली. लहानपणापासूनच जेव्हा ती घाबरायची किंवा दु:खी व्हायची, तेव्हा तिला हा त्रास व्हायचा. हातात घेतलेली कॉफी सांडली आणि एक गडद ठिपका तिच्या करड्या गणवेशावर पसरला, तेव्हाही ती अगदी सुन्न झाल्यासारखी पाहत होती.

''इतक्या लवकर?'' तिने हळूच विचारले आणि ताकुशीने मान हलवली.

''कर्तव्याची हाक आल्यावर आपण जी प्रतिज्ञा केली, ती पाळलीच पाहिजे. जेव्हा आपला निश्चय डळमळतो, तेव्हा सामुराईची मानाची बुशिडो संहिता नेहमी लक्षात ठेव.''

''कामिकाझी पायलट व्हायचे, ही माझी इच्छा प्रत्यक्षात उतरविण्याची वेळ आल्यावर मला कसे वाटले? मी धैर्याचा मुखवटा घातला होता, तरी आतमधून माझी घाबरगुंडी उडाली होती. परंतु यातून बाहेर पडण्याचा मार्ग नव्हता. एखादा कर्तव्य सोडून जाणारा कामिकाझी पायलट हा लक्ष्य चुकल्यामुळे जिवंत परत आलेल्या कामिकाझी पायलटपेक्षा अधिक वाईट मानला जायचा.''

सायुरीला आपल्या आई-वडिलांना पुन्हा भेटायचे होते आणि शेवटचा निरोप घ्यायचा होता. परंतु एका आठवड्यात हा प्रवास करणे आता शक्य नव्हते; कारण जोरदार बॉम्बहल्ल्यांमुळे रेल्वेचे बरेच मार्ग त्या आठवड्यात नष्ट झाले होते. दुसरे कारण भावनिक होते. तिला माहीत होते की, जर तिने पुन्हा आपल्या आई-वडिलांना पाहिले, तर जेव्हा वेळ येईल तेव्हा त्या विमानात जाणे तिला फारच कठीण होईल.

काही आठवड्यांपूर्वी तिने त्यांना एक पत्र पाठवले होते आणि त्यात आपण कामिकाझी पायलट होण्यासाठी स्वत:हून गेल्याचे कळवले होते; परंतु हे करण्यासाठी आपण पुरुष असल्याची बतावणी केल्याचे तिने सांगितले नव्हते. कारण ताकागीसाहेबाने तिला या आधीच विमानतळावरून जाणारी सर्व पत्रं तपासली जात असल्याची

कल्पना दिली होती. त्यामुळे स्वयंसेवक म्हणून त्या सर्व पुरुष असलेल्या कामिकाझी कार्यक्रमात तिने स्वत:ची नोंदणी कशी काय करून घेतली याचा अंदाज तिच्या आई-वडिलांनाच लावायचा होता.

पत्र पाठवल्यानंतर मात्र आपले गुपित उघड होईल असे उत्तर आले, तर...? या काळजीत अनेक दिवस घालवले. कारण येणारी पत्रंही तपासली जातात, हे तिच्या उशिरा लक्षात आले होते. एक स्त्री कामिकाझी पायलट कशी होऊ शकते, एवढाच प्रश्न तिच्या आई-वडिलांनी विचारला की, मग तो पत्रं तपासणारा अधिकारी तिला तेथील मुख्य अधिकाऱ्याकडे जाण्यास सांगणार आणि मग तिच्यासाठी सर्वच संपणार होते. ती मग ताकुशीला पुन्हा कधीच भेटू शकणार नव्हती किंवा त्याच्याबरोबर उड्डाण करू शकणार नव्हती. ते त्यांच्या देशाच्या सन्मानासाठी आणि किर्तीसाठी एकत्र मरू शकणार नव्हते.

'मी इतकी निष्काळजी कशी होऊ शकले?' ती हळहळली. त्यांची पत्रंही तपासणी अधिकारी वाचेल, हे जाणण्याइतकी सजगता आपल्या आई-वडिलांजवळ असेल असे तिला वाटत नव्हते. मात्र, त्यांनी त्यांच्या उत्तरात आपले कुटुंब आणि देशाच्या संरक्षणासाठी ती जो त्याग करत होती, त्याबद्दल फक्त अभिमान व्यक्त केला होता आणि मंदिरात ते प्रत्येक दिवशी तिच्यासाठी प्रार्थना करतील, असे तिला कळवले होते.

अखेर त्यांची विशेष मोहीम एका आठवड्याने पुढे ढकलली गेली. कारण विमानतळ आणि विमानगृह यावर बॉम्बहल्ला करण्याचा प्रयत्न मित्रराष्ट्रे करतील, अशी बातमी कळली होती. त्यामुळे सर्व पायलटांनी त्यांची विमाने उत्तरेत एका गुप्त जागी घाईघाईने नेली होती आणि परिस्थिती सुधारेपर्यंत ती तिथंच ठेवली जाणार होती. ताकुशी तीन दिवस दूर गेला होता आणि तिला त्याची खूप आठवण येत होती. त्याच्यापासून दूर राहणे तिला सहन होत नव्हते, कारण त्यांचे दिवस कमी होत होते. रात्री आपल्या बिछान्यात असताना प्रत्येक दरवाज्यासमोरून जाणाऱ्या बोळांतून बुटांचा आवाज ऐकू आला की, ती श्वास रोखून धरायची. त्या रात्री फारच एकाकी होत्या.

एका रात्री एकाकीपणामुळे आणि आपली दिशा चुकल्यामुळे सायुरी विमानतळाकडे चालत गेली. तिथं असलेल्या फिरत्या प्रकाशमान दिव्यांची तिने पर्वा केली नाही. ते दिवे मधूनच गोल फिरायचे आणि तो सर्व विमानतळ प्रकाशित करायचे. तिथं प्रशिक्षणासाठी ठेवलेले एक जुने विमान होते आणि कुणीही ते हलवण्याच्या भानगडीत पडले नव्हते. तिच्यासारखेच ते अगदी एकाकी आणि दीनवाणे उभे होते.

सायुरीने दरवाजा उघडण्याचा प्रयत्न केला आणि मूठ फिरवताच तो पटकन उघडला. ती आत शिरून, पायलटच्या जागी बसली आणि तिने कंट्रोल पॅनेलवर आपली बोटे फिरवली. त्या कळींचा पोलादी थंडपणा तिला आरामदायी आणि मनाला समाधान देणारा वाटला. त्यामुळे तिला दिवस-रात्र सतावणारा तिच्या मनात उडालेला गोंधळ आणि संशय त्या घडीला शांत झाला.

अचानक ती घाबरून ताठ झाली. कारण बाजूच्या खडीच्या रस्त्यावरून जड बुटांचा आवाज आला आणि टॉर्चचा अतिशय प्रखर प्रकाश त्या विमानावर पडला. अतिशय चपळाईने ती सीटखाली सरकली आणि वाट पाहत थांबली. श्वास घेणेही तिला भीतिदायक वाटत होते.

"आत कोणी आहे का?" त्या पहारेकऱ्याने विचारले आणि विमानात वाकून पाहिले. परंतु सायुरीने अगदी गडद रंगाचे कपडे घातले होते, त्यामुळे ती त्याला दिसू शकली नाही. जर का ती सापडली असती, तर तिला फारच कडक शिक्षा झाली असती. कारण कुणालाही, अगदी पायलटलासुद्धा, उड्डाणाचे प्रशिक्षण सोडले तर विमानाजवळ जाऊ दिले जात नसे, याला कारण म्हणजे सुरक्षेसंबंधीची माहितीचा दुरुपयोग होण्याची किंवा ती फुटण्याची भीती!

सायुरीने मग सुटकेचा दीर्घ निःश्वास सोडला. कारण त्या पहारेकऱ्याला आत येऊन विमान तपासण्याची गरज वाटली नाही आणि तो तेथून निघून गेला. जर का ती सापडली असती आणि लष्करी कायदा मोडल्याबद्दल ताब्यात घेतली गेली असती, तर मग ताकुशीबरोबर कामिकाझी मोहिमेसाठी तिला जाता आले नसते आणि त्याच्या मरणाकडे त्याला एकट्याला जावे लागले असते! ताकुशीबरोबर त्यांच्या शेवटच्या प्रवासात त्याच्या विमानाच्या बाजूने विमान घेऊन उड्डाण करणे किती महत्त्वाचे होते, हे त्या घडीला सायुरीच्या लक्षात आले.

विमान लक्ष्यावर कोसळल्यानंतर घसरणाऱ्या आगीच्या ज्वाळांमध्ये तिला ताकुशीबरोबर राहायचे होते. क्षणभर सायुरी आपल्या भावनांच्या तीव्रतेने घाबरली. युद्धाआधी बुद्धी गहाण टाकलेले असे धार्मिक पंथांचे पेव फुटले होते, त्यांच्याप्रमाणे ती वेडी तर झाली नव्हती ना? मात्सुमोटोच्या उपनगरात चांगल्या रीतीने वाढवली गेलेली, चांगल्या घराण्यातील मुलगी तीच होती ना? आपण आपल्या आई-वडिलांना यापुढे भेटणार नाही म्हणून तिला आनंदच झाला. कारण भयानक तऱ्हेने ठार मारणे आणि मरणे यात आनंद मानणाऱ्या कामिकाझी पायलटच्या रोगट मनोवृत्तीने ती त्यांना तोंड देऊ शकत नव्हती.

त्या जुन्या, वापरात नसलेल्या विमानात त्या रात्री सायुरीच्या हे लक्षात आले की, तिला अजूनही कामिकाझी पायलट व्हायचे होते. ताकुशीबरोबर तिची मरणाची इच्छा पूर्वीइतकीच ठाम होती. तिला माहीत होते की, तिला कितीही शंका असल्या

किंवा पश्चात्ताप वाटत असला, तरी एकदा का ती त्या विमानात गेली की, सर्व 'नकारात्मक' विचार मनातून निघून जातील आणि ती दोघं देशाच्या आणि परस्परांच्या प्रेमासाठी सहज आणि आनंदाने मरण स्वीकारतील. शेवटी सन्मानाची भावनाच त्यांच्या मनातील सर्व दुर्बल भावनांवर मात करणार होती.

"त्या रात्री ताकुशी आपल्या गुप्त कामावरून परतला आणि आम्ही जवळजवळ ती सर्व रात्र आम्ही प्रेमाची ग्वाही देत आणि दोघांनी सन्मानाचे दिलेले वचन यावर मनमोकळपणे बोलण्यात घालवली. दरवाज्यावरून जाताना पावलांचा आवाज झाला, तरी आता आम्ही थिजत नव्हतो. कारण, आम्ही एकत्र सापडलो असतो, तरी आम्हाला त्याची पर्वा नव्हती. काही झाले तरी आमचा वेळ तिथं आणि तेवढाच होता आणि आम्हाला पर्वा करण्यासारखा भविष्यकाळ किंवा कामही नव्हते."

२१

तो विश्रांतीचा एक आठवडा पटकन संपला आणि ज्या दिवशी ताकुशी आणि सायुरी त्यांची विमाने घेऊन जपानबाहेर उड्डाण करणार होते, तो दिवस उगवला. या वेळी त्यांच्या लक्षात आले की, आता शेवटच्या घटकेला तहकुबी किंवा स्थगिती नव्हती.

''मृत्युदंडाची शिक्षा झालेला एखादा कैदी फाशीची वाट पाहत असतो, त्या कैद्याप्रमाणे मला वाटत होते. फक्त आमच्या बाबतीत असे होते की, आम्ही गुन्हेगार नसून आपल्या देशाला शत्रूच्या हल्ल्यापासून वाचविण्यासाठी मृत्यूला कवटाळणारे शूर वीर होतो.''

कामिकाझी पायलटना मुद्दामच आगाऊ सूचना दिली जात नसे. बहुतेकदा त्यांना हल्ल्यावर जाण्याची सूचना फक्त एक-दोन दिवस आधी दिली जायची. त्यामुळे त्यांच्या नशिबावर त्यांना फार काळ विचार करायला आणि भावविवश व्हायला वेळ मिळत नसे. त्यांची ती विशिष्ट मोहीम निश्चित झाली होती आणि त्यात बदल होण्याची कोणतीही शक्यता नव्हती. सायुरीला ताकुशी आपल्या विमानाला टेकून उभा असलेला दिसला. त्याचा चेहरा नेहमीपेक्षा काहीसा फिक्कट झालेला होता; परंतु तिला पाहिल्यावर त्याने त्याचे ते ठेवणीतले पांढरेशुभ्र हास्य केले.

''मी उद्या मोहिमेवर निघणार आहे.'' तो शांतपणे म्हणाला, परंतु त्याच्या चेहऱ्यावरील भाव त्याच्या आतमध्ये चालणारी घालमेल सांगत होती. ''आणि तूही त्याच हल्ल्याच्या चमूत आहेस.''

सायुरीने मोठा आवंढा गिळण्याचा प्रयत्न केला, परंतु गळ्यात आलेला आवंढा खाली जात नव्हता. तिचे पाय दगडासारखे कठीण झाले होते आणि ती

त्या जागेला चिकटून उभी होती. तो आताच काय म्हणाला होता? चोवीस तासांच्या आतच ते मरण्यासाठी निघणार होते. म्हणजे, आता सर्व संपले होते. त्यांनी एकत्रपणे किती कमी वेळ घालवला होता!

थोडासा वारा सुटला होता. लष्कराच्या खडबडीत धावपट्टीवरील धूळ उडत होती. सायुरी ते नाचणारे ठिपके भारल्यागत पाहत होती. संशय, शहाणपणा आणि सन्मान यांचे आवाज तिच्याभोवती गुणगुणत होते; तिच्या मनाचा ताबा घेण्यासाठी झगडत होते. शेवटी शहाणपणाचा आवाज जिंकला.

'तू कोणाला दोष देतेस?' त्या आवाजाने विचारले. 'तुला कामिकाझी पायलट बनायचे होते; स्त्री असण्याच्या सर्व अडचणींशी लढून, धडपड करून आपला मार्ग त्यातून तू काढलास. होय, तुला जगाला हे दाखवून द्यायचे होते की, तू हे करू शकतेस, तर मग आता तू काय अपेक्षा करतेस? कामिकाझी पायलट बनण्याच्या कौतुकात रममाण व्हायचे आणि तरीही आपल्या इतिहासातील त्या सन्माननीय स्थानासाठी आपल्या प्राणांची आहुती द्यायची नाही?'

ताकुशीला तिचे दुःख स्पष्टपणे दिसले आणि तो तिच्याजवळ तिला धरण्यासाठी आला. कुणी त्यांना बघत असले तरी बेहत्तर!

"हे बघ सायुरी, घाबरू नकोस. मला माहीत आहे की, हे बोलणे सोपे आहे, पण करणे तेवढेच कठीण." तो कुजबुजला. त्याच्या त्या श्वासोच्छ्वासाने तिच्या कानाजवळचे केस हलकेच उडाले.

ताकुशीने आजूबाजूला पाहिले. जणू त्याला भीती वाटत होती की, कुणीतरी त्यांचे बोलणे ऐकेल! तो पुढे म्हणाला, "खरं सांगायचे तर, मी बराच विचार केला आणि तू माझ्याबरोबर या हल्ल्यात ते विमान उडवू नयेस, असे मला वाटते. प्लीज, तू मागे राहा. त्यामुळे निदान आपल्यापैकी एक जण तरी आपल्या प्रेमाच्या आठवणींचा आणि आपण एकत्र घालवलेल्या थोड्या क्षणांचा खजिना जपण्यासाठी जिवंत राहील. प्लीज सायुरी, माझ्याबरोबर येऊ नकोस. तुला अजूनही संधी आहे. फक्त तू स्त्री असल्याचे उघड कर; ते तुला कडक शिक्षा करतील, पण तू जिवंत असशील."

"नाही." सायुरीने उत्तर दिले. तिचा आवाज अगदी स्थिर आणि स्पष्ट होता. "मला तुझी प्रेयसी, तुझी मैत्रीण, तुझी सहकारी कामिकाझी पायलट म्हणून अगदी शेवटपर्यंत... अनंतापर्यंत तुझ्याबरोबरीनेच उड्डाण करायचे आहे."

"आमच्या सर्व प्रशिक्षणात, मी नेहमीच 'ते' कसे असेल... आता त्या विमानावर चढण्याचा तो क्षण आला की, मला कसे वाटेल याचा विचार करायचे. त्या वेळी मी अतिशय शांत, भावनाविरहित असेन, असं मला कधीच वाटलं नव्हतं. मनात केवळ एकच गोष्ट होती. ती म्हणजे, विमानात शक्य तितक्या वेगाने

जायचे, काम करायचे आणि सगळे संपवून टाकायचे.''

मायुमीने तो बारीकसा आवाज काळाच्या पाच दशके मागे रेंगाळत गेलेला ऐकला आणि आपल्या मानेच्या मागचे छोटे केसही सायुरीच्या बोलण्यातील वाढत्या तीव्रतेने उभे राहिल्याचे तिला जाणवले.

त्या दिवशी जे कामिकाझी पायलट जाणार होते, त्यांना चांगले जेवण देण्यात आले होते. युद्धाचा काळ असल्यामुळे अत्यावश्यक अन्नपदार्थांवरही नियंत्रण असले तरी हे करण्यात आले होते. उगवत्या सूर्याच्या झेंड्याचे चित्र असलेल्या टेबलक्लॉथने झाकलेल्या लांब टेबलावर एकमेकांच्या शेजारी बसलेल्या सायुरी आणि ताकुशीने अन्नाला हात लावला नाही. टेबलक्लॉथवरच्या त्या घड्यांमधून त्यांनी एकमेकांचे हात शोधले आणि ते एकमेकांत गुंफले. जसजसा वेळ जात होता तसतसे दोघांनाही कळत होते की, एकमेकांना स्पर्श करण्याची ही त्यांची शेवटची संधी होती... पुढच्या जन्मी पुन्हा भेटेपर्यंत!

वर्षाच्या त्या हंगामातील ती उबदार आणि स्वच्छ संध्याकाळ होती. सदिच्छा आणि 'दैवी' वेगासाठी म्हणून दिलेले भात आणि तोफूचे पॅकेट घट्ट पकडून नऊ कामिकाझी पायलटांचा जथा विमानतळाकडे गेला. सायुरीला विमाने उडताना पाहण्यासाठी आलेल्या जमावाचा आवाज ऐकू येत होता. तिने हे प्रसंग याआधी अनेकदा पाहिलेले होते, परंतु त्या दिवशी ते वेगळे होते. कारण ती त्या पायलटांपैकी एक होती. त्या जमावाचा वेड्यासारखा वाढत चाललेला ओरडा तिच्यासाठीही होता. सामान्य जपानी लोकांची त्या कामिकाझी पायलटबद्दलची अतिशय प्रेम आणि ताकद ही एखाद्या जालीम औषधासारखी तिच्या सर्व भावनांना उत्तेजन देणारी होती. या लोकांना आपण निराश होऊ द्यायचे नाही, अशी तीव्र भावना तिच्यात निर्माण होत होती.

उत्तेजित करणाऱ्या घोषणा देणाऱ्या जमावामुळे कामिकाझी पायलटच्या मनात असलेल्या भीतीच्या किंवा पश्चात्तापाच्या छटा नाहीशा झाल्या आणि त्यांचे धैर्य उंचावले होते. त्यामुळे सायुरी जेव्हा आपल्या विमानात चढली आणि निरोप देणाऱ्या त्या जमावाला हात करण्यासाठी, तिने ठराविक 'व्ही'ची खूण केली तेव्हा ती अगदी शांत, आनंदाच्या स्थितीत होती. तिच्या पुढच्या बाजूला ताकुशी याआधीच विमानात बसलेला होता. त्याने एकदाच मागे वळून तिच्याकडे शेवटचे पाहिले. त्या वेळी त्यांचे डोळे त्यांना एकमेकांपासून दूर करणाऱ्या सर्व मर्यादा ओलांडून एकमेकांना भिडले. तेव्हा सायुरी कुजबुजली, ''सायोनारा! माझ्या प्रेमा, सायोनाराऽऽ''

मरण्याच्या आधी काही दिवस रैको काय म्हणाली होती? कुणावर तरी प्रेम करणे आणि त्यात हरवून जाणे, हे प्रेम न करण्यापेक्षा जास्त चांगले. आदल्या रात्री त्यांनी एकमेकांना पत्रं लिहिली होती, जी मरताना त्यांच्याबरोबर राहणार होती.

ताकुशीचे पत्र तिच्या खिशात होते – अगदी तिच्या हृदयाजवळ. त्याचबरोबर तिच्या वडिलांचे आपल्या लेकीबद्दलचे अभिमान वाटणारे पत्रही होते. शत्रूंपासून सर्वांचे संरक्षण करण्यासाठी ती जी आहुती देत होती, त्याबद्दलही त्यात कृतज्ञता व्यक्त केली होती.

थरथरत्या हाताने सायुरीने ताकुशीचे पत्र उघडले.
त्याची सुरुवात अशी होती —

माझ्या प्रियतम सायुरी,

आपण भेटलो आणि कामिकाझी पायलट म्हणून असलेले आपले छोटेसे जीवन सुरू केले... आज आपण ते संपवत आहोत ते कीर्ती आणि सन्मानाने. आपला देश, आपले कुटुंब आणि घरांचे संरक्षण करण्यासाठी.

नेहमी लक्षात ठेव की, आपले प्रेम हे खास होते. आपण आपल्या देशासाठी मरणाची वेळ कधी येईल याची वाट पाहत असताना चोरलेले ते काही क्षण होते. आपल्याला म्हातारे होणे म्हणजे काय किंवा आपल्या प्रेमातून जन्मलेल्या मुलाचे आई-वडील होणे म्हणजे काय, हे कधीच कळणार नाही.

जेव्हा तो क्षण येईल, तेव्हा घाबरू नकोस, सायुरी, तुझ्याआधी मी जाईन. जेव्हा धडक बसेल, तेव्हा तुला कायमचं मिठीत घेण्यासाठी मी तुझी वाट पाहत असेन, हाच विचार कर. तू आणि मी – आपण विश्वास ठेवतो की, दैव आपले जीवन चालवते. तुला आठवते का, आपण या विषयावर बोललो होतो? तेव्हा या आयुष्यात आपल्या देशाच्या सन्मानासाठी आपली फारकत होणे, हे आपले दैव होते; परंतु दुसऱ्या आयुष्यात आपण एकमेकांना शोधू आणि त्या वेळी आपल्याला कोणतीही गोष्ट वेगळे करू शकणार नाही.

हिंमत धर, सामुराईंची बुशिडो संहिता आठव. मी माझा हात लांब करीन आणि तुला दुसऱ्या जगात मार्गदर्शन करीन....

चौऱ्याऐंशी वर्षांच्या सायुरीने त्या पत्रातील पुसट झालेले शब्द मायुमीला वाचून दाखवताना, आपल्या डोळ्यांतील पाणी पुसले. हे पत्र ती कुठेही गेली तरी बरोबर ठेवत असे.

''माझे विमान कोसळल्यावर मलाही ज्वालांनी ग्रासले होते. पण हे पत्र माझ्या

पायलटच्या गणवेशातील आतल्या कप्प्यात ठेवल्यामुळे काही न होता वाचले, हा चमत्कारच. मला वाटते की, ताकुशीच्या आत्म्याने त्याचे रक्षण केले होते, ते त्यानंतर येणारे उदास दिवस आणि वर्षे यात मला त्याच्याकडून काहीतरी आधार हवा म्हणून!'' ती इतक्या हळुवारपणे हे म्हणाली की, मायुमी ते नीटपणे ऐकू शकली नाही. ''आणि त्या पत्राने ते केले, खरंच केले.''

''उड्डाणापूर्वीच्या शेवटच्या काही तासांत जवळजवळ प्रत्येक पायलट त्यांच्या कुटुंबीयाना, त्यांच्या आई-वडिलांना, त्यांच्या पत्नींना, मैत्रिणींना आणि मुलांना; पत्र लिहीत होता. एकाने तर आपल्या कुत्र्यालाही पत्र लिहिले आणि काही पायलटांनी त्यांचे विमान केवळ ती पत्रं टाकण्यासाठी चक्क त्यांच्या गावावरून नेले.

''अगदी काही वर्षांपर्यंत, मी माझ्या मृत सहकाऱ्यांची पत्रं वाचण्यासाठी कामिकाझी पायलटच्या चिरान म्युझियमला निदान वर्षातून एकदा तरी भेट द्यायचे. माझ्याबरोबर त्याच विमानतळावर असलेले काही जण मला आठवतात. मला बरं वाटतं, की जरी त्यांचे हृदय धडधडायचे थांबले असले आणि त्यांचे आवाज बऱ्याच काळापूर्वी बंद झालेले असले, तरी त्यांचे शब्द या पत्रातून जिवंत आहेत.''

त्या खोलीत एक प्रदीर्घ शांतता होती, तिचा भंग केवळ युद्धापूर्वीच्या जुन्या घड्याळाच्या टिकटिकीने होत होता. रिका कोबायाशी आपल्या खुर्चीत मागे टेकून बसली होती. तिचा चेहरा त्या जुन्या आठवणींमुळे आणि दुःखामुळे पांढराफट्ट पडला होता आणि त्या दुःखात कोणी सहभागी होऊ शकत नव्हते.

''ते शेवटचे काही तास दुःखदायक तरीही पवित्र होते. आम्ही सर्वांनी हिंमत धरली होती आणि आम्हाला खरंच वाटत होते की, आपला देश आणि आपले कुटुंब वाचवण्यासाठी या अशा भयंकर तऱ्हेने आपल्या प्राणांची आहुती देणे हाच एक मार्ग होता. आम्हाला खरंच वाटत होते की, आम्ही यामुळे काही बदल घडवू शकतो आणि तो विश्वास एवढा दांडगा होता की, त्यासाठी मरण्यात आम्हाला अभिमान वाटत होता.''

डोक्यावर मोठा अंबाडा असलेल्या त्या वृद्ध स्त्रीने आपल्या फार पूर्वी मृत झालेल्या प्रियकराच्या त्या पत्राची घडी घातली आणि ते पत्र आपल्या ब्लाऊजमध्ये हृदयाच्या जवळ ठेवले. गेली काही दशके ते तिथंच होते. तिने डोळे बंद केले. तिच्या त्या पारदर्शी पापण्यांवर छोट्या निळ्या नसा दिसत होत्या. त्या क्षणी ती त्या विमानाच्या इंजिनांचे आवाज ऐकत होती आणि मनाला भुरळ पाडणाऱ्या ताकुशीच्या त्या पांढऱ्या दंतपंक्तीची चमक अनुभवत होती.

तिच्या सुरकुतलेल्या चेहऱ्यावर एक सुंदर हास्य फुलले. त्याने ती वर्षे आणि सुरकुत्या मागे सारल्या गेल्या. तेव्हा मायुमीला जाणवले की, त्या दिवशीची मुलाखत संपली होती. ती त्या खोलीतून सायुरी मियामोटोला तिच्या आठवणींत आणि तिच्या पूर्वायुष्यातील भुतांबरोबर एकटी सोडून, हळूच बाहेर पडली.

२२

मृत्यूला कवटाळायला निघण्याआधी चांगल्या नशिबासाठी मद्याचा शेवटचा कप पिताना तिने इतर कामिकाझी पायलटना पाहिले होते. आज ती आणि ताकुशी तो मानाचा, त्यागाचा आणि आत्माहुतीचा 'सांकेतिक' कप पीत होते.

त्यांच्या युनिटचा मुख्य अधिकारी तिथं होता आणि तो शेवटच्या स्पष्ट सूचना देत होता. त्यांना बुशिडो संहितेच्या तत्त्वांची आणि त्यांच्या हृदयात व आत्म्यात हव्या असलेल्या अभिमानाची आठवण करून देत होता. कारण ते देशासाठी अगदी सर्वोच्च असा त्याग करत होते.

अतिशय दृढ विश्वासाने आणि जोमाने, कोणताही वचनभंग चालवून न घेण्याच्या आवेशात आपला उजवा हात उंचावून तो म्हणाला, ''बान्झाई!'' ते मनाला मोहवणारे होतेच, पण दिलासा देणारेही होते. विमानाकडे जात असताना ते नऊ पायलट एकसुरात 'बान्झाय! बान्झाय!'चा घोष करत होते. ती तंद्रीत असलेली, डोळे खोल गेलेली तरुण मुले आपल्या मरणाच्या भेटीकडे कूच करत होती. ज्या काहींना जाण्याची इच्छा नव्हती; ते केवळ कर्तव्याच्या ओढीने, बुशिडो संहितेच्या लादलेल्या तत्त्वांमुळे, सन्मानाची भावना, मानसिक दडपण आणि सहकाऱ्यांचा कठोर दबावामुळेच त्यात खेचले गेले होते. त्यांची अवस्था दयनीय होती. ते अक्षरश: त्यांच्या मरणाकडे ओढले गेले होते आणि लष्कराकडून त्यांचा खून केला जाणार होता.

''त्या व्यवस्थित रांगेत उभ्या असलेल्या विमानांकडे जात असताना मला त्यांची भीती जाणवत होती. कारण, त्याच प्रकारची भीती माझ्या शरीराच्या प्रत्येक रंध्रातून वाहत होती आणि फक्त ताकुशीचा माझ्या हाताला स्पर्श करणारा

हात मला पुढे नेत होता.''

त्या सकाळीच सायुरीने विमानांमध्ये अगदी तरुण सैनिकांना इंधन घालताना पाहिले होते. तेही लवकरच त्यांच्या मृत्यूच्या मोहिमेवर रवाना होणार, यात तिला शंका नव्हती. त्या क्षणाला ते मागे ठेवले गेले होते आणि आता उड्डाण करणाऱ्या 'देवाच्या वायुदूतांकडे' हेव्याने पाहत होते.

तिचे हृदय त्यांच्या तरुण आदर्शवादाबद्दल आणि निष्कपट देशभक्तीबद्दल आक्रोश करत होते. तिला त्या उत्सुक, ताजेतवाने चेहरे असलेल्या, नुकत्याच दाढी-मिशा फुटू लागलेल्या शाळकरी मुलांना ओरडून सांगावेसे वाटत होते की, 'आमचा हेवा करू नका. शक्य असेल तर पळून जा. कारण, तुमच्या प्राणांची आहुती देण्याएवढे हे नक्कीच महत्त्वाचे नाही. मला हे आता अगदी शेवटच्या घडीला जाणवतेय की, यातील काहीही आपल्या देशाच्या परिस्थितीत फरक घडवू शकणार नाही. या सर्वाला फार उशीर झाला आहे. आपण सर्व जण व्यर्थच मरणार आहोत. परंतु मी माझ्या ताकुशीला एकट्याला जाऊ देणार नाही... मी माझ्या मरणाकडे जातेय ते प्रेमासाठी. परंतु तुम्हाला तसे करण्याची गरज नाही. तेव्हा आपला जीव वाचवण्यासाठी तुम्ही पळा. कारण, आता आम्ही काही 'देवाचे वायुदूत' नाही आणि तुम्हीही नाही.'

उबदार सूर्यप्रकाशात ती विमाने शांतपणे अंगावर ऊन घेत उभी होती. बाहेरून पाहताना त्यांच्या आतल्या बाजूला ५०० किलो विनाशक बॉम्ब बांधलेले आहेत, असे अजिबात वाटत नव्हते. आज सर्व जण कामिकाझी पायलट म्हणून एकेकटे उडणार होते. आज त्यांच्याबरोबर आत्मघातकी हल्ल्यासाठी जोडलेले दुसरे विमान आणि वैमानिक अर्थात 'चेरी ब्लॉसम' नव्हते. ताकुशीने तिला धीर देण्यासाठी तिचा हात घट्ट पकडल्याचे, तिला जाणवले. त्याच्या प्रेमाची आणि धैर्याची ताकद तिच्या शरीरातून वाहत होती. त्यामुळे तिला तिच्या विमानापर्यंत चालण्याची ताकद आली. ती दोन्ही विमाने शेजारीच होती.

सायुरीने पाहिले की, अचानकपणे काही सूचना न देता त्याने पटकन काहीतरी बाहेर काढले आणि तिच्या विमानाच्या दुसऱ्या बाजूला तो एक खूण रंगवू लागला. विमानाची पाहणी करण्याच्या निमित्ताने ती ते काय आहे, हे पाहण्यासाठी गेली आणि तिचा श्वास फुलला. ताकुशीने एक तजेलदार लाल रंगाचे गुलाबाचे फूल तिच्या विमानावर रंगवले होते. वर पाहात तो कुजबुजला, ''माझ्या धाडसी सुंदर जपानी गुलाबाच्या फुला, हे तुझ्यासाठी!''

त्या विमानामुळे इतर पायलट व जमावापासून दृष्टीआड झाल्याने सायुरी आणि ताकुशीला त्यांचा शेवटचा एकत्र घालवण्याचा खासगी क्षण मिळाला. त्याने

तिचे चुंबन घेऊन निरोप घेतला. तिच्या नेत्रांतून नि:संकोचपणे वाहत असलेले अश्रू गालावर ओघळत होते.

"ते आमचे शेवटचे चुंबन होते. या आयुष्यात आम्ही एकमेकांना शेवटचा स्पर्श केला; मग तो क्षण संपला. कारण, तेवढ्यात विमानात जाण्याचा हुकूम आला. आमच्या हातांची पकड सैल झाली. आपल्या विमानात जाणारे आम्ही शेवटचे होतो. मी विमानात चढल्यावर आणि काचेचे झाकण माझ्या डोक्यावर ओढल्यावर मला आमच्या ताटातुटीची आणि जीवनाच्या शेवटाची जाणीव झाली. ते खरंच संपले होते!"

सायुरीने इंजिने सुरू केली आणि ते मोठ्या आकाराचे गॉगल्स खाली ओढले. ते जवळजवळ तिचा संपूर्ण चेहरा झाकत होते. तिच्या बाजूच्या विमानात ताकुशी तेच करत होता, हे ती पाहू शकत होती. त्याच्या पत्राची कड तिच्या छातीला स्पर्श करत होती. त्यामुळे तिला ताकद आणि सुख दोन्ही मिळत होते. या वेळेपर्यंत त्यांच्या आजूबाजूला प्रार्थना, उत्तेजन आणि आशा यासाठी जमावाकडून चालणारा आरडाओरडा वाढला होता. शेवटी शेवटी तो आवाज शिंटो भिक्षूंच्या पठणासारखा झाला.

ते उड्डाणाच्या तयारीत असताना क्षितिजावर हळूहळू सूर्य मावळत होता. हल्ला करण्याची उत्तम वेळ ही भल्या पहाटेची होती. कारण त्यांच्या युनिटच्या प्रमुखाच्या म्हणण्यानुसार, हल्ला न करता रात्र काढल्यावर अमेरिकन त्यांचा पहारा थोडा ढिला करायचे. म्हणूनच त्या वेळी असा हल्ला अचानकपणे करणे जास्त शक्य होते.

ती विमाने आपली उडण्याची जागा हळूहळू घेत होती. चार विमाने ताकुशीच्या पुढे होती. तिच्या विमानाने रांगेत आपली जागा घेतली होती. क्षणभर सायुरीला भीती वाटली. कारण, तिला काही वाईट प्रसंग आठवले – 'जेव्हा देखभाल न केलेली आणि योग्य भाग न बसवलेली काही विमाने तांत्रिक बिघाड होऊन उडाल्यानंतर ताबडतोब कोसळायची... तेही आगीच्या लोळांमध्ये... कोणत्याही लक्ष्याचा नाश न करता धावपट्टीवरच! तिच्या खालच्याच बिछान्यावर झोपणाऱ्या, टवटवीत चेहऱ्याच्या आणि ओठ मुडपून हसणाऱ्या इसाकू नावाच्या मुलाने असेच एक दुर्दैवी विमान चालवले होते. त्यानंतर अनेक दिवस त्याचे ते भुरळ पाडणारे हास्य सायुरीला आठवत होते.

पहिले विमान आता उतावीळपणे धावपट्टीवर रेंगाळत होते आणि एअर कंट्रोलरकडून मिळणाऱ्या सूचनेची ते उड्डाणासाठी वाट पाहत होते. हा तरुण एअर

कंट्रोलर एक गंभीर स्वभावाचा माणूस होता. त्याच्या डोळ्यांतील दोषामुळे तो विमान नीट चालवणार नाही आणि लक्ष्य चुकेल याची भीती होती. त्याला कामिकाझी पायलट म्हणून नाकारले होते आणि त्याऐवजी त्याला एअर कंट्रोलवरचे काम दिले होते. हवाईदलाला दुसऱ्या कशापेक्षाही त्याच्या डोळ्यांतील दोषामुळे तो विमान नीट चालवणार की नाही आणि लक्ष्य चुकवेल याची भीती वाटायची. त्यामुळे कामिकाझी विमान घेऊन जायची अधूनमधून येणारी त्याची विनंती अगदी पद्धतशीरपणे डावलली जायची.

मग त्या जमावाच्या प्रोत्साहनाच्या ओरड्यातच एका मागोमाग एक अशी ती विमाने उडायला सुरुवात झाली. मनात वाटणारे दुःख खोल होते तरी सायुरीने श्वास रोखला. त्यांच्यापैकी कोणतेही विमान धडधडत उंचीवरून खाली येऊन कोसळणार नाही, यासाठी ती प्रार्थना करत होती. अचानक त्या जमावात शांतता पसरली. फक्त एक लहान मूल तक्रारवजा आवाजात रडत होते. तिला माहीत होते की, तिथं त्या दिवशी धडधडणारे प्रत्येक हृदय हे तिच्याप्रमाणेच प्रार्थना करत होते. मुलाचे रडणे सुरूच होते; त्या खराब हवाई इंजिनांच्या आवाजावर तो रडण्याचा आवाज निर्दय वाटत होता. उरलेल्या आयुष्यात जेव्हा ती कधी लहान मुलांचे रडणे ऐकायची, तेव्हा सायुरीला तो क्षण नेमका आठवायचा.

तिला ताकुशी पुढ्यात दिसू शकत होता. तो उत्तेजन देण्यासाठी वळून बघत हसत होता आणि आपला हात उंचावून 'व्ही'ची खूण करत होता. उत्तेजनेचे आणि प्रेमाचे शब्द बोलत असताना त्याचे ओठ हलले. मात्र ती ते ऐकू शकत नव्हती. तरीही सायुरी उत्तरादाखल ओरडली, ''माझ्यामुळे तुझे लक्ष विचलित होऊ देऊ नकोस. तुझ्या उड्डाणावर लक्ष ठेव, माझ्या प्रेमा... प्लीज! आज आपण सन्मानाने आणि प्रतिष्ठेने मरायला हवं; घाबरून नव्हे. तुझ्यासारखेच मलाही माहीत आहे की ते किती कठीण आहे....''

तिच्या पुढची विमाने वर जात असताना वाऱ्याचा जोरदार झोत आला आणि तिचे शब्द वाऱ्यावरच विरले. सायुरीने आपला ओठ जोरात चावला. कारण, ताकुशीचे विमान हे धुळीच्या ढगाला आणि वाऱ्याला न जुमानता वर उडू लागले होते. का कोणास ठाऊक, पण तिच्या मनात सतत भयानक विचार येत होते. कारण, त्या दिवशी खूप वारा सुटला होता. जणू काही मृत्यू त्या 'देवाच्या वायुदूतां'चा घास घेण्यासाठी वाट पाहू शकत नव्हता.

ताकुशीचे विमान वेग घेत होते आणि आता तिची वेळ होती. त्याच्या विमानामागे राहायचे, तर तिला घाई करायला हवी होती. पक्का निश्चय करून सायुरीने ब्रेक सैल केले आणि ते १४०० हॉर्सपॉवरचे इंजीन जणू जिवंत झाले. जीवघेण्या ताकदीने ते पुढे सरकत होते... जणू काही त्या प्राणघातक मोहिमेवर

जाण्यासाठी ते आता वाट पाहू शकत नव्हते. त्या प्रचंड शक्तीची जाणीव सायुरीला काही नवीन नव्हती. कारण तिने ती आधीच उड्डाणाच्या प्रशिक्षणाच्या वेळी अनुभवली होती; परंतु या वेळी ती शक्ती वेगळीच वाटत होती.

ताकुशी आता तिच्या बाजूला नव्हता. तो कुठेतरी तिथं आकाशात होता. तिला त्याला शोधायला हवं होतं, ज्यामुळे ते एकमेकांजवळ राहतील आणि एकत्र मरतील. त्याला गाठायचे म्हणून विमानाचे पंख पसरविण्यासाठी तिने अगदी घाईघाईने कंट्रोल पॅनेलवरील टेका उचलला. जसे ते विमान वरवर जाऊ लागले, सुरुवातीला बसणारे धक्के पटकन बंद झाले आणि एक सहज आनंदाची भावना तिला जाणवू लागली. तिला अचानकपणे चैतन्याची आणि सर्व काही ठीक असल्याची जाणीव झाली. कारण, तिने ताकुशीचे विमान तिच्यापुढेच पाहिले आणि त्यांच्यातील अंतर कमी करण्यासाठी तिने वेग वाढवला. ते कामिकाझी प्रेमिक होते आणि जगाला त्यांची माहिती कधीच होणार नव्हती. ज्याचा सौदा होऊ शकत नाही; अशा एका कर्तव्याच्या परंपरेचा सन्मान आणि देशात निर्माण झालेल्या अगतिक परिस्थितीमुळे त्यांना त्या दिवशी मरणाला जवळ करावे लागत होते.

पायलट आता 'संकेतस्थळ' म्हणून ठरवलेल्या एका डोंगरावरील पांढऱ्या घराजवळ पोहोचत होते. तिथं त्या आठ विमानांनी गती कमी करून एक वर्तुळ करायचे होते. त्यांच्या प्रमुखाने पुढे होईपर्यंत त्यांनी थांबायचे होते आणि नंतर त्याच्या पाठोपाठ जायचे होते. ते वर्तुळ पूर्ण करण्याच्या गडबडीत ताकुशीचे विमान क्षणभर सायुरीच्या नजरेआड झाले. कित्येक तासांचे ते कठोर प्रशिक्षण आणि मनावर ठसवलेल्या नीतिशास्त्राच्या संहितेमुळेच ती थांबली. नाहीतर ती वर्तुळ तोडून त्याला शोधायला गेली असती. परंतु काही मिनिटांनंतर तिने दोन विमानांच्या पलीकडे त्याला पाहिले आणि तिचे हृदय आनंदाने भरून आले.

दूर अंतरावरून आणि अपुऱ्या उजेडामुळे ती नोंदणी क्रमांक पाहू शकत नव्हती; परंतु खाली येताना त्या विमानाच्या पंखाच्या मजेशीर हालचालीने तो तोच होता, हे तिला कळले. जर का ताटातूट झाली, तर ही खूण वापरायची, असे त्यांनी आधीच ठरवले होते. त्यांचे विमानातील रेडिओ बंद केलेले होते. त्यामुळे शत्रूच्या टेहळणी करणाऱ्या विमानाला किंवा जहाजाला कोणतेही सिग्नल्स पकडता येणार नव्हते. परिणामी, आता एकमेकांशी संवाद साधण्याचा काहीच मार्ग नव्हता. यापुढे ती मोहीम पूर्ण करण्यासाठी आणि सन्मानाने मरण्यासाठी त्यांना स्वत:वरच अवलंबून राहायचे होते.

अचानक त्या वर्तुळातील एक विमान त्यातून बाहेर पडले. ते मार्गदर्शक विमान होते. शत्रूवर हल्ला करण्यासाठी जपानबाहेर पडताना, ते त्यांना मार्गदर्शन

करणार होते. जणू काही कुणी एखादी कळ दाबल्यागत ती सर्व विमाने भुतासारखी त्या मार्गदर्शक विमानाच्या मागोमाग आकाशात रोंरावत गेली.

विमानतळापासून त्यांनी एकत्रपणे एक तासभर उड्डाण केले. त्यानंतर त्या मार्गदर्शक विमानाकडून दुसरी सूचना आली की, आत्मघातकी हल्ला सुरू करायचा होता. शेवटची माहिती देताना सायुरीला असे सांगितले होते की, जेव्हा अशी सूचना येईल, तेव्हा तिने आपले विमान अगदी खाली, लक्ष्यापासून ८०० मीटर्स उंचीवर घेऊन जायचे. त्यानंतर सावकाशपणे आणखी थोडे खाली जात तिच्याबरोबर असलेले बॉम्ब टाकायचे आणि त्याच वेळी सरळ खाली तोंड करत लक्ष्यावर झेप टाकायची. त्या रात्री लक्ष्य होते, विमानवाहू जहाजांचा एक मोठा ताफा. त्यात मोठ्या संख्येने शत्रूची विमाने होती आणि त्यांना जपानला पोहोचू देण्यापासून रोखायचे होते.

परंतु काहीतरी चुकले होते. तोफेच्या उडणाऱ्या गोळ्यांसारखे चकाकते पट्टे त्यांच्याकडे येत होते. निदान ती दोन विमाने होती आणि ती जपानी नव्हती. सायुरीचे हृदय जोरजोरात धडधडू लागले; कारण तिच्या लक्षात आले की, शत्रूच्या विमानांनी त्यांना हेरले होते आणि ती त्यांना पाडण्यासाठी, त्यांच्याभोवती गराडा घालण्यासाठी वेगाने पुढे येत होती.

त्यांच्या प्रशिक्षणात अशा शत्रूचे अडथळे गृहीत धरले होते आणि तिच्या मागून येणाऱ्या विमानाने, जे त्या जथ्यातील शेवटचे होते; प्रशिक्षणाच्या वेळी दिलेली सूचना तंतोतंत पाळली. त्याने शत्रूचे लक्ष चुकविण्यासाठी पुढे घुसून शत्रूच्या सर्व गोळ्या आपल्यावर झेलल्या. मग बाकीची विमाने वेग वाढवून पळाली. सायुरीला त्या विमानाचा पायलट माहीत होता, त्याचे नाव आयाशी होते. त्याने नुकतेच वैद्यकीय शिक्षण पूर्ण केले होते. त्याच्या विमानावर जेवढे शक्य होते तेवढ्या दिशांनी हल्ला केला गेला. ओकिनावा बेटाच्या जरा बाहेर पेट घेऊन, आगीच्या लोळात जाण्याआधी तिने ते शेवटचे पाहिले होते.

क्षणभर तिचे मन विचलित झाल्याने ती काहीशी मागे पडली होती. सायुरीने दुसऱ्यांबरोबर जाण्यासाठी इंजिनाचा वेग वाढवला होता. अचानक कोणतीही सूचना न मिळता तिच्या विमानावर अग्निबाण कोसळत होते. चारी बाजूंनी अग्निबाण तिच्याजवळ पोहोचत होते. तिच्या विमानाचे इंजीन धडधडले आणि अशा तऱ्हेच्या हल्ल्यामुळे ते कुरकुरले. सायुरी किंचाळली. ते स्वत:साठी नाही, पण ताकुशीसाठी. कारण, तिच्या पुढचे विमान अतिशय भयानक अवस्थेत सरळ खाली कोसळले आणि त्याचा स्फोट झाला. तिच्या विमानाने पेट घेतला तेव्हाही ती किंचाळत होती आणि मग ती विस्मृतीच्या खोल काळ्या गर्तेत सापडली.

तिला स्वप्न पडले की, तिला फार थंड वाटतंय. इतके थंड की, तिच्या

शरीराचा प्रत्येक भाग जणू बर्फ बनलाय! तिच्या शरीराभोवती हळूहळू पाणी वाढत गेले होते. ते तिच्या हनुवटीपर्यंत पोहोचले आणि त्याने जणू काही तिला बर्फाच्या पिंजऱ्यात बंदिस्त केले. त्यातून तिला बाहेर पडायची इच्छा नव्हती. या अशा तऱ्हेच्या भूल दिलेल्या बधिरावस्थेत – जिथं वेदना नव्हती, जाणिवा नव्हत्या, भीती नव्हती – मरणे तिला चांगले वाटत होते. एका शांत तऱ्हेने जीवनाकडून मृत्यूकडे जाण्याच्या त्या क्षणाची वाट ती अगदी उत्सुकतेने पाहत होती.

त्या विलक्षण शांततेचा अचानक भंग झाला, तो मोठमोठ्याने न समजणाऱ्या भाषेत जोरजोरात बोलण्यामुळेच. मग खडबडीत दोरखंडाच्या वेढा तिच्या शरीराभोवती पडलेला तिला जाणवला. ते दोरखंड वेदना किंवा जाणिवेशिवाय तिचे शरीर कापत गेले. त्या अनोळखी, रेकल्यासारख्या आणि न समजणाऱ्या आवाजाकडे ती आडदांडपणे खेचली गेली. आपण शत्रूच्या हातात सापडलोय, या लाजिरवाण्या गोष्टीमुळे तिने आपले डोळे घट्ट मिटून घेतले. जाणिवेचा तो धक्का आणि शरम यामुळे ती पुन्हा एकदा बेशुद्धावस्थेत गेली.

२३

कधी काळी पायलटचा गणवेश असलेल्या पण आता काळ्या, कोळसा झालेल्या लक्तरांत असलेली ती तरुण स्त्री कॅनव्हासच्या तात्पुरत्या बनवलेल्या स्ट्रेचरवर जागी झाली. प्रत्येक हालचालीने होणाऱ्या वेदनेने ती घोगऱ्या आवाजात कण्हत होती. तिने डोळे किलकिले करून उघडले. पण त्या खोलीत येणाऱ्या रखरखीत सूर्यप्रकाशाने तिचे डोळे आक्रसले. आपण कुठे आहोत, हेच तिला समजेना. ती मरून दुसऱ्या जगात गेली होती का? तसे होते; तर ती परम शांती, सुख आणि एक प्रकारची प्रसन्न विस्मृती का अनुभवत नव्हती? सर्व शरीरभर पसरलेली, असह्य लाटेसारखी कधी उसळणारी तर कधी कमी होणारी ही वेदना कसली होती? दुसऱ्या जगातही तिला वेदना आणि दुःख भोगावे लागणार होते का?

"अरे देवा! मी अजूनही जिवंत आहे का?" ती पुटपुटली आणि तिच्या शरीरातील प्रत्येक तंतू तक्रारवजा आवाजात किंचाळला, 'नाही, नाही... मी जिवंत असणं शक्य नाही! मी मेलेलीच असायला हवी! मला मरायलाच हवं! मी नक्की मेलेली असणार! मी ताकुशी आणि इतर प्रत्येकाला वचन दिले होते की मी मरेन! मोहिमेनंतर कामिकाझी पायलट जिवंत असता कामा नये, असे मानले जाते!'

पण जेव्हा ती शुद्धीवर आली, तेव्हा तिला खोलीतले छोटे-छोटे तपशील दिसले आणि केवळ जिवंत असल्यामुळे होणारी भयंकर वेदनाही जाणवली. त्या पेटलेल्या गोळ्याने तिच्या विमानाचे तुकडे करून एखाद्या भल्यामोठ्या शार्क माशाच्या खोल, अंधाऱ्या जबड्यात तिचा घास घेण्याची वाट पाहत तिला समुद्रात फेकले होते. मात्र काहीतरी कारण होते, ज्यामुळे ती यातून वाचली होती. जळत्या हवेच्या झोतात, कधीही न संपणाऱ्या काळोखाच्या बोगद्यात बेशुद्ध होण्यापूर्वी

तिच्या मनात शेवटचा विचार होता, तो तिचा हात पकडण्याची वाट पाहणाऱ्या ताकुशीचा. त्याने तसे वचनच दिले होते.

परंतु आता तो गात्रं गोठवणारा काळोख नाहीसा झाला होता. ती एका खोलीत होती. काचेच्या गोल खिडकीतून येणाऱ्या सूर्यप्रकाशाने ती खोली भरली होती आणि कशामुळे तरी तिचे कॅनव्हासचे स्ट्रेचर हलत होते. अचानक जोरात धक्का बसला आणि त्यामुळे एक कप पलीकडे फेकला गेला. सायुरी थरथरली. त्या खोलीचे तिच्या विमानासारखे तुकडे होतील म्हणून तिने वाट पाहिली, परंतु काहीच घडले नाही. मात्र ते हलणे थांबले आणि ती खोली अगदी स्थिर झाली. जेव्हा तिची नजर त्या प्रकाश देणाऱ्या गोल खिडकीकडे गेली, तेव्हा तिने त्या काचेवर पाणी उडताना पाहिले.

तिने आपला देह हळूहळू इंचाइंचाने काहीसा सैल सोडला. ज्यामुळे तिला त्या गोल खिडकीकडे नीट पाहता आले. मग सायुरीच्या लक्षात आले की, आपण एका बोटीवर आहोत आणि तिला धक्काच बसला! आपण एका जळत्या विमानातून बोटीवर कसे हलवले गेलो, हे आठवण्याचा प्रयत्न ती करू लागली, तेव्हा एक खोल आठी तिच्या कपाळावर उमटली. परंतु तिला काहीच आठवेना. काय घडले, हे स्पष्ट करणारे कोणीतरी भेटेल, हे शोधण्याचा प्रयत्न करण्याआधी आपल्या डोक्यातील तो गोंधळ दूर होण्याची वाट पाहण्याचे तिने ठरवले.

त्या शिळ्या हवेने तिच्या जाणिवा बोथट होऊ लागल्या आणि आपण पुन्हा दिलासा देणाऱ्या गुंगीत जात आहोत, असे तिला जाणवले. ती खोली आता सहन न होण्याइतकी गरम झाली होती आणि मोठमोठ्या स्फोटांनी जिकडेतिकडे आगी लागल्या होत्या. त्या विमानांची इंजिने हाताबाहेर गेली होती. तिचा विमानावरचा ताबा सुटला होता. ते आता जोरजोरात गरगरत खाली येत होते आणि ते आगीचे लोळ वेगाने तिच्याकडे सरकत होते. एका जीवघेण्या वेदनेने तिचे सर्व शरीर भरून टाकले आणि सायुरीने दूर अंतरावरून येणाऱ्या स्वत:च्याच किंकाळ्या ऐकल्या. जणू काही तिच्या आत्म्याने स्वत:ला मोकळे करून घेतले होते आणि बाहेरून तो तिचा देह हाल भोगताना पाहत होता.

जेव्हा सायुरी दुसऱ्यांदा शुद्धीवर आली, तेव्हा ती एकटी नव्हती. तिच्या आजूबाजूला आवाज येत होते; परंतु ते काय बोलत होते, ते तिला कळत नव्हते. जेव्हा तिने डोळे उघडले, तेव्हा तर तिचे हृदय जवळजवळ बंदच पडले, कारण दोन अमेरिकन शिपाई तिच्याकडे रोखून पाहत होते.

ते अगदी तरुण होते. ते तिच्याबरोबर भरती झालेल्या आणि प्रशिक्षण दिल्या गेलेल्या कामिकाझी पायलटपेक्षा काही जास्त मोठे नव्हते. परंतु ते शत्रू होते. मग

मित्रराष्ट्रांच्या त्या जहाजावर ती काय करत होती? जिवंत राहिलेला कामिकाझी पायलट म्हणून तिने देशाच्या सन्मानाला धक्का लावलाच होता. पण त्यावर कडी म्हणजे, ती शत्रूच्या ताब्यातही सापडली होती! हे बरोबर नव्हते आणि या जागेतून तिला निसटायला हवे होते. सायुरीने उठण्याची धडपड केली; मात्र, तिच्या शरीरात त्राणच नव्हते. ती तिथंच असहायपणे पडून राहिली. तिने त्या दोन पुरुषांना तिच्या जवळ येताना पाहिले.

"ओकिनावा आणि गुआममधल्या समुद्रातून ताब्यात घेतलेला हा कामिकाझी पायलट." त्यांच्यापैकी एक म्हणत होता.

"तुला खात्री आहे?" दुसऱ्याने विचारले. "ती स्त्री आहे, हे उघड आहे आणि मला खात्रीने ठाऊक आहे की, कामिकाझी पायलट सर्व पुरुष असतात. त्यांच्या संहितेत सांगितले आहे की, त्यांच्यात स्त्री असता कामा नये."

"हो, पण तिचे विमान ती कामिकाझी मोहिमेवर असताना खाली पाडले गेले. त्यामुळे ती त्यातील एक असणार; संहिता असो वा नसो. परंतु ती फार गंभीर जखमी झालीये. त्यामुळे आपल्याला एखाद्या डॉक्टरकडून तिची तपासणी करून घ्यायला हवी आणि तिचे काय करायचे, हे मुख्याधिकारी विल्यम्सला विचारायला हवं."

सायुरी जराही हालचाल न करता गप्प राहिली. तिने डोळे बंद केले, तेव्हा तिला कामिकाझी मोहिमेचे शेवटचे क्षण आठवले. ताकुशीचे विमान तिच्या समोर बरेच आधी पाडले गेले होते आणि ती आपल्या विमानावर लक्ष केंद्रित करू शकत नव्हती. तो कोठे दिसतो का, ते ती पाहत होती. परंतु त्याच्या विमानाला धक्का बसल्यानंतर ते सरळ खाली जात आपल्या लक्ष्यावर आदळले आणि त्याचा स्फोट झाला. त्यामुळे भयानक मोठ्या ज्वाळा आणि धूर येऊ लागला. ते पाहून सायुरीला वेड लागल्यासारखे झाले आणि तिचा आपल्या विमानावरचा ताबा सुटला. त्याच क्षणी शत्रूने सोडलेला एक अग्निबाण तिच्यापर्यंत पोहोचला आणि मग विमानाचा स्फोट होऊन केवळ त्याचे तुकडे आणि ज्वाळाच उरल्या होत्या.

त्यानंतर शत्रूच्या जहाजावर जागे होईपर्यंत तिच्या दृष्टीने सर्व जग काळोखात बुडून गेले होते. कुणीतरी तिला वाचवले होते! त्याने असे का केले? त्यांनी तिला मरू का नाही दिले? इतर कामिकाझी पायलट आणि तिचा प्रियकर ताकुशी यांनी आपल्या देशासाठी मरण पत्करले असताना तिला जिवंत राहण्याचा हक्क नव्हता. त्यांनी तिला मरू का दिले नाही?

...आणि आता ती पकडली गेली होती. पुढे काय घडणार होते? फसलेली कामिकाझी मोहीम आणि त्यावर कडी म्हणजे युद्धकैदी म्हणून जिवंत पकडली जाऊन स्वत:लाच लावून घेतलेला कलंक! हे विचार तिच्या मनातून एखाद्या

बंदुकीच्या गोळीसारखे आरपार गेले. ते थांबतच नव्हते. वेदनांचे बाण सायुरीच्या जणू काही तिच्यावर हल्लाच करत आहेत, असे तिला जाणवले आणि ती किंचाळू लागली. तिने स्वत:ला थांबवण्याचा प्रयत्न केला. कारण, ती जपानच्या शाही सैन्याचे प्रतिनिधित्व करत होती आणि परिस्थिती काहीही असो, त्यांच्या प्रतिमेची प्रतिष्ठा तिला वाढवायची होती. परंतु त्या किंकाळ्या थांबण्याचे नाव घेईनात. त्या तिच्या घशातून वेगाने बाहेर पडत होत्या. तिथं घाईघाईने येणाऱ्या पावलांचे आवाज आले आणि कुणीतरी तिच्या दंडात सुई टोचली. मग त्या किंकाळ्या अस्पष्ट झाल्या आणि तिच्याभोवती पुन्हा अंधार पसरला.

जेव्हा दुसऱ्यांदा किंवा तिसऱ्यांदा ती शुद्धीवर आली, तेव्हा सायुरीला त्या थोड्या दिवसांच्या अवधीत ती किती वेळा बेशुद्ध झाली, ते आठवेना. या वेळी तिला वेगळेच वाटत होते. कारण, एका विलक्षण शांततेच्या अभेद्य अशा संरक्षणाखाली ती लपू शकत होती.

क्षणभर ती घाबरली. कारण आपल्याला काहीच जाणवत नाही, असे तिला वाटले. तिच्या मनात ताकुशीचा तसेच तिने त्याचे विमान खाली जाताना आणि स्फोट होऊन जळताना पाहिले होते, याचा विचार आला. पण तिला काहीच वाटत नव्हते. ना दु:ख, ना वेदना, ना अश्रू!

''मला झालंय तरी काय? मला काहीच का वाटत नाही? मला वेड तर लागलेले नाही ना? मी रडत असल्याचं मला आठवतंय, परंतु त्या घडीला माझ्या डोळ्यांतून अश्रू वाहत नव्हते. माझ्या देहाचा इतका चेंदामेंदा झाला होता की, तो हलतही नव्हता. एक भयानक विचित्र जाणीव तिथं होती. मी हल्ला करताना मरायचे, अशी अट होती. जेव्हा ताकुशी आणि युनिटमधील इतरांनी कार्यक्रमात ठरल्याप्रमाणे त्यांचे प्राण गमावले होते, त्या वेळी मी जिवंत राहणे सहन होत नव्हते. आता मी एखाद्या नादुरुस्त मशिनसारखी होते.''

तो त्यांच्या मुलाखतीचा तिसरा दिवस होता. मायुमीला हे दिसत होते की, तिची कथा अधिक खोल आणि जास्त वेदनामय होत होती. सायुरीला ते जड जात होते. पण तरी मायुमीने तिचा पिच्छा सोडला नाही.

त्या दिवसाच्या अवधीत एक सैनिक तिथं आला आणि त्याने बदलण्यासाठी स्वच्छ कपडे, एक पाण्याचे भांडे आणि एक छोटी चिंधी तिच्याकडे टाकली.

''हे कामिकाझी राक्षस... त्यांची खरोखरच जिवंत राहण्याची लायकी नाही. विमानवाहू जहाजांच्या ताफ्यावर स्वत: मानवी बॉम्ब म्हणून झोकून देणारी ही

रक्तमासांची माणसे नसावीत!'' तो सैनिक म्हणाला. तो काय बोलत होता, हे सायुरीला समजत नव्हते, तरी ज्या तिरस्करणीय पद्धतीने ते शब्द उच्चारले गेले, त्यावरून तिच्या लक्षात आले की, ती टिप्पणी काहीशी निर्दय आणि कमीपणा आणणारी होती.

''हे कपडे बदल आणि जरा स्वच्छ हो. या असल्या तिरस्करणीय घाणीत आमच्या अधिकाऱ्याने तुला पाहावे, हे आम्हाला चालणार नाही!''

तो निघून गेल्यावर सायुरीने ती चिंधी घेऊन आपल्या अंगावरची घाण शक्य तेवढी स्वच्छ केली. ते काळे डाग निघून गेल्यावरही ती विचार न करता घासतच राहिली. जणू काही जपानी युद्धकैदी म्हणून वाटणारा अपमान आणि लाज पुसून काढण्याचा प्रयत्न ती करत होती; परंतु ते अशक्य होते. तो अप्रतिष्ठतेचा आणि अपयशाचा काळा डाग तिला टोमणे मारत आणि तिचा उपहास करत सदैव तिथंच राहणार होता. या लाजिरवाण्या गोष्टींबरोबर ती कशी काय जगणार होती? तिने स्वत:ला विचारले.

सायुरी आपले डोके नकळत त्या खडबडीत लाकडी टेबलाच्या कडेवर आपटू लागली. कारण, स्वत:ला जखमी करून तिला स्वत:लाच शिक्षा करून घ्यायची होती आणि त्या दुखापतीचे दु:खही अनुभवायचे होते. तेथून जाणाऱ्या एका सैनिकाचे त्या आवाजाकडे लक्ष गेले. त्याने लाथेने दरवाजा उघडला आणि तो तिच्यावर खेकसला, ''हा गोंधळ थांबव घाणेरडे! हं, कामिकाझी पायलट? बघ, 'देवाचे वायुदूत' कुठे उतरले ते!''

लष्करी बुटांचा जोरदार आवाज झाला. उपहास करणाऱ्या सैनिकाने ज्या तऱ्हेने मध्येच आपली कुत्सित टीका थांबवली आणि घाईघाईने सलाम ठोकला त्यावरून त्याचा वरिष्ठ अधिकारी आल्याचे तिला समजले. सायुरीच्या दृष्टीने आता काही चांगले किंवा वाईट होणार नव्हते. ती अपमानाच्या एका स्थितीतून दुसऱ्यात जात होती. तिच्या जखमांमधून येणारे रक्त आणि पू बँडेजमधून वाहात असला आणि ती नुकतीच शारीरिकदृष्ट्या सावरली असली, तरी तो अधिकारी तिला प्रश्न विचारायला आला होता.

जपानमधील एका छोट्या शहरात वाढलेल्या सायुरीने परकीय माणूस पाहिलेला नव्हता आणि त्याच्याशी आयुष्यात कधीही संवाद साधला नव्हता. आता त्या प्रतिकूल परिस्थितीत त्याच्याशी होणाऱ्या पहिल्या भेटीमुळे ती घाबरली आणि गोंधळलेली होती. तरीही जपानी लष्कराचा एक प्रतिनिधी म्हणून असलेला अभिमान तिला जपायचा होता. त्यामुळेच सायुरीने कधीही न पाहिलेल्या त्या निळ्या रंगाच्या निर्दय डोळ्यांनी तिच्याकडे पाहिले, तेव्हा तिचा जखमी आणि दुर्दैवी देह ताठच राहिला.

त्याने तिला काही प्रश्न विचारले. ते अर्थातच तिला समजले नाहीत. मग सायुरीने ठरवले की, प्रत्येक प्रश्नाला मान हलवायची आणि आपली नजर निश्चयाने खाली ठेवायची. थोड्या वेळाने त्या अधिकाऱ्याचा नाइलाज झाला आणि वैतागून, दरवाज्याबाहेर उभ्या असलेल्या सैनिकाच्या नावाने तो ओरडला, "आपल्या या जहाजावर कोणी जपानी दुभाषा आहे का?"

"नाही, सर." त्या सैनिकाने उत्तर दिले. मग त्या अधिकाऱ्याने वैतागून आपले हात वर केले आणि तो त्या खोलीतून बाहेर पडला. बाहेर पडताना खेकसून त्याने सायुरीला जिथं एक तरी जपानी दुभाषा असेल आणि तो तिला सर्व प्रश्न विचारू शकेल, अशा एक नंबरच्या युद्धकैद्यांच्या छावणीत पाठवण्याचा हुकूम दिला.

दुसऱ्या दिवशी ते अमेरिकेचा लष्करी तळ असलेल्या एका बेटावर पोहोचले. त्या बेटाचे नाव गुआम होते, हे सायुरीला नंतर कळले. तिला एका बोटीने नेण्यात आले आणि किनाऱ्यावर सोडण्यात आले. इतक्या दिवसांच्या, कदाचित आठवड्यांच्या अंधाऱ्या एकांतवासानंतर तो आवाज आणि आयनवृतावरील स्वच्छ सूर्यप्रकाशाने तिच्या डोक्याच्या मागच्या बाजूने खाली मानेपर्यंत कळा उठल्या. परंतु ती कशी आहे, हे कुणी विचारले नाही. ते युद्ध होते आणि ती तिरस्करणीय अशी कामिकाझी पायलट होती. तिच्या युनिटने विमानवाहू जहाजांवर हल्ला करण्याचा प्रयत्न केला होता. ती कोणाकडूनही दयेची अपेक्षा करू शकत नव्हती. सायुरीने प्रार्थना केली की, जर तिला ठार मारायचा त्यांचा बेत असेल, तर मृत्यू पटकन येवो.

शत्रूच्याच लष्करी माणसांनी भरलेल्या तळावर एकच गोष्ट चांगली होती. ती म्हणजे, ती इथं एकटी नव्हती; तिथं आणखीही जपानी युद्धकैदी होते. ते दुसऱ्या जहाजांवरून इथं गोळा करून आणलेले होते आणि त्यांना एका मोठ्या सार्वजनिक हॉलमध्ये आणले होते. त्या हॉलमध्ये त्यांना अगदी खुजे झाल्यागत वाटत होते. त्यांना कमीपणा आणि क्षुद्रपणा वाटावा, या हेतूने त्यांना तिथं आणण्यात आले होते. तिच्यासारखे आणखी कमीत कमी पन्नास नवे युद्धकैदी तिने मोजले. बहुतेक सर्वांना कमी-जास्त प्रमाणात दुखापती आणि भाजलेल्याच्या जखमा होत्या. परंतु आपल्याला झालेल्या दुखापती आणि पराजय यामुळे खचून न जाता मोठ्या निश्चयाने जी रांग करायचा त्यांना हुकूम केला गेला होता, त्यात ते लंगडत ओळीने उभे राहिले. प्रत्येक जण एक नंबर धरून उभा होता. तो नंबर ते ओळीत जागेवर उभे राहिल्यावर त्यांच्या हातात खुपसला गेला होता.

सायुरीने आपल्या नंबराकडे पाहिले आणि जेव्हा ती "१०१, ताकुशीचा युनिट नंबर!" असे कुजबुजली, तेव्हा वेदनेची आणि अविश्वासाची एक कळ तिच्या देहात उठली.

हे अगदी गूढच होते. सायुरीला जाणवले की, जिथं ती पोहोचू शकली नव्हती; त्या जगातूनही कुठूनतरी ताकुशी तिच्याशी संपर्क साधत होता. तिला सांगत होता, की तिने स्वत:साठी, त्यांच्यासाठी आणि देशासाठी धैर्याने राहावे. सायुरीच्या डोळ्यांत अश्रू तरळले.

"ती कामिकाझी पायलट आहे, याबद्दल तुला खात्री आहे का?" त्या तळावर युद्धकैद्यांची व्यवस्था ठेवणाऱ्या सैनिकाला अधिकाऱ्याने विचारले. "हे कसे शक्य आहे? सर्व कामिकाझी पायलट हे पुरुषच असायला हवेत!"

"हो, ती नक्कीच त्यांच्यापैकी एक आहे." तो सैनिक म्हणाला. "आपल्या लोकांना ती कामिकाझी विमानाच्या अवशेषात सापडली. हे उघड होते की, ते विमान ती चालवत होती. यात कोणतीही चूक नक्कीच नाही, सर.

"त्या विमानाबद्दल अजून एक विचित्र गोष्ट आहे. आम्ही अवशेषाचा एक भाग ओढून काढला. त्यावर एक गडद गुलाबी रंगाचा गुलाब रंगवलेला होता. कामिकाझी पायलटच्या विमानावर सापडावी, अशी ही शेवटची गोष्ट होती!"

"अरे देवा! ते राक्षस आपल्याला संपवण्यासाठी कुठपर्यंत जातील याला मर्यादाच नाही!" तो अधिकारी म्हणाला. "आपल्याला सर्व कामिकाझी पायलट हे पुरुष असतात, हेच भासवले आणि नंतर मात्र त्यांच्या हेतूसाठी आत्मघातकी स्त्रियांचाही वापर केला. परंतु तरीही हा आपला सुदैवी दिवस असावा. कारण, तार्किकदृष्ट्या जोरदार प्रश्नांच्या सरबत्तीखाली स्त्री ही पुरुषापेक्षा लवकर कोसळते. तिला एकांतवासात ठेव. उद्या सर्वांत पहिल्यांदा तिच्यासाठी चौकशी अधिकारी आणि दुभाषा नेमू."

तो जड दरवाजा अनिष्ट सूचकरीतीने तिच्या तोंडावर बंद झाला आणि कुलपात किल्ली फिरवल्याचा आवाज सायुरीने ऐकला. तिला मध्ये मिळालेली सूट ही फारच छोटी होती आणि आता ती पुन्हा एकांतवासाकडे गेली होती. घाबरून तिने आपला देह त्या लोखंडी दरवाजावर आपटला. परंतु तो काही हलला नाही आणि मग थोड्या वेळाने सायुरीने तो निष्फळ प्रयत्न थांबवला. तिला बाहेरच्या जगापासून आणि सर्व मानवी संपर्कापासून बंद करणारा तो दरवाजा आपटून बंद केल्याचा आवाज ती कधीही विसरणार नव्हती. युद्ध संपून बराच काळ लोटल्यानंतर आणि ती सामान्य आयुष्य जगायला लागल्यानंतरही या आवाजाने तिला पछाडले होते. म्हणूनच तिच्या घरातील दरवाजांना कुलुपं नव्हती आणि निदान एक छोटा दिवा प्रत्येक रात्री लावलेला असायचा. कुलूप लावलेले दरवाजे आणि अंधाऱ्या खोल्या या तिला युद्धकाळातील तणावाच्या आठवणी करून द्यायच्या; ज्या तिला विसरायच्या होत्या.

कुणीतरी येईल आणि तिला प्रश्न विचारेल याची सायुरीने त्या सबंध दिवस वाट पाहिली. ती उदास, जीवघेणी शांतता – जी अविरत तिच्या डोक्यावर टांगलेली होती आणि तिला वेड लावण्याच्या टोकाकडे घेऊन जात होती – ती भंग करण्यासाठी तिला कुणीही चालले असते. काही इजा होईल म्हणून ती घाबरत नव्हती. कारण, मृत्यूचे शेवटचे आव्हान तिला स्वागतार्हच होते. त्यापेक्षा कमी असलेल्या कोणत्याही गोष्टीचे तिला काहीही वाटत नव्हते. तिला फक्त आपण शत्रूसमोर कोलमडून पडू आणि आपल्या कमकुवतपणाचे प्रदर्शन करून देशाला कमीपणा आणू की काय, याचीच भीती वाटत होती.

दिवसभरात कधीतरी, कोणीतरी दरवाज्याची ती छोटी झडप उघडली आणि चहा आणि ब्रेडचे तुकडे ठेवलेला एका वेडावाकडा झालेला पत्र्याचा ट्रे आत सारला. तिच्या पोटात गुरगुरायला लागले होते. घसा कोरडा पडला होता आणि तहानेने सुकला होता. परंतु सायुरीने निश्चयाने त्या पत्र्याच्या ट्रेकडे बघायचे टाळले. तिथं कोणतेही हत्यार किंवा दुसरे काही साधन नव्हते, ज्याच्या मदतीने ती स्वत:ला ठार करू शकेल. त्यामुळे फक्त एकच मार्ग होता की, स्वत:ची उपासमार करून मरायचे. हाराकिरी करण्यासाठी आपल्याकडे सुरी असती, तर बरं झालं असतं, असं तिला वाटलं. कारण, 'सामुराई'चा सन्मानाने मरण्याचा एकमेव मार्ग तिच्यासमोर होता; ज्यामुळे जपानी लष्करावर तिच्यामुळे लागलेला बदनामीचा आणि शरमेचा डाग ती धुवू शकत होती.

संध्याकाळी कुणीतरी तो पत्र्याचा ट्रे हलवला आणि तसाच दुसरा ट्रे आत सारला. या वेळेपर्यंत भूक आणि शरीरातील पाण्याच्या अभावामुळे सायुरी एवढी अशक्त झाली होती की, ती खोलीच्या एका कोपऱ्यात कशीबशी बसून होती. आपली शक्ती आणि जीवन हे हळूहळू झिरपून कमी होतंय, हे तिला जाणवले. ती इतकी अशक्त झाल्यामुळे उत्तरे देऊ शकणार नाही, त्यामुळे ते तिला प्रश्न विचारायला येणार नाहीत, अशी ती आशा करत होती. त्यामुळे कोलमडून जाण्याच्या अपमानाचा धोका नव्हता.

"सबंध दिवस आणि रात्र मी बेशुद्ध होण्याची आणि मरणाची वाट पाहिली परंतु जीवनाने माझे हाल करायचे आणि प्रत्यक्ष मरण हे किती कठीण आहे, हे सिद्ध करायचा जणू काही निश्चयच केला होता!"

परंतु त्या रात्री असे काही घडले की, त्यामुळे तिच्या जीवनाचा सर्व मार्ग आणि दिशाच बदलली. ती अशी अर्धवट बेशुद्धावस्थेत असताना खोली उजेडाने उजळून

निघाली. सायुरीने घट्ट बंद केलेल्या डोळ्यांच्या पापण्यांतून तो आत घुसला आणि त्याने तिला डोळे उघडायला भाग पाडले. मग तो उजेड हळूवारपणे सौम्य झाला आणि ताकुशी तिच्यासमोर आला. त्याच्या नेहमीच्या पांढऱ्या रुमालाने तिचे अश्रू पुसले. सायुरी आपल्या प्रियकराच्या उबदार मिठीत विसावली. तो तिचे केस थोपटत होता आणि तिची मान चोळत होता. जेव्हा त्यांची हल्ला करण्याची वेळ जवळ आली, तेव्हा त्या शेवटच्या दिवसांत त्याने असेच केले होते.

"ताकुशी," ती हळूच म्हणाली. "या शरम आणि पराजयाच्या तुरुंगातून तू मला सोडवण्यासाठी आला आहेस. प्लीज, मला तुझ्याबरोबर ने. मी खूप थकलेय आणि थंडावलेय. मी तुझ्याशिवाय जगूच शकत नाही. आठव... आपल्याला एकत्र मरायचे होते!"

जेव्हा ताकुशी गप्प राहिला, तेव्हा सायुरी घाबरून गेली. खरोखरच्या भीतीने ती ओरडली, "वचन दे, सांग, तू मला इथं एकटं सोडणार नाहीस!"

परंतु ताकुशीने खिन्नपणे मान हलवली आणि तो बोलला; परंतु त्याच्या थोपटण्याप्रमाणेच त्याचा आवाजही अस्पष्ट होत-होत दूर जात होता.

"नाही सायुरी, मी तुला माझ्याबरोबर घेऊन जाऊ शकत नाही. कारण तू म्हातारी होईपर्यंत जगायचे आणि आपल्या कामाच्या, आपल्या मोहिमेच्या आणि आपल्या प्रेमाच्या आठवणी मनात जागत्या ठेवायच्या; हे विधिलिखित आहे. तू खाल्लं पाहिजेस आणि आपल्या दोघांसाठी जिवंत राहिले पाहिजेस. जोपर्यंत मला माहीत आहे की, माझे प्रेम तुझ्या नसानसांतून वाहत आहे आणि जिवंत आहे; तोपर्यंत माझे बलिदान व्यर्थ गेलेले नाही. मला वचन दे की, तू जगत राहशील. आपल्या देशाचा पराजय होणार आहे. परंतु अपमान आणि पराभवाच्या राखेतून पुन्हा सूर्य उगवेल आणि त्या उगवत्या सूर्याचा तूही हिस्सा व्हावास, असे मला वाटते!"

ताकुशीच्या हातांचा स्पर्श आणि त्याच्या बोलण्याचा आवाज आता विरू लागला होता. पुन्हा एकदा त्यांची वेळ संपत आली होती. फार उशीर होण्याआधी ते वचन तिनं त्याला द्यायला हवं, हे असह्य अशा वेदनेने तिला जाणवले.

अचानक शक्ती संचारल्याप्रमाणे सायुरी गुडघ्यांवर उभी राहिली आणि ओरडली, "मी वचन देते, ताकुशी, कारण ही तुझी इच्छा आहे! मी आपल्या दोघांसाठी जगत राहीन... मी वचन देते!"

अचानक तिला एक चमक दिसली आणि सायुरीच्या लक्षात आले की, ती चमक ताकुशीच्या पांढऱ्याशुभ्र दातांची होती. त्या दुसऱ्या जगात कायमचा विलीन होण्यासाठी आणि तिची वाट पाहण्यासाठी तो हळूहळू चालत तिच्यापासून दूर गेला, तेव्हा तो हसत होता.

ती त्याच्या मागे किंचाळत, खुरडत गेली, “जाऊ नकोस ताकुशी, माझ्याबरोबर आणखी काही मिनिटे थांब. प्लीज, जाऊ नकोस... सबंध आयुष्य तुझ्याशिवाय जगण्यासाठी मी फक्त काही मिनिटे मागतीये!”

परंतु तो थांबू शकला नाही. जितक्या पटकन तो दिसला होता, तितक्याच पटकन तो निघून गेला. या वेळी सायुरीला जाणवले की, ती त्याला पुन्हा कधीही पाहू शकणार नव्हती.

आपल्या मृत प्रियकराशी झालेल्या त्या झपाटणाऱ्या भेटीमुळे ती तिच्या निष्क्रियतेतून बाहेर पडली आणि एक वेगळीच ताकद तिच्यात संचारली. त्यामुळे ती खोलीच्या दुसऱ्या टोकाला गेली. त्या पत्र्याच्या ट्रेमधला बेचव ब्रेड आणि थंड झालेल्या चहावर ती तुटून पडली. बऱ्याच दिवसांत अन्न न मिळाल्याप्रमाणे तिने ते अधाशासारखे संपविले.

त्या संध्याकाळी तो वजनदार लोखंडी दरवाजा उघडल्याचा आवाज झाला आणि दोन सैनिक सायुरीला घेऊन दुसऱ्या एका भागात गेले. तिला माहीत होते की, आता आपल्याला परत कडक तपासणीला तोंड द्यावे लागणार. पण त्या घडीला एवढेच महत्त्वाचे होते की, ती त्या अंधाऱ्या, निर्जन कोठडीतून बाहेर आली होती. कोण कुणाशी लढत होते आणि जगात किती द्वेष होता, याला महत्त्व नव्हते. सूर्य अजूनही तशाच प्रसन्नतेने आकाशात आनंदी रंगांची उधळण करत मावळत होता. खाली पृथ्वीवर चालणाऱ्या मानवांच्या वेड्या लढायांच्या मानाने ते आकाश धीरोदात्त होते.

तिने ताज्या हवेचे श्वास खोलवर आत घेतले. तिचे जटा झालेले केस वाऱ्याने थोडेसे उडत असल्याचे तिला जाणवले. सायुरीला ते चालणे कधीच संपू नये, असे वाटले. दूरवरच्या क्षितिजावर सूर्य मावळत असल्याचे तुरुंगाच्या त्या उंच-उंच भिंतीच्या आतून दिसत होते. त्या वेळी एका छोट्या इमारतीत नेण्यात आल्याचे सायुरीला जाणवले. ती इमारत करड्या रंगाच्या लोखंडी पत्र्यांची होती. ती सर्व रचना इतकी तकलादू होती की, जेव्हा ते त्या इमारतींमध्ये असलेल्या एका खोलीत शिरले, तेव्हा तेथील लाकडी जमीन अक्षरशः हादरली. त्यामुळे ज्यांनी तिला पकडले होते, त्यांच्या विजयातला पोकळपणा उघड झाला, अशा काहीशा मूर्ख विचारांमुळे तिला बरे वाटले.

खोलीच्या एका कोपऱ्यात एका टेबलापाशी ज्या शिपायाने तिला इथं आणले होते, त्याच्या पहाऱ्यात तिला जवळजवळ तासभर वाट पाहायला लावण्यात आली. हळूहळू ती शिळी हवा, आलेला दीर्घ थकवा आणि गेल्या काही दिवसांचा ताणतणाव यामुळे जेरीस आलेल्या सायुरीचा आपण आपल्या पहिल्या

चौकशीच्या वेळी अगदी दक्ष आणि धीरोदात्त राहायचे, हा प्रयत्न फसून ती डुलक्या घेऊ लागली.

तो तरुण सैनिक पुढे झाला आणि त्याने तिला ताठ बसण्याचा हुकूम दिला. कारण कैद्यांना जास्त आरामात विसावू द्यायची त्याला परवानगी नव्हती; परंतु या वेळी तो थोडा बिचकला, कारण हा कैदी एक मुलगी होती. तिला पाहून त्याला अमेरिकेमधल्या आपल्या घरी असलेल्या छोट्या बहिणीची आठवण झाली. त्याशिवाय ती इतकी अशक्त आणि दमलेली दिसत होती की, तो थोडासा विरघळला. एक अधिकारी आणि एक दुभाषा आल्याचे बाहेरच्या वाळूच्या रस्त्यावर घासणाऱ्या बुटांच्या आवाजाने कळेपर्यंत त्याने तिला झोपू दिले.

आपण हुकूम पाळत नाही म्हणून पकडले जाण्याच्या भीतीने घाबरून त्या सैनिकाने सायुरीला हलवून जागे केले आणि तिला उभे राहण्याचा हुकूम दिला. उभे राहण्याच्या प्रयत्नात सायुरी क्षणभर गोंधळली. तिला काही समजत नव्हते आणि ती अस्थिरपणे हलत होती. मग आपण कुठे आहोत, हे तिला आठवले आणि आपली सर्व ताकद एकवटून तिने आपले खांदे ताठ केले आणि स्वत:ला सावरून ती आपल्या चौकशी अधिकाऱ्यासमोर उभी राहिली.

काचेच्या त्या गोल चष्म्यामुळे तो अधिकारी युनिव्हर्सिटीतील विद्यार्थ्याप्रमाणे सभ्य वाटत होता. पुढचा सबंध आठवडा तो सायुरीवर प्रश्नांची सरबत्ती करणार होता. आपले दात हाडांत खुपसणाऱ्या आणि ते सोडायला नाकारणाऱ्या एखाद्या कुत्र्यासारखा तो सायुरीला मानसिकरीत्या पार कोलमडण्याच्या अवस्थेला घेऊन जाणार होता. त्याच्या बाजूला एक दुभाषा बसला होता. स्वत:च्याही नकळत त्या ठेंगण्या, जपानी वंशाच्या तरुणाबद्दल सायुरीला कुतूहल आणि तेवढाच तिरस्कारही वाटत होता. तो त्याच्या वाडवडिलांच्या देशाच्या विरुद्ध जाऊन शत्रूची चाकरी करत होता. लवकरच तिच्या लक्षात आले की, तो केवळ वंशाने जपानी होता. बाकी तो निष्ठेने, वचनाने आणि मनाने पूर्ण अमेरिकन होता. आपल्या वाडवडिलांची जपानी भाषा उत्कृष्टपणे बोलता येत असल्यामुळे त्याला छावणीवर कैद्यांचा दुभाषा म्हणून काम दिले होते. तो गोल तोंडाचा दुभाषा – हेन्री कामाटा, हा अमेरिकनजपानी होता. युद्ध पेटल्यावर आणि ते टिपेला पोहोचल्यावर त्याच्याकडे कसेही पाहिले जात असले, तरी तो स्वत:ला अमेरिकन समजत होता. सायुरीने त्याच्याकडून संवेदनशीलतेची अपेक्षा ठेवली असती, तरी तिची संपूर्ण निराशाच झाली असती. तिला स्वत:ला मोठ्या कष्टाने आठवण करून द्यावी लागत होती की, प्रत्यक्षात तो शत्रू होता आणि त्याला दिलेली कोणतीही माहिती तिच्या देशाविरुद्ध उपयोगात आणली जाणार होती.

तिचे नाव, युनिट नंबर आणि पकडल्याच्या तारखेची नोंद घेतल्यानंतर

इतर चौकशा किंवा कोणत्याही प्रस्तावनेशिवाय थेट प्रश्नांच्या सरबत्तीलाच सुरुवात झाली.

"तू कामिकाझी विमानाच्या अवशेषांत सापडली होतीस. तू आम्हाला सांग की, तू कामिकाझी पायलट आहेस की नाहीस?" दुभाष्याने विचारले. त्याचा चेहरा काहीसा अधिकारपूर्ण आणि भावनाविरहित होता. जपानच्या शत्रूसाठी लढणाऱ्या त्याच्या त्या भावनाविरहित चेहऱ्याकडे पाहिल्यावर, तिच्या शरीरातील प्रत्येक नस प्रतिकारासाठी सज्ज झाली आणि 'तू जपानी आहेस. जे रक्त माझ्या धमन्यांतून वाहत आहे, त्याच रक्ताचा तू आहेस, तरी तुला काहीच कसे वाटत नाही?' असे त्याला ओरडून विचारावेसे तिला वाटले, पण तिने महत्प्रयासाने स्वतःला सावरले.

'देशद्राही! देशद्रोही!'

तिने आपले ओठ करकचून चावले आणि शांतपणे उत्तर दिले, "होय, मी कामिकाझी पायलट आहे."

"परंतु तू स्त्री आहेस आणि आमच्या माहितीनुसार कामिकाझी पायलट हे सर्व पुरुष असतात." दुभाष्याने परत सांगितले.

"मी कामिकाझी पायलट आहे." सायुरीने दृढपणे पुन्हा सांगितले. त्या प्रश्नोत्तरांच्या वेळी ती जराही मागे हटायला तयार नव्हती. जेव्हा तिची चौकशी करणाऱ्या अधिकाऱ्याने तिच्यावरचा दबाव वाढविला, तेव्हाही ती हेच पुनःपुन्हा सांगत होती. शांत राहता यावे आणि आपले थंड पडलेले हात कापू नयेत, म्हणून तिने आपली नजर समोरच्या भिंतीवर असलेल्या काळपट डागावर रोखली आणि ती जराही हलवली नाही. जोपर्यंत सायुरीकडे नजर स्थिर ठेवण्यासाठी काहीतरी होते, तोपर्यंत प्रश्न विचारणाऱ्या अधिकाऱ्याचे भेदक डोळे आणि त्याचे प्रश्न विचारणे यापासून स्वतःला दूर ठेवणे तिला जमत होते.

सायुरीकडे घड्याळ नव्हते. त्यामुळे किती वाजले, ते ती सांगू शकत नव्हती. परंतु बरीच रात्र झाल्यावर एकदाची त्यांनी प्रश्नोत्तरे थांबवली आणि तिला पुन्हा एकदा आपल्या कोठडीकडे पोहोचवण्यात आले. ती रात्र अतिशय सुंदर होती आणि सायुरी जितके जमेल तेवढे हळू चालण्याचा आणि फुप्फुसात ताजी हवा भरून घेण्याचा प्रयत्न करत होती. आकाशाला उजळवून टाकणाऱ्या छोट्या ताऱ्यांच्या गालिच्याकडे डोळे भरून पाहत होती.

तिच्या प्रियकराला तिच्यापासून दूर करणाऱ्या, युद्ध पेटते ठेवून अगणित तरुणांना मरणाकडे ढकलणाऱ्या द्वेष आणि अर्थहीन झगड्याच्या विचाराने तिच्या डोळ्यांत संतप्त गरम अश्रू जमा झाले. त्या शांत, सात्त्विक सौंदर्यावरही त्या वेळी गोंधळ आणि दुःख होते, यावर विश्वास ठेवणे कठीण होते.

तिने झपझप चालत आपली थंड, अंधारी कोठडी गाठली. कारण त्या रात्रीचे ते मनाला चटका लावणारे सौंदर्य अनुभवणे, हे युद्धकैदी म्हणून पकडले जाण्याच्या क्रूर सत्यतेपेक्षा जास्त कठीण होते. तिने मरायला हवे असताना आणि तिच्या देशाचे भवितव्य निश्चित असताना, ती क्षणभर का होईना, रात्रीचे ते सौंदर्य अनुभवण्याचा प्रयत्नही कसा काय करत होती? हे आश्चर्यच होतं.

तिच्या दुभाष्याने तिला तिच्या भल्यासाठी तिने 'सहकार्य' करावे, अशी ताकीद दिली होती. कारण जपान युद्ध हरत होते आणि कामिकाझी पायलटांची फौजही त्या अटळ असलेल्या अपमानकारक पराजयापासून जपानला वाचवू शकत नव्हती.

प्रत्येक चुकलेली कामिकाझी मोहीम तिला सांगत होती की, त्याचे म्हणणे बरोबर आहे. पण तरीही तिच्या हृदयाने आक्रोश केला, 'नाही, जपान हरणार नाही... नाहीतर ताकुशीचे बलिदान व्यर्थ जाईल!' सर्व देशात वस्तुस्थिती नाकारण्याची लाट पसरलेली होती; मग एखादा जपानी देशामध्ये असो किंवा युद्धकैदी म्हणून शत्रूच्या छावणीत असो; वस्तुस्थिती नाकारणाऱ्या लाटेबरोबर वाहवत जाणे, हे त्या भयंकर सत्याला तोंड देण्यापेक्षा सोपे होते.

२४

पुढचा आठवडा हा सायुरीसाठी फार वाईट होता. तिने जवळपास प्रत्येक रात्र जागून काढली. कामिकाझी मोहिमेच्या शेवटच्या क्षणांची आणि ताकुशीचे विमान बरोबर लक्ष्यावर आदळून पेटल्याची घाबरवणारी स्वप्ने पुन:पुन्हा पडत होती. अखेरीस एका रात्री या सगळ्याचा शेवट झाला. एक स्वप्न इतके हुबेहूब प्रतिमा घेऊन आले की, ती बसून रडरड रडली. ताकुशीला आपण जगण्याचे वचन दिले नसते तर बरे झाले असते, अशी तिला हुरहूर लागली. कारण जगणे फार कठीण होते.

दुसऱ्या दिवशी ती जागी झाली ती ठणकणाऱ्या डोक्याने; परंतु ते बरे करण्यासाठी औषधपाणी विचारण्याचे धाडस तिने केले नाही. त्याऐवजी तिने जेवणाच्या त्या पत्र्याच्या ट्रेबरोबर ठेवलेले बर्फासारखे थंडगार पाणी आपल्या चेहऱ्यावर मारले आणि मग काहीतरी गोड पदार्थ लावून जरा चवदार केलेले पावाचे तीन पातळ तुकडे कसेबसे गिळण्याचा प्रयत्न केला. पुढच्या तिच्या आयुष्यात तिला हे माहीत झाले की, तो पातळ पदार्थ म्हणजे मुरांबा होता. ती पातळ पाणचट कॉफी चवीला पाण्यासारखीच होती. परंतु अजून ती गरम होती, त्यामुळे तिचे पोट स्थिर होण्यास मदत झाली.

'मला वाटते, मी युद्धकैदी म्हणून अमेरिकेच्या युद्धकैद्यांच्या छावणीत घालवलेल्या त्या आठवड्यांत मी पहिल्यांदा भाताऐवजी ब्रेड आणि हिरव्या चहाच्या जागी कॉफी प्यायला शिकले.' सायुरीने त्याची डायरीत नोंद केली. टाकलेले पेन्सिलचे तुकडे आणि कागदाचे कपटे हे मिळवून तिने लिहिण्याची सुरुवात केली होती. हे सर्व तिने अधिकाऱ्याच्या कचऱ्याच्या टोपलीतून मिळवले होते. चौकशीच्या खोल्यांकडे जाताना रोज ती या कचऱ्याच्या टोपल्यांच्या बाजूने जायची.

रोज अखंडपणे चालणाऱ्या प्रश्नांच्या सरबत्तीसाठी बाहेर जाण्याची वाट पाहावी

लागे. दरम्यान आपले मन डायरीमध्ये मोकळे करून तिने कसाबसा तग धरला होता. त्या दिवशी मन मोकळे झाल्याने तिचे डोकेही हलके झाले आणि हळूहळू तिची डोकेदुखीही कमी होऊ लागली. ती प्रश्नोत्तरे आठवडाभर चालली. सायुरीला ही सर्व प्रश्नोत्तरे सहन करणे अगदी कठीण झाले होते, तरी आपली श्रद्धा आणि निश्चय यामुळे ती गप्प राहू शकली.

तिचा प्रियकर ताकुशी याचा आत्मा सदैव तिच्याबरोबर होता. काहीही न सांगण्याच्या तिच्या निश्चयाला तो आधार देत होता. कधी कधी जेव्हा ती फार थकल्यामुळे आणि निराशेमुळे कोसळण्याच्या बेतात असायची, तेव्हा ताकुशी तिला सावरायला असायचा. आठवड्याच्या शेवटी लेफ्टनंट विल्यम्स आणि दुभाषी हेन्री कामाटा यांना पराभव पत्करावा लागला. तिच्यावर फुकट घालवलेल्या वेळाबद्दल रागाच्या भरात लेफ्टनंट विल्यम्सने ती कोऱ्या पानांची फाईल टेबलावर आपटून धाडकन बंद केली आणि तो ओरडला, ''जर युद्धकैद्यांना देण्याच्या वागणुकीच्या कराराने आम्ही बांधले गेलो नसतो तर मग हिचे, ती स्त्री असो वा नसो, काही दात पाडायला मला नक्की आवडले असते... आणि मग कदाचित ती बोललीही असती! तिला येथून घेऊन जा. तिच्या त्या दुःखद, तुमच्यापेक्षा पवित्र आहोत असे भाव दाखवणाऱ्या चेहऱ्याचा मला तिरस्कार वाटतो!''

मग पुढचे काही दिवस सायुरीला पुन्हा एकदा अगदी एकांतवासात ठेवले गेले. सदैव सोबत असलेली ती शांतता इतकी पवित्र आणि संसर्गविरहित होती की कधी कधी ती तिला भारून टाकायची आणि मग तिला कसलेच भान राहायचे नाही. मग ती स्वत:शीच बोलायची किंवा भिंतीवर मुठी आपटायची. त्या भयानक शांततेचा भंग करण्यासाठी तिला कोणतातरी आवाज हवा असायचा.

परंतु सायुरीला कळत होते की, शारीरिकदृष्ट्या ती बरी होण्याच्या मार्गावर होती. रोज भुकेच्या सपाट्यात ती त्या चपट्या ट्रेवर ठेवलेले ते बेचव अन्न आणि कॉफी घ्यायची. तिने खायला सुरुवात केल्यानंतर, तिच्या शरीरात अगदी झपाट्याने सुधारणा होऊ लागली होती.

कुणीही तिच्याशी बोलायला येत नसे. जेव्हा सैनिक तिचे अन्न घेऊन यायचा, तेव्हाच दरवाजा उघडला जायचा. सायुरी स्वभावत: बोलघेवडी असल्यामुळे त्या एकांतवासाने लोकांत न मिसळल्यामुळे आपल्याला वेड लागेल की काय, अशी तिला भीती वाटायची. तिला एकच सवलत दिली होती. ती म्हणजे, तो एक तास किंवा कधी त्यापेक्षाही कमी वेळ तिला आपल्या कोठडीतून बाहेरच्या छोट्या आवारात फिरण्याची परवानगी होती, तीही अनेक चौकीदारांच्या देखरेखीखाली. सायुरीची हिंमत वाढण्यास तोही आधार पुरेसा होता. त्यामुळेच उरलेला दिवसभर आणि रात्रीही

तिला कोठडीच्या शांत एकांतवासाला न डगमगता तोंड देणे शक्य झाले होते.

एके दिवशी त्या आवारातल्या छाया देणाऱ्या पाईन वृक्षांची झाडावरून पडलेली अनेक कणसे तिने खिशात भरली. आपल्या कोठडीत आल्यावर त्या पाईनच्या कणसांचा उपयोग ती काही खेळ करण्यासाठी किंवा काही वेळा त्यांना रांगेत उभे करून गप्पा मारण्यासाठी करायची. प्रत्येक दिवशी तिच्या त्या तासभराच्या बाहेर हिंडण्याच्या अमूल्य वेळात तिने तेच केले. तिचा कणसांचा संग्रह वाढला आणि लवकरच तिच्या कोठडीच्या त्या छोट्या दरवाज्याच्या फटीतून येणाऱ्या उजेडाचा उपयोग करून त्या कणसातून तिने सुंदर कलाकृती बनवल्या. हे जरी विचित्र वाटले, तरी पाईनच्या कणसांची सोबत तिला होती, त्यामुळेच तिचा एकाकीपणा कमी झाला होता.

''या अशा तऱ्हेने मी पाईनच्या कणसांतून सुंदर कलाकृती करण्याचे कसब गुआममध्ये युद्धकैदी असताना त्या तुरुंगाच्या कोठडीत शिकले आणि युद्धानंतर तो आमच्या घराण्याचा व्यवसाय झाला!'' त्या वृद्ध स्त्रीने कोपऱ्यातील शेल्फवरील कलाकृतींच्या रांगेकडे बोट दाखवले. त्या कलाकृती काही नैसर्गिक रंगात होत्या; तर काही चकाकत्या लाल, पिवळ्या आणि हिरव्या रंगाच्या होत्या. पाईनच्या कणसांपासून बनवलेल्या त्या सर्व बाहुल्या, प्राणी आणि शेतावरची घरे अतिशय सुंदर होती. त्यांनी मायुमीला त्यांच्या निर्माणकर्तीची, त्या सुंदर आणि गूढ सायुरी मियामोटोची आठवण करून दिली.

''याचा अर्थ वेड लागू नये यासाठी, युद्धकैदी म्हणून तुम्ही एकांतवासातल्या कोठडीत सुरू केलेला खेळ हा तुमचा युद्धानंतर उपजीविकेचा मार्ग ठरला! हा विरोधाभास आहे, तरीही मनाला भिडणारा आणि दुःखदायक आहे!'' मायुमी म्हणाली. वृद्ध सायुरीचे डोळे भरून आले होते. मायुमीच्या लक्षात आले, की सायुरी पुन्हा एकदा काळाच्या मागे गेली होती. तो काळ फक्त तीच जगू शकत होती. परंतु त्या काळाच्या प्रवासातील आश्चर्यकारक शक्तीमुळे तिने त्या इतिहासकार स्त्रीजवळ सर्व काही इतक्या उघडपणे सांगितले की, तिला आपल्या अंगावर काटा आल्याचे जाणवले.

जशा सायुरीच्या भाजल्या गेलेल्या जागा आणि जखमा बऱ्या होऊ लागल्या तसतशी तिची भावनिक पोकळीही भरून निघत होती. त्याच्यामुळे तिला आपण कोणताही हेतू नसलेली निरुपयोगी व्यक्ती आहोत, असे वाटायचे. मग प्रत्येक रात्री तिला ती स्वप्ने पडू लागली. काहीशा विचित्रपणे सायुरीला त्या स्वप्नांमुळे आराम वाटायचा. कारण त्या स्वप्नात ताकुशी पुन्हा जिवंत व्हायचा आणि तो ते चोरटे

क्षण तिच्याबरोबर घालवण्यासाठी त्या इझाकावाकडे यायचा, तिच्या पहिल्या उड्डाणाच्या वेळी तिला भीती वाटत असतानाचा तिच्याकडे पाहत प्रोत्साहन देत हसणारा, स्वच्छ पांढऱ्या दंतपंक्तीचा ताकुशी... त्याचा विरह जाणवत असताना तो नेहमीच तिच्याजवळ असेल म्हणून तिला रडू नको सांगणारा ताकुशी!

काही दिवस गेल्यानंतर एके दिवशी सायुरी जागी झाली आणि तिला मनातून जाणवले की, त्या दिवशी काहीतरी घडणार होते. तिच्या मनाला मिळालेली पूर्वसूचना जणू खरी आहे, हे दर्शवण्यासाठी एका सैनिकाने तिच्यासाठी धुतलेल्या कपड्यांचा जोड आणला. त्याने तिला काही सांगण्याचा प्रयत्न केला, परंतु तिला काही कळले नाही. फक्त तिच्या लक्षात आले की, ती कुठेतरी जाणार होती आणि तिने प्रार्थना केली की, ते तिला ज्या जागेकडे घेऊन जाणार होते, ती सध्याच्या जागेपेक्षा वाईट असू नये. युद्धकैदी म्हणून असलेले गुआममधील आयुष्य हे जवळजवळ संपूर्ण एकांतवासाचे होते. तिला वागणूक मात्र चांगली मिळाली होती – पुरेसे अन्न, पाणी आणि त्याबरोबर व्यायामही होता. युद्धकैदी या शब्दाबरोबर येणारी कोणत्याही तऱ्हेची वाईट वागणूक आणि यातना नव्हत्या.

परंतु ती पराभूत कामिकाझी पायलट होती. त्यामुळे याचा काहीतरी परिणाम होणार, अशी अपेक्षा ती करत होती. इतका काळ केवळ काही विलक्षण कारणांनी ती त्यापासून वाचली होती.

"मित्रराष्ट्रांच्या लक्ष्यांचा नाश करण्यासाठी पाठवलेल्या आणि पकडलेल्या कामिकाझी पायलटला भयानक त्रास दिला जाईल, लाथा मारल्या जातील, टोमणे मारले जातील किंवा ठारच मारले जाईल, अशी अपेक्षा मी करत होते. परंतु यातील काहीच घडले नाही. मला अशा तऱ्हेने वागवले जात होते, जणू काही मी पाहुणी आहे! त्यामुळेच ते आता मला दुसरीकडे कुठे पाठवतायत, या विचाराने मी बेचैन झाले आणि इतक्या सहजपणे शिक्षा न होता मी बाहेर पडेन यावर तर माझा विश्वासच नव्हता. एखादी कडक दंडात्मक शिक्षा नव्हती, हीच एक शिक्षा होती आणि त्याने मला बेचैन केले होते.

"काहीतरी, कुठेतरी गडबड होती. त्या दिवशी त्यांनी मला धुतलेल्या कपड्यांचा जोड आणला, त्या वेळी माझ्या लक्षात आले की, माझी कुठेतरी रवानगी होणार होती. मला मनाने पूर्वसूचना दिली की, हिशोब चुकते करण्याचा क्षण आला होता. माझ्या बुशिडो संहितेच्या भंगाबद्दल मला शिक्षा भोगावी लागणार होती. यामुळे मला सुटल्यासारखे वाटत होते, कारण शेवटी एक जपानी म्हणून माझा विश्वास होता की, जोपर्यंत माझ्या पापांचे मी क्षालन करत नाही तोपर्यंत मला जीवनात शांती मिळणार नाही."

२५

सायुरीचे बरोबर होते. दुपारी एक ट्रक तिच्याबरोबर इतर दहा कैद्यांना एका बंदराकडे घेऊन गेला. तिथं त्यांना एका अंधाऱ्या, करड्या लष्करी जहाजावर बसवण्यात आले. त्यांच्यापैकी एका कैद्याला थोडेफार इंग्लिश समजत होते आणि जे त्याने ऐकले, ते तो इतरांना सांगत होता. त्यांना परत जपानकडे नेण्यात येत होते. कैद्यांच्या अदलाबदल करण्याच्या ठरावानुसार बहुतेक रेडक्रॉसच्या ताब्यात त्यांना दिले जाणार होते. ती जपानला घरी, स्वातंत्र्यात आणि सुरक्षिततेत परत जात होती, यावर सायुरीचा विश्वासच बसेना. कसे का होईना, शेवटी ती आपल्या कुटुंबीयांकडे परत जाणार होती. जरी शूर वीर म्हणून तिचे स्वागत होणार नसले, तरीसुद्धा ती काहीशी सुरक्षित असणार होती. शत्रूच्या छावणीपेक्षा तिला इथे मानाने वागवले जाईल याबद्दल तरी तिच्या मनात संशय नव्हता. जेव्हा ती लष्करी जहाजाच्या जिन्यावरून चालत होती, तेव्हा तिचे हृदय आनंदाने भरून आले होते. कारण, ती परत जपानला जात होती... आपल्या घरी, आपल्या लोकांकडे आणि आपल्या देशाकडे! ते तिला जिवंत परत आली, म्हणून क्षमा करतील याची तिला खात्री होती.

''मी माझ्या देशाला अपयश दिले होते. परंतु मला खात्री होती की, ते मला क्षमा करतील आणि माझा स्वीकार करतील. कारण मी त्यांच्यापैकी एक होते. जपानमध्ये गेल्यावर बसलेला धक्का आणि ज्या भयानक वास्तवाला मला सामोरे जावे लागले, त्यासाठी मी तयार नव्हते, एवढं खरं!''

जवळजवळ चार दिवस आणि रात्री ते अखंड प्रवास करत होते. त्या

जहाजाच्या अगदी तळाशी असलेल्या कोठडीत त्या दहा जणांना बंदिस्त केले होते. त्या तिथं पुन्हा सायुरीने पुरुषाचे वेषांतर करायचे ठरवले. ती ज्या मोकळ्या-ढाकळ्या लष्करी गणवेशात होती, ते पाहता हे फारसे अवघड नव्हते. इतका वेळ तिच्या बरोबरच्या सर्वांनी तिला त्यांच्यापैकीच एक असल्याप्रमाणे वागवले होते. त्यामुळे कामिकाझी दिवसांत तिने केलेले वेषांतर पुन्हा करणे, तिला शक्य होते.

जर का ती स्त्री आहे, हे त्यांना कळले असते; तर त्यांनी तिला वेगळ्या कोठडीत बंद करून ठेवले असते आणि असा एकांतवास पुन्हा सोसणे तिच्या सहनशीलतेच्या पलीकडचे होते. पुन्हा एकटे राहण्यापेक्षा त्या घामट आणि उदास अशा इतर नऊ जणांच्या संगतीत राहणे चांगले होते. सायुरी या वेषांतरात सहज खपून गेली. कारण ज्या लष्करी चौकीदारांच्या ताब्यात ती होती, त्यांना त्या ढगळ, मापाच्या नसलेल्या गणवेशात असलेले सर्व एशियन्स सारखेच दिसत आणि इतक्या निरखून त्या युद्धकैद्यांकडे कोण बघणार आणि त्यांना वेगवेगळे कसे ठरवणार?

जेव्हा सायुरी आपल्या तुरुंगाच्या कोठडीतून बाहेर पडली, तेव्हा तिने आपला पाईन कणसांचा संग्रह एका फडक्यात बांधून आपल्या शर्टखाली दडवला होता. आता तिचे ते नऊ साथीदार एक सुरात घोरत असताना तिने ते बाहेर काढले आणि आपल्या झोपण्याच्या जागेच्या बाजूला असलेल्या टेबलावर मांडले. ज्या अगतिकतेमुळे तिच्याकडून मूठभर पाईनच्या कणसांतून या सुंदर कलाकृती निर्माण झाल्या होत्या, त्यांच्याकडे ती कौतुकाने पाहत होती.

पाईन कणसांच्या त्या कलाकृतींमुळे तिच्यात एक प्रकारचा शांतपणा आलेला आला. त्या कलाकृती तिच्या कापडी बोचक्यात ठेवण्याआधीच सायुरी तिथेच अगदी गाढ झोपी गेली. आपण आता एकांतवासात नाही आणि आपल्या आजूबाजूला दुसरे नऊ जण आहेत, या विचाराने कित्येक महिन्यांत न मिळालेली अशी गाढ झोप तिला लागली.

ते आवाज बऱ्याच दूर अंतरावरून येत असावेत, असे भासले. जेव्हा सायुरीने आपले डोळे उघडले, तेव्हा तिला ते नऊ जण दाटीवाटीने उभे राहून तिने टेबलावर ठेवलेल्या पाईन कणसांपासून केलेल्या कलाकृतींचे कौतुक करताना दिसले. तिचा चेहरा लाजून लाल झाला आणि ती झटकन उठून बसली. तिला ज्यांचा संकोच वाटत होता, अशा त्या कलाकृती तिने गोळा करण्याचा प्रयत्न केला आणि त्या कापडाच्या गाठोड्यात पुन्हा गुंडाळल्या.

परंतु त्यातील वयाने मोठा असलेला माणूस, जो पकडण्याआधी अधिकारी होता हे उघड होते; त्याने तिच्या दंडावर हात ठेवला आणि तो म्हणाला, ''नाही,

त्या आत ठेवू नकोस. त्या इतक्या चांगल्या आहेत की जेव्हा अमेरिकन्स आत येण्याची वेळ सोडली, तर त्या लपवून ठेवू नकोस.''

''होय, सर!'' सायुरी नकळत त्या अधिकाऱ्याची आज्ञा पाळत म्हणाली. त्याचे त्याला हसू आले आणि तो म्हणाला, ''नाही, तू मला सर म्हणायची गरज नाही; मीही आता तुझ्यासारखाच युद्धकैदी आहे. परंतु युद्ध संपल्यावर तू हा व्यवसाय म्हणून करायचा कधी खरोखरच विचार केला आहेस का?''

''एका अधिकाऱ्याला माझी तुरुंगाच्या अंधाऱ्या कोठडीत केलेली ओबडधोबड हस्तकला ही व्यवसाय करण्यासाठी पुरेशी चांगली आहे असे वाटावे, याबद्दल त्या वेळी मी अगदी खूश झाले होते. परंतु नंतर मी जगण्यासाठी जे काही केले, त्यावरून त्या अधिकाऱ्याचा सल्ला अगदी बरोबर होता!'' हे सांगताना रिका कोबायाशीच्या चेहऱ्यावर हलकेसे हसू होते.

पुढचे काही दिवस सायुरी आणि तिच्या सहकाऱ्यांसाठी चांगले होते. ते सर्व तिला पाईन कणसांपासून सुंदर प्राणी आणि पक्षी बनवताना पाहत होते. नंतर त्या अमेरिकन लष्करी जहाजावर एकत्र काढलेल्या काळाच्या आठवणी म्हणून तिने त्या वस्तू एकेक करून प्रत्येकाला वाटल्या.

परंतु जेव्हा ते मुक्कामाच्या ठिकाणाजवळ आले, तेव्हा त्यांच्या मनात पुन्हा शंका-कुशंका येण्यास सुरुवात झाली. ते सर्व पुरुष एकत्र येऊन जपानला गेल्यावर काय ताट वाढून ठेवलेले असेल, याची काळजीने चर्चा करू लागले.

सुरुवातीचा आशावाद संपला असला तरी, सायुरीला एक विलक्षण शांतपणा जाणवत होता. कारण एक अपयशी कामिकाझी पायलट म्हणून तिने तिच्या नशिबाचा स्वीकार केला होता. तिने दोनदा जपानी लष्करी कायदा गंभीरपणे तोडला होता. एक म्हणजे, तिने पुरुष असल्याचे भासवले होते आणि दुसरे म्हणजे, कामिकाझी मोहिमेत तिला अपयश आले होते. जपानी साम्राज्य संपत आले असताना मित्रराष्ट्रांचा उघड विरोध आणि प्रतिकार म्हणून आखलेल्या कामिकाझी कार्यक्रमाला तिने हास्यास्पद ठरवले होते.

''कामिकाझी पायलटचे उद्दिष्टच मरणे हे असल्यामुळे मला मरणाची भीती वाटत नव्हती. अजून जिवंत असल्याची लाज मात्र वाटत होती. आता एकच विचार माझ्या मनात घोळत होता. तो म्हणजे, जर का मी माझ्या युनिटला परत गेले, तर दुसऱ्या एका कामिकाझी मोहिमेसाठी पाठवावे, अशी विनंती त्यांना कशी करता येईल? माझा प्रियकर ताकुशी आणि माझ्याबरोबर प्रशिक्षण घेतलेल्या इतर

सहकाऱ्यांनी त्यांचे ध्येय गाठले होते आणि ते सन्मानाने मृत्यू पावले होते. त्यामुळे जिवंत राहिल्याबद्दल मला अपराधी वाटत होते. माझी तुकडी हा कामिकाझी पायलटचा एकमेव असा चमू होता; ज्यांना शंभर टक्के यश मिळालेले होते. मी सोडून कोणालाही अपयश आले नव्हते. त्यामुळे माझे अपयश अजून ठळक होत होते.''

त्यांचे जहाज दूरच्या आवो जिमा या बेटांवर आले. ती बेटे मित्रराष्ट्रांनी काबीज केलेली होती. सायुरी आणि तिच्यासोबतच्या देशबांधवांना रेड क्रॉस युनिटच्या ताब्यात देण्यात आले. जपानी लष्कराने नंतर त्यांना विमानाने जपानमध्ये आणले. जसे विमान जपानजवळ आले, तसे अपयशी कामिकाझी पायलट म्हणून कुणाला कसे तोंड द्यायचे, म्हणून तिच्या पोटात भीतीचे गोळे आले होते. विमानाच्या इंजिनाकडे धावावे, विमान ताब्यात घ्यावे आणि मित्रराष्ट्रांच्या सापडेल त्या लक्ष्यावर ते कोसळवावे, या वेडगळ इच्छेने ती भारून गेली होती. गंभीर चेहऱ्याने तिच्या भोवती बसलेल्या आणि तिच्यावर लक्ष ठेवून असलेल्या लष्करी पोलिसांना पाहून सायुरीला आपल्या त्या मूर्खपणाच्या कृतीची निष्फळता लक्षात आली. होय, तिला मरायचे होते; परंतु अशा तऱ्हेने नव्हे. आतापर्यंत तिने आपल्या देशाची काही कमी अप्रतिष्ठा केली होती का?

बेचैनीमुळे तिच्या पोटात ढवळत होते. कारण कोणीच तिच्याशी बोलत नव्हते किंवा तिच्याकडे पाहतही नव्हते. जणू काही ती अस्तित्वातच नव्हती! प्रत्येक वेळी हवेच्या भोवऱ्यात ते विमान वरखाली होत होते आणि सायुरीला ओकारीची भावना होत होती. कसाबसा तिने तो सबंध प्रवास प्रसाधनगृहाकडे एकदाही न जाता केला. त्या नौदलाच्या जहाजावर कैदी म्हणून काही दिवस बंदिवान असताना ज्या परदेशी अन्नावर ती जगली होती, त्यामुळे तिची पचनव्यवस्था बिघडली होती. तिला डोके हलके झाल्यासारखे वाटत होते आणि अशक्तपणा जाणवत होता! तिला आपण अगदी धैर्यवान, आक्रमक आणि आत्मविश्वासपूर्ण बनावे, असे फार वाटत होते. कोणत्याही गोष्टीचा स्वीकार गुळमुळीतपणे करेल, असे तिला व्हायचे नव्हते. मात्र, तिला जास्त काही करण्याची इच्छाही नव्हती आणि ताकदही.

'मला काय झालंय काय?'

'मला एवढे दुर्बल आणि अशक्त का वाटते?'

तिचे शरीर पोखरत जाणाऱ्या या प्रश्नांमुळे तिची ताकद आणखीनच कमी झाली आणि तिला आणखी अशक्तपणा जाणवू लागला.

ताकुशी नसण्याचे खरे दुःख तिला अजून जाणवू लागले नव्हते. सायुरीला माहीत होते की, ते नंतर जाणवेल आणि जेव्हा ते जाणवेल, तेव्हा ते कधीही न

संपणारे, निष्ठुर आणि खोल असेल. मात्र, आता या घडीला असंबद्ध विचारांच्या, काळज्यांच्या तिला वाटणाऱ्या असहायतेच्या जाणिवेतून आणि कामिकाझी पायलट म्हणून अपयशी ठरल्यामुळे वाटणाऱ्या अपमानातून ती जात होती. चांगला आणि यशस्वी कामिकाझी पायलट होण्यासाठी लागणारे गुण स्त्रीकडे नसतात, हे लष्कराला तिने जणू सिद्ध करून दाखविले होते. या सर्व विचारांच्या चक्रव्यूहातून ती जात होती. सध्या तिच्या मनाला एक विचार विशेष त्रास द्यायचा. तो म्हणजे, तिचे लक्ष विचलित झाले नसते तर आणि ताकुशीच्या विमानाने पेट घेतला म्हणून ती दुःखी झाली नसती तर, तिचे लक्ष्य चुकले असते का? तिचे विमान पाडले गेले असते का?

होय, हे खरे होते की, तिला कामिकाझी पायलटच्या मानसिक ताकदीच्या आणि निश्चयाच्या शेवटच्या कसोटीत अपयश आले होते. कारण, तिचे लक्ष नव्हते. ती भावुक झाली होती आणि अगदी महत्त्वाच्या हल्ल्याच्या क्षणाला डोक्याने विचार न करता तिने मनाने विचार केला होता.

सायुरीला इतक्या आठवड्यांच्या एकांतवासानंतर कुणाशी तरी बोलावे, असे फार वाटत होते. परंतु विमानात असलेल्या गंभीर चेहऱ्याच्या लष्करी कर्मचाऱ्यांपैकी कोणीही संभाषणास उत्सुक वाटत नव्हते. त्यामुळे ती आपल्या डायरीकडे वळली. अगदी निर्धाराने दबलेल्या भावनांना वाट करून देण्यासाठी तिने त्यात लिहिले. फक्त तिच्या सोबत असलेल्या त्या लष्करी कर्मचाऱ्याची संशयी नजर तिच्यावर आहे, हे जेव्हा तिला जाणवायचे, तेव्हा ती थांबायची.

'कोणाशी एक शब्दही न बोलण्याचा हा आयुष्यातील माझा सर्वांत प्रदीर्घ कालखंड आहे,' तिने रागाने खरडले, 'आणि तो लवकर संपेल, असे दिसत नाही.'

शेवटी आपली उत्सुकता न दाबता आल्यामुळे तिच्या शेजारी असलेल्या युद्धकैद्याने आपली संशयी छाननी थांबवली आणि तो म्हणाला, "तू कशाबद्दल लिहीत आहेस?"

"माझे विमान खाली पाडल्यानंतर जेव्हा मला युद्धकैदी म्हणून छावणीत डांबले होते, तेव्हा ही डायरी लिहिण्यास मी सुरुवात केली." सायुरीने सांगितले. अनेक आठवड्यांच्या एकांतवासामुळे तिचा आवाज घोगरा आणि जड वाटत होता.

"हं, असे आहे तर! मी ती वाचू शकतो का?" त्या सैनिकाने विचारले. सायुरी आपल्या डायरीची वरची काही पाने देण्याआधी क्षणभर घुटमळली. उरलेल्या भागात तिचे ताकुशीबद्दलचे विचार आणि भावना होत्या आणि वैयक्तिक असल्यामुळे दुसऱ्या कोणाला त्यात सहभागी करता येणारे नव्हते.

त्या सैनिकाने ती पाने वरवर चाळली आणि सायुरीच्या लक्षात आले की, त्याला काही तिच्या लिखाणात स्वारस्य नव्हते. त्याला कशाने तरी संभाषणाची सुरुवात करायची होती. ते कुठे जात आहेत याबद्दल त्याला विचारण्याआधी तिने

त्याला काही मिनिटांचा अवधी दिला.

त्याचे नाव होते – नोबू मात्सुमोटो. तिच्यासारखेच त्यानेही कामिकाझी पायलट होण्यासाठी आपणहून स्वत:चे नाव दिले होते. परंतु त्याचेही विमान खाली पाडण्यात आले होते. तो त्या भर समुद्रात तीन दिवस वाहवत गेला होता. त्याला एका मच्छीमारी बोटीने फिलिपाइन्सच्या किनाऱ्याजवळ वाचवले होते आणि जपानी लष्कराच्या ताब्यात दिले होते.

"तुला माहीत आहे का, आपल्यासारख्यांना कुठे नेले जातंय ते?" तो कुजबुजला. त्याने त्या संवेदनक्षम मुद्द्याला आपणहून सुरुवात केली आणि जेव्हा सायुरीने मान हलवली, तेव्हा मात्सुमोटो त्याच कुजबुजत्या स्वरात सांगू लागला, "मी ऐकलंय की, ते आपल्याला शिंबू नावाच्या जपानी लष्करी केंद्राकडे घेऊन जातायत."

"हे शिंबू काय आहे आणि ते कुठे आहे?" सायुरीही कुजबुजली. परंतु नोबू उत्तर देण्याआधी त्यांच्या बरोबर असलेला लष्करी सैनिक मागे वळला आणि त्याने त्यांना नजरेच्या धाकानेच गप्प केले.

आपल्या स्वत:च्या विचारात आणि प्रतिक्रियेच्या भीतीत गुरफटलेल्या कुणीही मग उरलेल्या उड्डाणात एक शब्दही बोलले नाही.

आपल्याला झोप लागली होती, हे सायुरीच्या लक्षातच आले नाही. मग एक भयानक धडधडता धक्का बसला आणि तिला जाणवले की, विमान जमिनीवर आडदांडपणे उतरवले गेले आहे. अखेरीस ते आपल्या देशात परतले होते.

आकाशात ढग होते आणि जेव्हा ते विमानातून उतरले, तेव्हा हलक्या पावसाच्या सरींचे वादळात रूपांतर झाले होते. मग सबंध वाटेतून धावत ते सर्व एकदाचे टोकाच्या लाकडी इमारतीत पोहोचले. हे काही सामान्य घरी परतणे नव्हते. ज्या तऱ्हेच्या जल्लोषाचा निरोप सायुरी आणि इतर कामिकाझी पायलटना देण्यात आला होता, हे त्याच्या अगदी विरुद्ध होते. त्या उदास, निर्मनुष्य हवाईतळामुळे त्यांना अपयशाने आणि अपमानाने भारून टाकले होते. त्यात भर पडली होती, ती त्या कोसळणाऱ्या मोकाट पावसाची आणि सबंध देशाच्या नापसंतीदर्शक शांततेची.

सुरुवातीपासूनच सायुरीला वाटत होते की, ती आणि तो दुसरा पायलट नोबू हे एक प्रकारे लष्कराच्या ताब्यात होते. कारण, त्यांना घाईने एका करड्या रंगाच्या खिडक्या नसलेल्या व्हॅनमध्ये ढकलले गेले आणि तेथून दूर नेण्यात आले. त्या व्हॅनमध्ये अंधार होता, उकडत होते आणि कोंदटपणा पण होता. कारण, पुढच्या जागेवरच्या खिडक्यांतून येणारा उजेड किंवा वारा त्यांच्यापर्यंत पोहोचत नव्हता. ज्या तऱ्हेने ती व्हॅन वेडीवाकडी वळणे घेत होती; त्यामुळे सायुरीला पित्त वाढल्यासारखे वाटू लागले, महत्प्रयासाने तिने ते कसेबसे दाबून ठेवले. या अशा प्रवासातील त्या

उकाड्यात आणि गैरसोईत तिच्या ओकारीच्या वासाने भरच पडली असती.

त्या विमानात जी काही थोडी बोलाचाली झाली होती, त्यानंतर ते परस्परांशी एक अक्षरही बोलले नव्हते. सायुरीला या विचाराने अजूनही बरे वाटत होते की, दुसरा एक माणूस तिच्यासारख्याच अवस्थेतून जात होता. जो कधी संपेल असे दिसत नव्हते, अशा प्रवासाची सुरुवात करताना नोबूलाही मनातून हेच वाटत असल्याचे तिला जाणवले.

त्या व्हॅनची गती मंद झाली. सायुरीला ते नेहमीचे कनिष्ठ दर्जाच्या लष्करी सलामांचे आवाज, पुढे जाण्यासंबंधीचे ओळखीचे हुंकार ऐकण्याआधीच कळले की, त्यांनी एक तपासणी नाका ओलांडलाय आणि ते त्यांच्या मुक्कामाच्या ठिकाणी पोहोचले आहेत.

"शिंबू! आपण नक्की शिंबूला पोहोचलो आहोत!" नोबू कुजबुजला आणि त्याच्या आवाजात खऱ्याखुऱ्या भीतीची झाक होती.

त्या भयानक दाट अंधारात तिला तो पाहू शकत असेल, या अपेक्षेने नाहीतर नेहमीच्या सवयीने तिने मान डोलावली. तिने पटकन आपल्या पायलटच्या पोशाखात लपवून ठेवलेली पायलटची टोपी डोक्यावर चढवली. कामिकाझी मोहिमेतील अपमानास्पद अपयशानंतर देशाभिमान नसल्याप्रमाणे जिवंत राहणे, शाही लष्कराला पुरुषाचे सोंग घेऊन फसविण्याचा केलेला गुन्हा, एक चांगले विमान आणि लक्ष्य फुकट घालविल्याबद्दल होणारे परिणाम हे प्राणघातकच असणार होते.

कुणाचेही रक्त गोठवेल असा ब्रेकचा कर्णकर्कश आवाज करत ती व्हॅन थांबली. त्यांच्या फिरत्या, अंधाऱ्या, कोंदट तुरुंगाचा दरवाजा झटकन उघडला गेला. त्यामुळे अचानक आत आलेल्या चकचकीत प्रकाशाने त्यांचे डोळे जवळजवळ दिपले.

चार मजबूत हातांनी त्यांना आडदांडपणे बाहेर खेचले. त्या जबरदस्तीच्या मदतीने सायुरीची बारीकशी आकृती बाहेर फेकली गेली आणि ती कशीबशी आपल्या पायांवर स्थिरावली.

काहीतरी कठीण आणि थंड असे तिच्या पाठीला बोचत असल्याचे तिला जाणवले. ते तिला पुढे जाण्यासाठी ढकलत होते. आपण जपानी असताना आणि ही शत्रूची लष्करी छावणी नसताना आपल्यावर बंदूक का रोखली गेलीये, हे तिला समजत नव्हते. तिच्या स्वतःच्या लोकांना तिची दहशत वाटत होती का, ज्यामुळे तिच्या पाठीत बंदूक टेकवून तिला नेण्यात येत होते? तिने हळूच तिरक्या नजरेने नोबूकडे पाहिले आणि तिला दिसले की, त्यालाही अशाच तऱ्हेने नेण्यात येत होते आणि तिच्यासारखाच त्याच्या चेहऱ्यावरही अविश्वासाचा भाव होता.

त्यांना एका चौरस, करड्या, घाणेरड्या इमारतीत आणण्यात आले. तिथं एका

अधिकाऱ्याने त्यांच्याकडे वरपासून खालपर्यंत नजर टाकली आणि तो झोंबेल अशा रीतीने म्हणाला, ''शिबूमध्ये तुमचे स्वागत आहे. तुमच्यासारख्या भित्र्या आणि देशाभिमानशून्य सैनिकांची यशस्वीरीत्या सफाई करण्याची ही जागा आहे.''

युद्धकैदी असताना दिवसरात्र ज्या आपल्या देशाबद्दल ती स्वप्ने पाहत होती, तो आपला देशही काही सुरक्षित जागा नाही, हे लक्षात आल्यावर सायुरीचे हृदय खचले.

२६

''मी ज्या मिनिटाला सार्जंट यामागुचीला पाहिले, तेव्हा माझ्या लक्षात आले की, माझे वाईट दिवस सुरू झाले आहेत. तो लहान चणीचा माणूस होता; पण शिंबूच्या दरवाजातून आत येणाऱ्या प्रत्येक 'पळपुट्या' कामिकाझी पायलटला शिक्षा करायची आणि सुधारायचे, या एकाच कर्तव्याच्या भावनेने तो झपाटलेला होता. अपयश आणि अपमान यांच्या ओझ्याखाली दबलेल्या आम्हाला तो शंभर फूट उंच असल्यासारखा भासत होता.

''आमची नोंदणी झाल्यावर आम्हाला घाणेरड्या रंगाचे दोन गणवेश दिले गेले; जणू काही आम्ही गुरं होतो! हिरवा रंग... शरम आणि भेकडपणाचा रंग... आमच्याकडे यापुढे कसे पाहिले जाईल याचे ते द्योतक होते.''

'शिंबू' त्यांच्या जीवनात काय प्रकारची भूमिका बजावेल, हे सायुरीच्या लवकरच लक्षात आले. एक गोष्ट होती की, तिथं असलेला प्रत्येक जण हा कामिकाझी पायलट होता. ज्यांनी कोणत्या ना कोणत्या तऱ्हेने आपल्या देशाला अपयश दिले होते. त्यांच्या बरोबरचे त्यांच्या चमूतील लोक धीरोदात्त नायक म्हणून मृत पावले होते आणि हे मात्र जिवंत परत आले होते.

सभ्य भाषेत या जागेला 'राहण्याचा तळ' असे म्हटले होते. मात्र आत शिरल्यानंतर बंद झालेल्या दरवाज्यांनी, तिथे असलेल्या रखवालदारांनी, उंच संरक्षक भिंतींनी सायुरीला सांगितले की, ते एक प्रकारच्या कैदेत आहेत; त्यांना बाहेरच्या जगाशी संबंध नाकारला गेला आहे. लष्कराला त्यांच्या अपयशाची लाज वाटत होती. या गोष्टीचा सुगावा जनतेला लागू नये, यासाठी त्यांना बंदिस्त आणि गप्प ठेवण्यात आले होते.

“आम्हाला अगदी छोट्या खोल्यांत दाटीवाटीने ठेवले होते. दहा लोकांना झोपायला एक खोली, फाटक्या चट्या, दगडासारख्या घट्ट झालेल्या गवताच्या आणि कडब्याच्या उशा होत्या. युद्ध संपल्यावर मी कडबा असलेल्या आणि आवाज करणाऱ्या कोणत्याही उशीवर झोपायचे नाही. कारण, ते मला शिंबूमधल्या कष्टदायक दिवसांची आठवण करून द्यायचे.”

ते शिंबूत आल्यावर दुसऱ्या दिवसापासूनच चौकशी सुरू झाली. एका करड्या रंगाच्या भकास अशा पत्र्याच्या इमारतीत त्यांना एकत्र करून, शाळकरी मुलांसाखे रांगेत उभे करण्यात आले होते. त्या इमारतीत चौकशीसाठी अनेक खोल्या होत्या. आत गेलेल्यांना गोठवून टाकणाऱ्या, घाबरवून सोडणाऱ्या त्या खोल्या त्यांच्याकडून कबुलीजवाब वदवून घेणार होत्या.

सायुरीची चौकशी करणारा अधिकारी हा भयानक दिसणारा, पण मृदुभाषी होता. त्याला पाहून डोळे झाकलेल्या आणि तोंड फाकून हसणाऱ्या एखाद्या सापाची आठवण तिला यायची. त्याच्या त्या भेदक नजरेपुढे आपण अगदी नग्न झाल्यासारखे तिला वाटायचे. तिचा अगदी शूर आणि आत्मविश्वासी राहण्याचा निश्चय डगमगायचा. कारण, तिला खात्री होती की तिने वेषांतर केले आहे, हे त्याला कळेल आणि ती स्त्री होती, हे तो उघड करील. शिंबूत राहणाऱ्या तिच्याबरोबरच्या सहकाऱ्यांना बराच त्रास झालेला होता; परंतु यात तिचा नंबर सर्वांत वर होता, कारण तिने पुरुषाचे वेषांतर करून अक्षम्य गुन्हा केला होता. हे उघडकीस न आल्याने एकप्रकारे लष्कराची अकार्यक्षमताही सिद्ध झाली होती. जपानी शाही सैन्याची ज्या कोणी अशी चेष्टा केली होती, त्याला दया दाखवली जाईल, अशी सायुरीची अपेक्षा नव्हती.

तिला माहीत होते, की तिचे वेषांतर उघड झाल्यास कामिकाझी पायलट म्हणून आलेल्या अपयशात अजून भर पडणार होती. त्यामुळे जपानी लष्कराची दुप्पट अप्रतिष्ठा आणि अपमान होणार होता. या वेळी इथं तिचे संरक्षण करायला किंवा त्यावर पांघरूण घालायला ताकुशी नव्हता.

“त्याच्याबद्दलचे विचार आणि आठवणी यामुळे मला इतके असह्य दुःख झाले की, जागेपणीच्या प्रत्येक क्षणी ताकुशीच्या विचारांपासून माझे मन दूर करण्याचा मी प्रयत्न केला; परंतु रात्री ते त्रासदायक व्हायचे. कारण मी त्याला माझ्याकडे येण्यापासून थांबवू शकत नव्हते, त्यामुळे काही काळानंतर हा प्रयत्न मी सोडून दिला. प्रत्येक रात्री जेव्हा मी झोपायला जायचे, तेव्हा ताकुशी माझ्या बाजूला असायचा.”

"तर, मला सांग की तू परत का फिरलास? तू अजून जिवंत का आहेस?" अधिकारी कासामा खेकसला आणि त्याच्या आवाजातील त्या करडेपणाने सायुरी दचकली. मनाने ती पुन्हा त्या थंड भयानक खोलीत परतली. तो हसला. ते हास्य काहीसे घशातून खरवडल्यासारखे आणि कुत्सित होते. त्याने पुन्हा सुरुवात करीत विचारले, "माझ्या आवाजाने तू दचकलास का? तू एखाद्या स्त्रीसारखा का वागतोयस?"

क्षणभर सायुरीने आपला श्वास रोखून धरला. तिचे रक्त पार गोठले. त्याला कसला संशय आला होता का? नकळत तिने मान खाली घातली आणि तिची तपासणी करण्याचा तो रखवालदारांना हुकूम देईल, म्हणून ती वाट पाहत राहिली. चांगले घडावे, अशी आशा ती मनातून करत होती; परंतु तिला वाईटाचीच अपेक्षाही होती. पण तो क्षण टळला. त्याच्या पुढच्या शब्दांनी हे उघड झाले की, अधिकारी कासामाला कोणताच संशय आला नव्हता.

"एखाद्या पुरुषाप्रमाणे मान ताठ कर आणि इथून चालता हो. आणि उद्या पुन्हा सकाळी सात वाजता इथं हजर हो. अपयशी ठरलेल्या सर्व कामिकाझी पायलटांचा मला तिरस्कार वाटतो!"

आत्महत्या करण्यात अपयश आल्यापासून तिने ऐकलेले ते सर्वांत गोड शब्द होते. जेव्हा ती त्या कोठडीवजा खोलीतून बाहेर पडली, तेव्हा तिने सुटकेचा एक निःश्वास सोडला. अधिकारी कासामाला ती स्त्री असल्याचा संशय आला नव्हता आणि या घडीला तिला तेच महत्त्वाचे होते.

तिच्या मागे असलेल्या पायलटने सर्व आरडाओरडा ऐकलेला होता. जेव्हा तो चौकशीच्या खोलीत शिरला, तेव्हा त्याचा चेहरा पांढराफट्ट पडला होता. स्वतःची परिस्थिती तशी काही हेवा करण्यासारखी नव्हती, तरी सायुरीला त्याच्याबद्दल वाईट वाटले. निदान आजच्या दिवसापुरती का होईना, तिची चौकशी संपली होती. त्यामुळे त्या शिवराळ अधिकाऱ्यापासून उद्या सकाळपर्यंत तरी तिची सुटका झाली होती.

परंतु तिला वाटणारी ही सुटकेची भावना फारच थोडा काळ टिकली. कारण, ध्वनिक्षेपकावरून संदेश देण्यात आला की, सर्व 'वाट चुकलेल्या' आणि 'देशाभिमान नसलेल्या' शिंबूच्या कैद्यांना प्रचंड मध्यवर्ती सभागृहात पुनर्शिक्षणावरील भाषणासाठी ताबडतोब जमायचे होते.

ते पाच तास चालणारे भाषण म्हणजे त्या 'कलंकित' कामिकाझी पायलटांच्या आत्मविश्वासावर आणि धैर्यावर भयानक असा हल्ला होता. भावनिक दबाव, अपमान आणि आपण मेलो का नाही या गुन्ह्याचा वाटणारा पश्चात्ताप होता. त्यामुळे ते चाललेले लांबलचक भाषण ऐकत असताना, तिथं बसलेल्या कोणालाही अगदी

प्रसाधनगृहाचा उपयोग करण्यासाठी विनंती करण्याचीही हिंमत झाली नाही.

त्या अविरत शाब्दिक हल्ल्याने जेरीस आलेल्या एका पायलटाला निराशेने कण्हण्याचा स्वर दाबता आला नाही. तो अगदी सायुरीच्या मागे होता, त्यामुळे तिने प्रार्थना केली की, अधिकाऱ्याने ते ऐकू नये. परंतु त्या दिवशी परिस्थिती प्रतिकूल होती. काही क्षणांसाठी पसरलेल्या त्या अप्रिय शांततेत एकाही माणसाला आपल्याकडे बोट दाखवले जाईल, या भीतीने श्वास घेण्याचीही हिंमत झाली नाही.

ती शांतता त्या अधिकाऱ्याच्या बुटांच्या होणाऱ्या आवाजाने भंग पावली. ज्या दिशेने ते कण्हणे ऐकू आले होते तिकडे तो वळला आणि ओरडला, ''ज्याने कुणी तो आवाज केला, त्याने इथं यावे; नाहीतर खोलीतील प्रत्येकाला शिक्षा केली जाईल!''

पायांच्या हालचालीचा आवाज झाला आणि पुढे येऊन त्या पायलटने सांगितले, ''तो मी होतो, सर. मी रात्रभर झोपलो नव्हतो आणि मी पार थकून गेलो होतो. माझ्या वागणुकीबद्दल मला खेद वाटतो, सर.''

''तर मग तू पुरेसा झोपला नाहीस म्हणून थकलाहेस?'' तो अधिकारी गरजला आणि त्याने फाडकन त्या पायलटच्या थोबाडीत मारली. त्या जोरदार थपडेच्या वेदनेने तो तरुण पायलट खचला, परंतु तो जागेवर उभा राहून सरळ समोर पाहत राहिला.

''तू कामिकाझी पायलट म्हणून होतास. देशाने आणि सम्राटाने या देशाचा सन्मान तुझ्यावर सोपवला होता आणि तू काय केलेस? तू एखाद्या भेकडासारखा आणि स्त्रीसारखा तुझे दीनवाणे जीवन वाचवण्यासाठी पळून आलास? आणि आता तू म्हणतोयस की, तुझी झोप पुरेशी झाली नाही म्हणून तू थकला आहेस? कामिकाझी पायलटला झोपण्याची किंवा थकण्याची परवानगी नसते. त्याने मरायचे असते. तुला हे ऐकू येतंय का?

''तू अजून जिवंत का आहेस? तू घाबरलास आणि आपली मानाची पवित्र बुशिडो संहिता मोडलीस. आता तू इथं उभा राहा आणि तुझे विमान जपानला परत का आले याचे स्पष्टीकरण सर्वांना दे.''

त्या पायलटच्या मुठी अपमानाने आणि शरमेने घट्ट मिटल्या होत्या. तो अधिकारी अपमान करत काठीने त्याला डिवचत होता, तरीही त्या पायलटने धैर्याचा आव आणला होता. तो अधिकारी ओरडला, ''तू बोलत का नाहीस? माझी सहनशक्ती जास्त ताणू नकोस! तुझी कथा आम्हाला ऐकव! हा हुकूम आहे!''

तो पायलट – त्याचे नाव कुशिरो असल्याचे सायुरीला नंतर समजले – नम्रपणे खाली वाकला. त्याने आपला घसा साफ केला आणि तो बोलू लागला, ''मला माहीत आहे, की मी माझ्या देशाला प्रचंड अपकीर्ती आणली आहे. परंतु

त्या वेळी हे असे काही घडेल, असे वाटले नव्हते. जेव्हा मी हल्ला करायला निघालो, तेव्हा मला माहीत होते की हा एकतर्फी प्रवास होता आणि मी जिवंत परतणार नव्हतो. माझे हृदय अभिमानाने भरून आले होते, कारण मी माझा जीव जपानच्या संरक्षणासाठी देत होतो आणि माझ्यात भीतीचा लवलेशही नव्हता.

''परंतु साधारण एक तासभर प्रवास केल्यावर माझ्या लक्षात आले, की माझ्या विमानाच्या इंजिनात काहीतरी बिघाड होता. त्यामुळे ते उड्डाण तसेच सुरू ठेवायचे आणि माझ्या लक्ष्यावर न पोहोचता समुद्रात कोसळायचे किंवा जपानला परत फिरून एक विमान वाचवायचे, हे दोनच पर्याय माझ्यापुढे होते. मी दुसरा पर्याय निवडला तो माझा जीव वाचवण्यासाठी नव्हे, तर आपल्या अमूल्य विमानांपैकी एक विमान मला लक्ष्यावर न पोहोचता कोसळवायचे नव्हते म्हणून.

''हा निर्णय घेतानाच्या माझ्या हेतूची शुद्धता सिद्ध करण्यासाठी मला दुसरा हल्ला करण्यासाठी पुन्हा जाऊ दे. देव साक्षीला आहे, या वेळी मी पुन्हा जिवंत परत येणार नाही!''

तो त्याच्या भावनेच्या उद्रेकात आणि कल्लोळात बोलत होता. त्याच्या भावना त्याच्या डोळ्यांत चमकत होत्या. त्यामुळे त्याच्या समोरील अपयशी ठरलेल्या त्या कामिकाझी पायलटांच्या हृदयातील भावनाही उजळून निघाल्या. ते सर्व जण शरम, वैफल्य आणि राग यामुळे स्वत:च्या भावनांमधील चढ-उतारांशी झगडत होते. त्यातील काहींना तर जिवंत असल्याबद्दल अपराधी भावना वाटत होती.

परंतु तरीही त्या अधिकाऱ्याची खात्री पटली नाही. त्याच्या डोळ्यांत एक निर्दयी चमक होती. त्याने कुशिरोला गर्रकन फिरवले आणि तो म्हणाला, ''छान नाटक, पायलट! परंतु आमची खात्री पटलेली नाही. कबूल कर की, तू घाबरलास आणि आपल्या बुशिडो संहितेचा तुला अभिमान वाटत नाही. इथं असलेल्या तुझ्यासारख्याच इतरांबरोबर तुला सरळ करायची गरज आहे.''

''नाही सर, मी परत फिरलो; कारण माझ्या विमानाची इंजिने बंद पडत होती आणि मला एक विमान गमवायचे नव्हते.'' कुशिरोने उत्तर दिले आणि सायुरीला जाणवले की, त्याच्या या स्वाभिमानाचे संरक्षण करण्याच्या धाडसी प्रयत्नांची त्याला किंमत मोजावी लागणार आहे.

त्या अधिकाऱ्याने संतापाने ओठ आवळून घेतले आणि त्याने आपला चेहरा कुशिरोच्या चेहऱ्याशी अक्षरश: भिडवला.

''उद्धटपणा!'' तो ओरडला. ''तू उलट उत्तर देण्याचे धाडस कसे करतोस? एक लक्षात ठेव पायलट, इथं शिंबूमध्ये तुम्ही सर्व क्षुद्र प्राणी आहात आणि जो कोणी अधिकाऱ्याशी सहमत होत नसेल, त्याला गंभीर शिस्तीची गरज आहे! जर तू हे दुसऱ्यांदा केलेस, तर या खोलीतील प्रत्येकाला तुझ्यामुळे शारीरिक शिक्षा

दिली जाईल. विचार कर, सैनिका, तू जी प्रत्येक गोष्ट करतोस, त्याचा परिणाम तुझ्या सहकाऱ्यांवरही होईल आणि त्यांचीही बेअब्रू होईल.

"आपले क्षुद्र जीवन वाचवण्यासाठी परत फिरताना तू तुझ्या देशाला, कामिकाझी पायलटच्या प्रतिमेला आणि धैर्याला किती 'कलंकित', अपमानित करत आहेस; याचा विचार केला होतास का?"

"शिंबूमध्ये हे अशाच तऱ्हेने बऱ्याचदा चालायचे. ज्या घडीला आम्ही त्या दरवाज्यातून आत गेलो, तेव्हाच आम्हाला भित्रे आणि क्षुद्र म्हणून मानले गेले होते." ती वृद्ध स्त्री म्हणाली. तिच्या कपाळावरील खोल आठ्यांत आणखी एका आठीची भर पडली.

मायुमीच्या लक्षात आले की, आजच्या दिवसाचे काम संपले होते. कारण पुन्हा एकदा सायुरीचे मन आणि विचार हे मागे, त्या दूरवरच्या ठिकाणी भरकटत गेले होते. आणि फक्त तिलाच माहीत असलेल्या लोकांशी आणि प्रसंगांशी ते निगडित झाले होते.

२७

“आम्हाला शिंबूला का पाठवण्यात आले, आम्हाला कैदेत का ठेवले आणि आम्हाला आमच्या कुटुंबीयांशी संपर्कही का साधू दिला नाही, असे मी बऱ्याचदा स्वत:ला विचारायचे. काहीही झाले, तरी आम्ही आमच्या इच्छेने नाही तर आमच्या आवाक्याबाहेरच्या परिस्थितीमुळे जिवंत राहिलो होतो. मग माझ्या लक्षात आले की, लष्कराकडून ‘देवाचे वायुदूत’ म्हणून आमचा गौरव करण्यात आला होता. ज्या उच्च स्थानावर आम्हाला नेऊन ठेवले होते, तिथं राहण्यासाठी आम्हाला बंदिस्त ठेवणेच भाग होते. त्यामुळे जनतेला आम्ही त्या स्थानावरून खाली आलो आहोत, हे कधीच कळणार नव्हते!

“कामिकाझी कार्यक्रम हा अतिशय भव्यदिव्यतेने सुरू केला गेला होता. त्यात खास करून जपानी लष्कराच्या जवळ येणाऱ्या मित्रराष्ट्रांच्या सैन्यापासून जपानला वाचविण्यासाठी चाललेल्या पराक्रमी प्रयत्नावर प्रकाशझोत टाकला जात होता. कामिकाझी पायलटांचे शौर्य, स्वार्थत्याग आणि त्यांना मिळणारे अटळ यश याबद्दल देशात प्रचंड प्रचार चालला होता. आम्ही जपानी लष्कराची निर्मिती होतो. त्यामुळे आमच्या गौरवशाली आणि दैवी प्रतिमेला येणारा उणेपणा लोकांपासून लपवायचा होता. कामिकाझी पायलट हे ‘देवाचे वायुदूत’ होते आणि त्यांनी तसेच राहायला हवे होते. आमचे अपयश हे जपानी लष्कराचे अपयश होते आणि हे ओझे आम्हाला सोसण्यासाठी फार जड होते.

“आम्हाला ‘ठीक करणाऱ्या’ त्या क्रूर प्रशिक्षणामुळे आम्ही अगदी उघडे आणि रक्तबंबाळ होईपर्यंत आमचा आत्मविश्वास हळूहळू हिरावून घेतला जात होता.”

त्या 'पुर्नशिक्षण' देणाऱ्या अधिकाऱ्यांच्या चमूतील सगळ्यांत क्रूर अधिकारी होता – लेफ्टनंट कुरोसाकी. तो काठीसारखा सडसडीत होता, पण त्याने त्याच्या मांजरासारख्या चकचकत्या डोळ्यांतून निर्दयपणे पाहिले की, अगदी सगळ्यात निर्ढावलेल्या कामिकाझी पायलटच्या पाठीतूनही शिरशिरी जायची.

एका सकाळी जेव्हा लेफ्टनंट कुरोसाकीचे विलक्षण डोळे तिच्यावर रोखले गेले, तेव्हा सायुरीला आपले रक्त गोठल्यासारखे वाटले होते. जेव्हा त्याची ती नजर तिच्या सर्वांगावरून फिरली, तेव्हा तिला नेहमीचीच भीती पुन्हा वाटू लागली होती. भीतीच्या त्या परिचित आवाजाने तिच्या डोक्यात घणाचे घाव पडायला सुरुवात झाली होती. आधी तिने पुरुषाचे वेषांतर करून लष्कराला फसविले होते आणि नंतर त्या आत्मघातकी हल्ल्यात अपयशी ठरून, तिने लष्कराला लाज आणली होती. हे कळल्यानंतर ते तिचे काय करतील, हे सांगायलाच नको होते. केम्पैताईने एकदा अगदी तिच्यासमोर एका कुत्र्याला निर्दयपणे ठार मारले होते. कारण काय, तर तो जपानी झेंड्याशेजारी भुंकत होता. आणि इथं तर ती त्यांना एक नाही, तर दोन बाबतींत फसवत होती.

जेव्हा खाली मान घालून चालणाऱ्या दुसऱ्या पायलटाकडे लेफ्टनंट कुरोसाकीचे लक्ष गेले, तेव्हा तिला सुटल्यासारखे वाटले. त्याने आपली ती भीतिदायक नजर त्या तरुण माणसाकडे वळवल्यावर, तो भयंकर क्षण संपला. परंतु सायुरीला माहीत होते की, तिचे पितळ लवकरच उघडे पडणार होते. आधीच अंघोळीच्या वेळी गोष्टी अवघड बनत चालल्या होत्या, कारण सर्व पायलटांवर दरवाजे नसलेल्या सार्वजनिक स्नानगृहात रबराच्या पाईपने पाणी फवारले जायचे. अजूनपर्यंत तरी प्रत्येक जण प्रचंड ताणतणावाखाली असल्यामुळे ती अंघोळ करतानाही आपला आतला शर्ट आणि पॅन्ट का ठेवते, याबद्दल कोणी बोलले नव्हते. पण कधी ना कधी कोणाच्या तरी हे लक्षात येणारच होते आणि इतर पुरुषांसारखे तिने ते काढावेत, म्हणून तिच्यावर दबाव येणार होता.

हिशोब देण्याची वेळ येण्याआधी तिथून निसटायचा सायुरीचा बेत होता; परंतु शिबूतून बाहेर पडण्याचा कोणताही मार्ग नव्हता. त्या भयानक काटेरी तारा असलेल्या भिंती फार उंच होत्या आणि जिकडे-तिकडे पसरलेल्या रखवालदारांची नजर चुकवून त्या ओलांडणे अशक्य होते. हे रखवालदार दिसत तरी होते. परंतु कुणी बेईमान आहे का किंवा कुणी पळून जाण्याचा प्रयत्न करतोय का, हे पाहण्यासाठी आजूबाजूला किती खबरे लपलेले होते, याचीही सायुरीला कल्पना नव्हती.

कुशिरोला 'पुनर्शिक्षणा'साठी म्हणून दोन आठवडे एकांतवासाची शिक्षा दिली गेली. तो हल्ल्यात मेला असता, तर ते जास्त शहाणपणाचे ठरले असते आणि

शिंबूतील अधिकारी जे काही सांगेल, त्याचा त्याने स्वीकार करणे गरजेचे आहे, हे बिंबवण्यासाठी ही शिक्षा होती. जेव्हा त्याला सोडण्यात आले, तेव्हा तो थेट त्याच्या मुख्याधिकाऱ्याकडे त्याला पुन्हा हल्ला करण्याची संधी देण्यात यावी, ही विनंती करण्यासाठी गेला. परंतु त्याला नकार दिला गेला आणि स्पष्ट शब्दांत सांगितले गेले की, त्याने त्यांना अपयश आणलंय आणि जो यापुढे बेभरवशाच्या अशा पायलटवर जपानी लष्कर आपले विमान फुकट घालवणार नाही.

"बकारो! मूर्ख!" त्याला लाथा घालीत बाहेर ढकलत तो अधिकारी ओरडला.

त्याच्यावर खराब कामगिरीचा ठपका ठेवून होणारा अन्याय आणि मिळणाऱ्या वाईट वागणुकीमुळेही त्याचे धैर्य आणि निश्चय भंगला नव्हता, याचे सायुरीला कौतुक वाटायचे. जे काही महिने त्यांनी शिंबूत काढले, त्यात ते मित्र झाले. एका तऱ्हेने कुशिरोचा तो तारुण्यपूर्ण उत्साह सायुरीला आपल्या मृत प्रियकराची, ताकुशीची आठवण करून द्यायचा. परंतु त्याच्याकडे ताकुशीची ताकद आणि निर्णय घेण्याची क्षमता नव्हती. जरी ते जानी दोस्त झाले, तरी सायुरीला त्याच्याविषयी भावासारखे प्रेम वाटायचे. ताकुशीसाठीची वेदना आणि उत्कट इच्छा या तिच्या हृदयात कायमच्या बंदिस्त राहणार होत्या.

काही वेळा त्या अरुंद चटईवर झोपलेली असताना आणि आपल्याबरोबरीच्या सहकाऱ्यांचे घोरण्याचे हळू आवाज ऐकत असताना, ताकुशी जिवंत नाही आणि ती त्याच्या सडपातळ देहाला पुन्हा स्पर्श करू शकणार नाही, यावर सायुरीचा विश्वास बसत नसे. तिला पहिल्यांदाच विमान उडवायला शिकवत असताना, नंतर लष्कराच्या रसदेच्या कुठल्यातरी खोलीत एकमेकांच्या बाहूत विसावले असताना, खळखळणाऱ्या ओढ्याच्या बाजूला, तर कधी चांदण्यांत भीतिदायक अशा कर्तव्याच्या छायेखाली, मृत्यू त्यांच्यावर घिरट्या घालत असताना त्याचा तो प्रेमगुंजारव करणारा भरदार, समृद्ध आवाज ती ऐकू शकणार नव्हती, हे तिला पटत नव्हते. त्यांना वाटायचे की, त्यांच्या मनाला ज्याची इच्छा वाटते, ते परिणामांचा विचार न करता एकमेकांना द्यावे. कारण ते मरणार होते. त्यामुळे शारीरिक त्यागाच्या कोणत्याही प्रतिबंधाला ते महत्त्व देत नव्हते. सनातनी जपानी समाजातील प्रणयाराधनेचे कडक नियम आणि नियमावली आपण अनुसरावी, असे त्यांना वाटत नव्हते. एकमेकांचा अगदी पूर्णपणे आनंद घ्यायला ते मोकळे होते.

कित्येक वेळा ती झोपी गेल्यावर स्वप्नात तिचे विचार ताकुशीबरोबरच्या सुखी जीवनाकडे जायचे – जिथं युद्धाची धास्ती, विमाने आणि कामिकाझी पायलट नसायचे. पण जागं झाल्यावर तिला ती चटईवर एकटी असल्याचं लक्षात यायचं... धोकादायक वेषांतर केलेला कामिकाझी पायलट म्हणून!

आपण एका ताणलेल्या दोरीवर चालतोय आणि कोणत्याही दिवशी आपला

तोल जाऊन आपण पडू, अशा भयानक जाणिवेने ती प्रत्येक दिवशी जागी व्हायची आणि तो दिवस आला. एका सकाळी ध्वनिक्षेपकावर जाहीर करण्यात आले की, शिंबूमधील सर्व कैद्यांनी सक्तीची शारीरिक पूर्ण वैद्यकीय तपासणी करण्यासाठी सार्वजनिक सभागृहात जमायचे होते. भेट देणारा डॉक्टरांचा चमू हे काम करणार होता. आपला खेळ संपला, हे सायुरीच्या लक्षात आले. तिच्या पर्यवेक्षकाकडे जाऊन तिने सत्य कबूल करायचे किंवा शेकडो पुरुषांसमोर नग्न होऊन अपमानाला सामोरे जायचे. हे दोन पर्याय तिच्यासमोर होते आणि ते दोन्ही भयानक होते. एक तासभर ती त्या मध्यभागी काय करावे हे न समजून, अहेतुक फिरत राहिली.

"मी अगदी एकटी होते आणि सल्ला घ्यायला कोणीही नव्हते. हे सारे भयानक होते. मी रडू लागले आणि पुरुष असण्याच्या सवयीने मी माझे अश्रू रागाने पुसले. मग माझ्या लक्षात आले, की मग या थोड्या अश्रूंचे काय? काही दृष्टीने ही एक सूटच होती. कारण, हे वेषांतर कठीण होते, पण ते माझ्या आत्मघातकी मोहिमेत संपणार होते. परंतु मी जिवंत राहिले होते आणि हे वेषांतर तसेच राहिले होते. ते इतके लांबले होते की, मला ते सुरू ठेवणे शक्य नव्हते."

जेव्हा सार्वजनिक सभागृहात जाण्यासंबंधी किंवा कडक शिक्षेला सामोरे जाण्याची दुसरी सूचना ध्वनिक्षेपकावर झाली, तेव्हा सायुरीने पुरेसे धैर्य एकवटले आणि पर्यवेक्षकाच्या ऑफिसच्या तीन पायऱ्या ती चढली. परंतु त्या तीन लहान पायऱ्या आयुष्यात चढण्यासाठी फारच कठीण होत्या.

त्या दिवशी कामावर पर्यवेक्षक म्हणून जनरल इवाकी होता आणि हे तिच्या दृष्टीने दिलासा देणारे होते. पायलटांमध्ये त्याची प्रतिमा अधिक माणुसकी असलेला आणि ज्याच्याशी तुम्ही संपर्क साधू शकता, अशी होती. परंतु, तरीही एका पायलटने सार्वजनिक सभागृहाकडे जाण्याचा हुकूम मानला नाही म्हणून तो चिडला होता.

"तू ध्वनिक्षेपकावर दिलेली सूचना ऐकलीस, असे मी गृहीत धरतो," तो चिडून म्हणाला, "तर मग, पायलट, तू इथं काय करतोस? हा हुकूम न मानण्यासाठी तुझ्याकडे काही खास कारण असायला हवं. नाहीतर शिस्तभंगाच्या कारवाईसाठी तुझे नाव दिले जाईल आणि लष्करात ते काय असते, ते तुला माहीत आहेच!"

सायुरी गेल्या एक तास ज्याची पुन:पुन्हा तयारी करत होती, त्या भाषणातील एक शब्दही क्षणभर उच्चारू शकली नाही. दातखिळी बसल्यागत ती त्या जागेवर खिळून उभी राहिली. तिला वाटले होते त्यापेक्षा हे कठीण होते. एका निर्दयी लष्करी बंदिवासाच्या जागेत आपल्या पर्यवेक्षकाला आपण त्या सर्वांना पुरुषाचे

वेषांतर करून फसवत होतो, हे कसे सांगणार?

जेव्हा जनरल इवाकीच्या लक्षात आले, की हा तरुण पायलट भयंकर घाबरलेला आहे, तेव्हा तो जरा सौम्य झाला आणि कोरडेपणे म्हणाला, ''तरुण माणसा, तुला जर काही सांगायचे असेल तर बोल.''

''तीच तर समस्या आहे, सर. मी तरुण माणूस नाही.'' सायुरी त्या जनरलच्या अनपेक्षित दयाळूपणामुळे आपले मन बदलण्याआधी पटकन बोलून गेली.

''तू काय म्हणतोयस? तू तरुण मुलगा नाहीस? मग तू कोण आहेस?'' जनरल इवाकीने विचारले. ''मी जरी तुझ्याशी सौम्यपणे वागलो असलो तरी मूर्खपणाचे खेळ खेळून माझी सहनशक्ती ताणू नकोस.''

''मला क्षमा करा. सर, पण प्रत्यक्षात मी एक स्त्री आहे आणि कामिकाझी पायलट बनून देशाला वाचवण्यासाठी मी पुरुषाचे वेषांतर केले!'' सायुरी घाईने म्हणाली. तिचे ते शब्द अडखळत बाहेर पडले होते.

त्यानंतर पसरलेली शांतता भीतिदायक होती आणि ती अनंत काळ राहील असे वाटत होते. तिथं जनरल इवाकीच्या जोराच्या श्वासोच्छ्वासाव्यतिरिक्त आवाज नव्हता आणि त्याच्या डोळ्यांत अविश्वासाचा भाव होता. सायुरीने आपले डोळे बंद केले आणि लष्करातील खास निरर्थक शब्दांचा पाऊस तिच्यावर बरसेल म्हणून ती वाट पाहत राहिली.

परंतु जेव्हा जनरल इवाकी बोलला, तेव्हा त्याचा आवाज विलक्षणरीत्या मवाळ होता. या अनपेक्षित दयाळूपणामुळे तिच्या डोळ्यांत अश्रू उभे राहिले. ''तुला देशाला वाचवायची एवढी इच्छा होती की, कामिकाझी पायलटच्या हल्ला करण्याच्या तुकडीत येण्यासाठी पुरुषाचे वेषांतर करून सर्व तऱ्हेचा धोका तू पत्करलास? तू अगदी शूर, तरुण स्त्री आहेस. जरी व्यक्तिशः मी तुझ्या हिंमतीचे आणि धैर्याचे कौतुक करतो, तरी तू लष्करी कायदे मोडण्याचा फार भयंकर गुन्हा केला आहेस आणि त्याचप्रमाणे तुझ्याशी वागावे लागेल. तुला हे समजतंय; हो ना?''

सायुरीने मान हलवली. तिच्या मनात फक्त एकच येत होते की, जनरल इवाकीसारखा अधिकारी त्या दिवशी कामावर होता, हे तिचे केवढे भाग्य! तिला खात्री होती की, मिळणारी शिक्षा कडक आणि अटळ होती. परंतु या घडीला तिला त्याचे काही वाटत नव्हते. काही झाले तरी भयानक परिणाम असलेल्या आत्मघातकी हल्ल्यात कामिकाझी पायलट म्हणून मरायला तयार झालीच होती. दुसरी कोणतीही शिक्षा यापुढे फिकी होती. आपल्या शांत वृत्तीचे आणि भावनाविरहिततेचे तिलाच आश्चर्य वाटले. जनरल इवाकी तिला शिंबू येथील कैदखान्यात पाठवण्यासाठी ताब्यात देईल याची ती वाट पाहत होती. तिचे पुढे काय करायचे, हे ठरवेपर्यंत तिला तिथं ठेवले गेले असते.

तिचं काय करायचं, याची चर्चा करण्यासाठी जनरल इवाकीबरोबरच आणखी दोन जनरलना बोलावले होते. ते तिची अजिबात दखल न घेता तिच्या बाजूने आत गेले. त्यांना राग आला होता की, साध्या बारीकशा पोरीने संपूर्ण हवाईदलाला चेष्टेचा विषय केला होता, तेही मूलभूत अशा तिच्या स्त्रीत्वावरून. कुणालाही हे कळले, तर जपानी लष्कर हे कधीही पचवू शकणार नाही. त्यांची मुख्य काळजी ही होती की, हा घोटाळा कसा गुप्त ठेवायचा आणि सायुरीची पाठवणी अगदी गुप्तपणे कशी करायची?

एक तास गेल्यानंतर त्यांनी तिला आत बोलावले आणि त्या काळपट धातूच्या टेबलामागे ताठपणे बसलेल्या त्या तीन गंभीर आणि सौहार्द नसलेल्या चेहऱ्यांनी सायुरीला सांगितले की, 'तिच्या नशिबात काही चांगली गोष्ट नव्हती.'

तिला त्या तीन जनरल्सपुढे मान खाली घालून आणि हात बाजूला सोडून दक्ष स्थितीत जवळजवळ तासभर उभे करण्यात आले आणि त्यांनी तिच्यावर इतक्या बोचऱ्या शब्दांनी हल्ला सुरू केला, की सायुरीला वाटले, की आपण उकळत्या पाण्याच्या कढईत फेकले गेलो आहोत आणि आपल्याला डोक्यापासून पायापर्यंत अगदी पद्धतशीरपणे पोळले जात आहे.

"जरी मी धैर्याचा आव आणला, तरी आतून मी अतिशय दुखावले होते आणि माझा अपमान का करण्यात येत होता, हे मला समजत नव्हते. मी माझ्या देशावर प्रेम करण्यापेक्षा जास्त काही केले नव्हते. तेही इतके की, मी पुरुषाचे वेषांतर करून हल्ला करायला येणाऱ्या मित्रराष्ट्रांच्या सैन्यापासून माझ्या देशाला वाचवण्यासाठी माझ्या जीवनाची आहुती देण्याचा मार्ग पत्करला होता. तरीही मला बदनाम करण्यात येत होते. इतकेच नाही, तर मी राक्षसी असल्यासारखी वागणूक मिळत होती. हे सर्व शत्रूकडून झाले असते तर मी समजू शकले असते; परंतु माझ्या स्वतःच्या देशबांधवांकडून?"

जेव्हा त्यांची तिच्यावर आगपाखड करून झाली; तेव्हा जनरल इवाकी ज्यांनी स्वतःवर सर्वांत जास्त नियंत्रण ठेवले होते, ते उठले आणि एक शब्दही न बोलता खोलीतून बाहेर पडले. काही क्षणांनंतर, तिला तिच्या ज्या काही चीजवस्तू होत्या, त्या घेता याव्यात म्हणून तिच्या राहण्याच्या जागेकडे घेऊन जाण्यासाठी तिथं दोन रखवालदार आले. तिने त्या वस्तू घाईने तिच्याबरोबर नेहमी असणाऱ्या करड्या रंगाच्या प्रवासी बॅगेत भरल्या. कुणीही तिच्याशी बोलले नाही किंवा तिला कुठे नेत आहेत, या तिच्या प्रश्नांना कुणीही उत्तर दिले नाही.

'कुशिरो! माझ्याबाबत काय घडलंय, हे त्याला मला कळवायला हवं!' तिच्या

मनात विचार आला आणि तिने वळून तिच्या अगदी जवळ असलेल्या रखवालदाराला विनंती केली, "मला काही मिनिटे माझ्या मित्राला पत्र लिहिण्यासाठी वेळ देशील का?"

त्या तरुण रखवालदाराने काहीशा अनिश्चिततेने आपल्या सहकाऱ्याकडे पाहिले. प्रत्येक सैनिकाप्रमाणे नियमांविरुद्ध जाण्याची त्याला भीती वाटत होती. ही अगदी सोपीशी विनंती होती आणि याला अनुमती दिली तरी ते कुणालाच कळणार नव्हते.

त्या दुसऱ्या रखवालदाराने न कळेल अशा रीतीने मान हलवली आणि ते दोघे जरा दूर जाऊन वाट पाहत थांबले. सायुरीने घाईघाईने कुशिरोला छोटी चिठ्ठी लिहिण्यासाठी पेन आणि कागदाचा चिटोरा शोधला. त्यात लिहिले की, ती स्त्री आहे, हे त्यांना कळल्यामुळे तिला खास तुरुंगवासासाठी दुसऱ्या ठिकाणी नेले जात आहे.

'मला माहीत आहे की याचा तुलाही मोठा धक्का बसेल आणि मी तुलाही फसवले याचे मला दुःख वाटते. परंतु ही एक दीर्घकथा आहे आणि जर एखाद्या दिवशी पुन्हा भेटायचे सुदैव आपल्याला लाभले, तर मी ती सर्व तुला ऐकवीन. तोपर्यंत शिंबूतील माझ्या एकमेव मित्रा, काळजी घे.'

सायुरीने चिठ्ठी लिहून संपवली. त्यात आपला कुरिहामाचा पत्ता लिहिला. त्या चुरगळलेल्या कागदाची नीट घडी केली आणि ती कुशिरोच्या झोपायच्या जागी गवताच्या कडक उशीखाली ठेवली. त्याचबरोबर तिच्याकडे उरलेल्या शेवटच्या पाईनच्या कणसापासून तिने बनवलेली कुत्र्याची कलाकृतीही ठेवली. तिला हे कधीच कळणार नव्हते की, त्याला ती चिठ्ठी मिळाली होती का किंवा त्या रात्री त्याच झोपण्याच्या खोलीत राहणाऱ्या दुसऱ्या कुणी ती घेतली होती का? चाळीस वर्षांनंतर कुशिरो एका मोठ्या पोलाद कंपनीचा अध्यक्ष म्हणून टेलिव्हिजनवर दिसला आणि त्याने शिंबूमधील आपल्या दिवसांबद्दल आणि एका विलक्षण कामिकाझी स्त्री पायलटबद्दल सांगितले. तिला रात्री तेथून नेण्यात आले होते आणि जाताना तिने पाईनच्या कणसांपासून बनवलेला एक कुत्रा त्याच्यासाठी ठेवला होता, हेही सांगितले. सायुरीने त्याच्याशी संपर्क साधण्याचा विचार केला. परंतु मग नंतर तो टाळला. कारण, त्यांच्यासाठी भूतकाळ आणि शिंबू हे युद्धाच्या अवशेषांखाली पुरलेले राहणे, हेच जास्त चांगले होते. दुसऱ्यांदा तिने कुशिरोबद्दल ऐकले ते म्हणजे टीव्हीवरची त्याच्या मृत्यूची बातमी. शिंबूमधील तिला भेटलेल्या त्या टवटवीत चेहऱ्याच्या तरुणाची आठवण होऊन तिने मूकपणे अश्रू ढाळले.

पुन्हा एकदा सायुरीला लष्करी व्हॅनमध्ये मागे बसवण्यात आले. परंतु या वेळी

ती एकटी होती; फक्त दोन सैनिक बरोबर होते. ते न बोलता तिच्या मागे बसले होते. तिला कुठे घेऊन जाताहेत, हे तिला कुणीच सांगितले नाही. तिला काहीच वाटले नाही, कारण तिची हिंमत खचली होती आणि सगळ्यावर कडी म्हणजे, तिला आपला विश्वासघात झाल्यासारखे वाटत होते. कारण, ताकुशी आणि तिने दोघांनी आपल्या जीवनाचा आणि प्रेमाचा जुगार खेळला होता. आता तिच्या हे लक्षात आले होते की, हे सर्व चुकीच्या समजुती आणि निष्ठा यापेक्षा जास्त काही नव्हते.

'हे सर्व कशासाठीही नव्हते!' हे शब्द तिच्या डोक्यात घुमत होते. प्रवासभर दोन तास हेच चालले होते. तिने वास्तवाला सामोरे जाण्याचे नाकारले असले, तरी सायुरीला तिच्यापुढे वाढून ठेवलेल्या नशिबाची भीती वाटत होती. तिला कानात ते नेहमीचे ठोके जाणवले. ते वाढत-वाढत त्यांचा स्फोट झाला, ठिणग्या पडल्या आणि सर्वत्र काळोख झाला.

२८

सायुरी एका काळोख्या बोगद्यातून जात होती. त्याच्या टोकाला जिथं दिव्यांचा समूह तिच्यापुढे आकर्षकपणे नाचत होता, त्या ठिकाणी तिला जायचे होते. ते दिवे त्या जादूई साम्राज्यात तिला बोलावत होते. परंतु कोणीतरी तिला हलवत होते आणि मागे खेचत होते. त्या दमट अंधाऱ्या बोगद्यात मागे फिरायला तिला भाग पाडत होते आणि मग तिने ते अडथळा आणणारे हात आपल्या सर्व ताकदीनिशी बाजूला सारले.

"सायुरी मियामोटो, जागी हो. आपण जवळजवळ तिथं पोहोचलोय आणि तू जर त्यांच्या समोर या अवस्थेत गेलीस, तर ते अधिकारी खूप रागावतील." तो सैनिक तिला जोरजोराने हलवत होता आणि सायुरी उठून बसली. त्या सैनिकाला त्याच्या ताब्यात असलेल्या कैद्याबद्दल तो इतका ढिला राहिला, याबद्दल कारवाई होऊ नये, ही भावनाच त्या उठवण्यात जास्त होती.

थोड्याच मिनिटांत त्या धावणाऱ्या व्हॅनचे ब्रेक जोरात लावले गेले आणि टायर्स घासल्याचा आवाज झाला. ती व्हॅन कर्कश आवाज करत थांबली. अशा आवाजाने सायुरीच्या कण्यातून नेहमीच थंड कळ उठायची. मग धातूची वस्तू घासल्याचा जोरात आवाज झाला. कारण त्या व्हॅनचा दरवाजा बाहेरून जोरात उघडला गेला आणि तिला बाहेर पडण्याचा हुकूम दिला गेला. अजूनही दिवस होता. तिच्या थंड पडलेल्या शरीराला सूर्यप्रकाशाने थोडी तरतरी मिळाली, तिच्या धैर्याला थोडे खतपाणीही मिळाले. त्या उन्हाची ऊब चेहऱ्याला जाणवल्यामुळे तिला खूप बरे वाटले. त्यानंतर आयुष्यभर सायुरीच्या घरातील प्रत्येक खोलीत भरपूर सूर्यप्रकाश असायचा.

तिला ताबडतोब एका चौकशीच्या खोलीत नेण्यात आले. त्यात एक सरळ

पाठीची एकमेव खुर्ची होती आणि तिचे तोंड तीन खुर्च्यांच्या रांगेकडे होते. त्या खुर्च्या अशा अंतरावर ठेवल्या होत्या की, त्यामुळे तिने घाबरून जावे. तिच्या मनात पहिला विचार हा आला की, हे किती आश्चर्यकारक आहे की युद्धकैद्यांची अमेरिकन छावणी असो किंवा जपानमधील लष्कराचा तळ असो; चौकशीच्या सर्व खोल्या या सारख्याच होत्या!

खोलीत शिरताच सायुरीच्या लक्षात आली की, या वेळी तिला नेहमीप्रमाणे तासभर किंवा जास्त वेळ वाट बघावी लागणार नव्हती; कारण तिची चौकशी करणारे अधिकारी तिथं आधीच हजर होते. ते तीन वरिष्ठ लष्करी अधिकाऱ्यांचे मंडळ होते. ती त्यांच्या समोरच्या खुर्चीकडे धडपडत गेली, तेव्हा त्यांची भेदक नजर तिच्यावर रोखली गेली. तिने बसावे, अशा त्यांच्या सूचनेची ती वाट पाहत थांबली.

त्यांची वर्तणूक अगदी कठोर आणि निर्दयी होती. सायुरी निराश झाली. त्या बलाढ्य जपानी लष्करापुढे याबाबत सलोख्याचा मार्ग नव्हता. कारण, त्यांनी स्वत:वर लादलेला सन्मान आणि अभिमान या दोन्ही बाबींचा एका सामान्य स्त्रीकडून अपमान आणि उल्लंघन झाले होते.

"आमच्या येथील कागदपत्रं सांगतात की, तू सायुरी मियामोटो आहेस आणि वरच्या दर्जाच्या कामिकाझी पायलटांच्या युनिट-२२ मध्ये प्रवेश मिळवण्यासाठी तू हिरो मियामोटो असल्याची बतावणी केलीस. हे बरोबर आहे का?" मधे बसलेल्या अधिकाऱ्याचा आवाज चाबकाच्या फटकाऱ्यासारखा आला. जणू काही एखादा साप तिच्या भोवती वेटोळे घालत आपली पकड घट्ट करत होता.

"होय सर, हे बरोबर आहे." सायुरीने उत्तर दिले. आता नाकारण्यात काही अर्थ नव्हता. त्यांच्या हेरांकडून तिच्याबाबत सर्व माहिती लेखी गोळा करण्यात आली होती, याबद्दल तिची खात्री होती. त्याने तिला बसण्याची खूण केली. तरीही सायुरी जागच्या जागी खिळून उभी राहिली. ते पाहून तो ओरडलाच, "खाली बस. हा हुकूम आहे!"

तिला तिच्या खांद्यावर दणकट दाब पडलेला जाणवला. ज्या सैनिकाने तिला आत आणले होते, त्याने झटकन तिला खुर्चीत बसवले. त्या खुर्चीची बाहेर आलेली कडा तिच्या पॅन्टच्या पातळ कपड्यातून शिरून तिच्या पार्श्वभागात घुसली आणि सायुरीने आपले ओठ चावले.

"तू जे काही केलंयस, ते लष्करी कायद्याचे गंभीर उल्लंघन आहे. त्यामुळे तू देशाला अगदी लाज आणलीयेस आणि ते अपमानकारक आहे. तुला क्षमा करणे अशक्य आहे.

"माझ्याबद्दल म्हणशील, तर मी तुला फाशीची शिक्षा व्हावी, अशी शिफारस

करीन. परंतु आमच्यात असे काही आहेत, ज्यांना वाटते की, तू देशाची सेवा करण्याच्या तुला वाटणाऱ्या तीव्र इच्छेमुळे हे शोचनीय वेषांतर केलेस. म्हणून काही अटी घालून तुझे आयुष्य वाचवावे.''

या शब्दांनी तिला चाबकासारखे फटकारले. या शब्दांचे फटके तिला बसत होते आणि तिला ते जास्तच असह्य झाले. ती दुःखाने ओरडली, ''होय सर, मी लष्कराला फसवले, ही माझी चूक होती आणि त्यासाठी मी मरणं, हेच योग्य आहे. माझा जीव घ्या! मी जे काही केले, त्यासाठी अगदी नम्रपणे मी लष्कराची फाशीची शिक्षा पत्करते!''

''नाही, हे आम्ही करू शकत नाही. कारण आमच्याकडे तुझ्यासाठी दुसरी शिक्षा आहे. इथं एक कामिकाझी स्त्री पायलट होती, जिने जपानच्या लष्करी शिस्तीचा अपमान केला आणि अपयश आणले; हे कुणालाही कळता कामा नये. तेव्हा आजपासून सायुरी मियामोटो, तू अधिकृतपणे मृत असशील!''

''मृत? याचा अर्थ तुम्ही मला शेवटी मारणार?'' सायुरीची जीभ इतकी जड झाली आणि तिच्या तोंडाला एवढी कोरड पडली की, हे शब्द तिच्या तोंडातून अस्पष्टपणे बाहेर आले.

''अगदी तसेच नाही. परंतु तुझ्या कुटुंबीयांना कळवण्यात येईल की, तुला लष्करी नोकरीत मरण आले आणि तुझे प्रेतसंस्कार करण्यात येतील. तुझे नाव तुझ्या कुटुंबीयांच्या यादीतून काढले जाईल आणि तू यापुढे अस्तित्वात राहणार नाहीस.

''तुला एक नवीन ओळख दिली जाईल आणि तू रिका कोबायाशी म्हणून ओळखली जाशील. तुझी नोंद एका नव्या कुटुंबात केली जाईल. तू कुरिहाशी शहरात राहायला जाशील. तू तुझ्या कुटुंबीयांशी पुन्हा कधीही संपर्क साधणार नाहीस, असे तुला मान्य करावे लागेल. त्यांच्या दृष्टीने सायुरी मियामोटो मृत असेल. जर तू याला कबूल झाली नाहीस, तर मग आम्हाला तुला एकटीलाच नाही तर तुझ्या सर्व कुटुंबाला ठार करावे लागेल. कारण आम्हाला तू तुझ्या जुन्या आयुष्यात परत जाऊन ही लाजिरवाणी गुप्त गोष्ट कुणाला सांगावीस, असे वाटत नाही.

''आमच्याकडे तुझी सर्व कागदपत्रं तयार आहेत. सायुरी मियामोटोच्या मृत्यूचा दाखला, रिका कोबायाशीचे नवीन कौटुंबिक नोंदणीपत्र इथं आहे.'' डाव्या बाजूला असलेल्या अधिकाऱ्याने एक करड्या रंगाचे पाकीट टेबलावरून तिच्याकडे फेकले. ''तुला फक्त एवढंच करायचे आहे की, तू ते घ्यायचे. मग तुझे आणि तुझ्या कुटुंबीयांचे प्राण वाचतील.''

सायुरीला जेव्हा त्या अधिकाऱ्यांच्या शब्दांचा अर्थ मनात हळूहळू जाणवू

लागला, तेव्हा वेड्यासारखी हसायची इच्छा झाली. तिला माहीत होते की, जरी तिला मरणाची भीती वाटत नव्हती, तरी ती आपल्या कुटुंबीयांना काहीही इजा करू इच्छित नव्हती. ती सायुरी मियामोटोला जिवंत पुरण्याचे हे फर्मान स्वीकारेल आणि रिका कोबायाशी हे नाव व आयुष्य धारण करेल. त्यांनी तिला खिंडीत गाठले होते, तिच्यापुढे दुसरा कोणताही मार्ग नव्हता.

त्यांनी तिच्यापुढे सारलेल्या सायुरी मियामोटोचा मृत्यू आणि रिका कोबायाशीचा नवीन अस्तित्व दाखवणाऱ्या कागदाच्या भेंडोळ्यांवर डोळे मिटून सही केली, तेव्हा तिच्या घशात हुंदका दाटून आला. ती तिच्या आई-वडिलांना पुन्हा कधीही पाहू शकणार नव्हती. दुसऱ्या कोणाचे तरी आयुष्य जगण्याची शिक्षा तिला फर्मावली गेली होती. त्या थोड्या अवधीच्या कामिकाझी पायलटच्या जीवनाबद्दल आणि ताकुशीबरोबर गुप्त प्रेमाचा आनंद लुटल्याबद्दल तिला जिवंतपणी मृत्यूची शिक्षा दिली गेली होती.

कुरिहामा ही जागा तिने कशी शोधली होती, हे तिचे तिलाच माहीत नव्हते. कुरिहामाला विशेष काही नव्हते. तिथं तिला एका पोलादाच्या कारखान्यात काम मिळाले आणि त्या कारखान्यातील कामगारांसाठी असणाऱ्या राहण्याच्या जागेत रात्री झोपण्यापुरती जागा मिळाली. जपानच्या दुसऱ्या भागात, शेकडो किलोमीटर्स अंतरावर तिच्या आई-वडिलांनी तिच्या मरणाबद्दल शोक व्यक्त केला. तिचा फोटो मृत माणसांसाठी वापरल्या जाणाऱ्या काळ्या चौकटीत तिच्या भावाच्या – हिरोच्या फोटोशेजारी, त्यांच्या झोपायच्या खोलीतील शेल्फच्या वरच्या भागात ठेवला गेला. त्या दोन फोटोंच्या बाजूला त्यांनी एक जपानी झेंडा लावला आणि क्रिसॅन्थिममची वाटोळी ताजी फुले लावली. ती फुलं सम्राटाच्या क्रिसॅन्थिमम सिंहासनाची द्योतक होती. त्या सिंहासनासाठी त्यांच्या मुलांनी त्यांच्या प्राणाची आहुती दिली होती.

दोन महिन्यांनंतर हिरोशिमा आणि नागासाकीवर दोन अणुबॉम्ब टाकण्यात आले. सम्राटाने रेडिओवर आपल्या दुबळ्या आणि कापऱ्या आवाजात सर्व देशाला सांगितले की, जपानने शरणागती पत्करली आहे आणि युद्ध संपलंय!

जेव्हा ही सूचना एका छोट्या ट्रान्झिस्टर रेडिओवर आली, तेव्हा सायुरी तिच्या राहण्याच्या जागेकडे परतत होती. हा ट्रान्झिस्टर तिने कारखान्यातील मजुरीच्या पहिल्या पैशातून काळ्या बाजारात विकत घेतला होता. मग हळूहळू तिचा रागाचा पारा चढू लागला. ती एका झाडाला टेकून उभी राहिली आणि तिने मुठीने त्याच्या खडबडीत खोडावर प्रहार केले. वाऱ्यामुळे त्याच्या पानांची सळसळ होत होती. त्या सळसळीतून तिच्याच मनातील विचार बाहेर पडले आणि हेटाळणी करत म्हणाले, 'तर मग हे सर्व निरर्थक होते. तू, तुझे कुटुंब, तुझा प्रियकर आणि तुझे आयुष्य

हे निरर्थक कामासाठी फुकट घालवलेस!'

काही आठवड्यांपूर्वी तिच्यासाठी एक पाकीट आले होते. त्यात रिका कोबायाशी या नावाने तिच्या नव्या कुटुंब नोंदणीची प्रत होती. जर तिने कधी आपले तोंड उघडण्याचा प्रयत्न केला आणि गप्प राहण्याची आपली शपथ मोडली, तर तिला कशाला तोंड द्यावे लागेल याची भयप्रद आठवण त्यात करून दिलेली होती. ज्या स्त्रीने जपानी लष्कराला आणि सर्व देशाला एकमेव स्त्री कामिकाझी पायलट होण्यासाठी फसवले होते, तिला रिकाम्या थडग्यात पुरलेल्या अवस्थेत राहणे बंधनकारक होते. त्या थडग्यावर साधासुधा दगड होता आणि त्यावर सायुरी मियामोटो हे नाव होते. हे थडगे होते कुरिहाशी शहराच्या बाहेरच्या बाजूला, जोरदार वारा असलेल्या डोंगराळ स्मशानभूमीत.

रिका कोबायाशीने त्या भागातील एक प्रसिद्ध सुतार हिरोशी त्सुरूमोटाशी लग्न केले. त्या दोघांनी मिळून पाईन कणसांचे हस्तकलेच्या सुंदर नमुन्यात रूपांतर करण्याचे विलक्षण कसब पुनरुज्जीवित केले. नंतर त्याचा एक छान कौटुंबिक व्यवसाय सुरू केला.

"प्रत्येकाच्या दृष्टीने मी हिरोशीची गंभीर देखणी पत्नी आणि एका सुंदर मुलीची आई होते. कुणालाच तो निर्दय भूतकाळ आणि ते गुप्त प्रेम – जे माझ्या हृदयात खोल गाडलेले होते – त्याची माहिती नव्हती. फक्त वर्षातून एकदाच, २४ मार्चला मी स्वतःला सायुरी मियामोटो बनण्याची मुभा द्यायचे. त्या दिवशी माझा लाडका ताकुशी मरणाच्या दरीत गेला होता. कामिकाझी पायलट म्हणून आमची भेट झाली होती, कामिकाझी पायलट म्हणून आम्ही प्रेम केले होते आणि एकमेकांपासून दूर फेकले गेलो होतो."

"उद्या २४ मार्च आहे सायुरी मॅडम!" मायुमी हळूच म्हणाली. "मग यासुकुनी तीर्थाच्या यात्रेसाठी मी तुमच्याबरोबर येऊ का?"

त्या वृद्ध स्त्रीने मान हलवली. एकही शब्द न बोलता ती आपल्या खुर्चीतून वाकली आणि काहीही आवाज न करता जमिनीवर कोसळली. त्यानंतर सायुरी मियामोटोला कधीच शुद्ध आली नाही. परंतु ज्या स्मितहास्याच्या छायेत तिचा चेहरा उजळला होता, त्यावरून मायुमीला जाणवले की, शेवटी तिला शांती मिळाली होती. ती आपल्या या आयुष्यातून बाहेर पडून, तिचा प्रियकर ताकुशीशी पुन्हा मीलन करण्यासाठी आतुरली होती.

"या वर्षी ती यासुकुनीला भेट देऊ शकली नाही," मायुमी हळू आवाजात म्हणाली. काही आठवड्यांपूर्वीचा शहरातील त्यातल्या त्यात मोठ्या मोकुफुजी

देवळाजवळील जोरदार वारा वाहणाऱ्या त्या स्मशानातील हृद्य प्रसंग तिला आठवला.

सायुरीबरोबर आणखी एका भेटीसाठी मायुमी आली होती. तेव्हा सायुरीच्या नातीने तिला या स्मशानाकडे जायला सांगितले होते. ती त्या रुंद दगडांच्या रस्त्यावरून धावत वर गेली. जोरदार वारे वाहणारे जुने स्मशान तिथे होते. शेवाळाने भरलेले, डोक्यावरती नाव लिहिलेले दगड होते. तिचे हृदय धडधडत होते. सायुरी मियामोटो सकाळच्या या अशा वेळी एका जुन्या स्मशानात एकटी काय करत होती?

अनेक वर्षं वारा-पावसाने मार खाल्लेल्या दगडांच्या रांगेतून वाट काढत आल्यावर मायुमीला ती वृद्ध स्त्री एका दगडाजवळ वाकलेली दिसली. तो दगड इतर दगडांइतका जुना नव्हता. तिच्या हातात लाल गुलाबांचा गुच्छ होता आणि तिचे ओठ प्रार्थना करत असल्यासारखे हलत होते. ती त्या धार्मिक विधीच्या विलक्षण तंद्रीत इतकी गुंग झाली होती की, मायुमी आल्याचे तिला कळले नाही. रिका कोबायाशीने पिवळसर पांढऱ्या रंगाचा किमोनो घातला होता. तिचा अंबाडा वाऱ्याने सैल होऊन अस्ताव्यस्त झाला होता. ती त्या थडग्यावर तरंगणाऱ्या प्रेतासारखी दिसत होती.

त्या डोक्याकडील दगडावर काहीतरी लिहिलेले होते. मायुमी ते वाचण्यासाठी जवळ गेली आणि ती काहीशी अविश्वासाने जागीच खिळून उभी राहिली. कारण त्या दगडावर 'सायुरी मियामोटो, २४ मार्च १९४५ ला मृत्यू,' असे कोरलेले होते.

"याचा अर्थ काय?" तिने सुरुवात केली. मग त्या कोड्याचे धागेदोरे, जे तिच्या मनात स्वैरपणे फिरत होते, ते व्यवस्थित ठिकाणी बसले. आता तिला प्रत्येक गोष्ट स्पष्टपणे दिसू लागली होती. जणू काही कोणीतरी ते तिच्यासमोर व्यवस्थित मांडले होते.

"अर्थात, सायुरी मियामोटोच्या बाबतीत हे घडले तर!" तिने दीर्घ श्वास सोडला आणि त्या आवाजाने त्या वृद्ध स्त्रीने शेवटी मागे वळून पाहिले. मायुमीला तिथं पाहून तिला फारसे आश्चर्य वाटलेले दिसले नाही. जणू काही तिला नेटाने भेटायला येणारी ती कोणत्याही प्रसंगी तिच्या मागून येईल, अशी तिची अपेक्षाच होती.

"तर मग त्यांनी सायुरीचे हे केले? त्यांनी तिला ठार मारले आणि तुला नवीन ओळख घ्यायला आणि उरलेले आयुष्य रिका कोबायाशी म्हणून काढायला भाग पाडले?"

त्या वृद्धेने मान हलवली आणि तिच्या डोळ्यांत असलेले धुरकटलेले अनोळखी भाव पाहून मायुमीच्या लक्षात आले की, तिला शेवटी तिची कथा मिळणार होती.

“तर सायुरी मियामोटो ही कामिकाझी स्त्री पायलट खरोखरच अस्तित्वात होती? आणि एनएचकेच्या पछाडलेल्या फिल्म निर्मात्याचा तो काही वेडपट शोध नव्हता?” मायुमीने विचारले.

सायुरीने पुन्हा मान हलवली आणि त्या तरुण इतिहासकार स्त्रीने मोठ्या भक्तिभावाने विचारलेल्या प्रश्नांवर ती हसली. बराच काळ मुलाखतीसाठी पुन:पुन्हा केलेल्या विनंत्यांना तिने दाद दिली नव्हती. कोणत्याही तऱ्हेची प्रसिद्धी तिने टाळली होती. कारण कर्तव्य, सन्मान तसेच तिच्या व तिच्या कुटुंबाच्या सुरक्षिततेसाठी लादलेल्या एका शपथेखाली ती होती. परंतु ती आता म्हातारी झाली होती. आपले दिवस मोजकेच आहेत याची तिला जाणीव होती. तिने गुप्त गोष्टींबद्दलचा आपला शब्द पाळला की नाही, हे बघायला आता कोणी उरले नव्हते. तिने मौन सोडायचे ठरवले होते आणि आपल्या कथेत जगाला सहभागी करून घेतले होते.

“काही झाले तरी, मान किंवा अवमान, माझे आयुष्य आणि कामिकाझी स्त्री पायलटचे अस्तित्व ही आता इतिहासजमा गोष्ट आहे. जे घडले, ते क्षुब्ध अशा जपानचे साम्राज्य कोसळण्याच्या पार्श्वभूमीवर आणि ते वाचवण्यासाठीच्या आमच्या शेवटच्या पराकाष्ठेच्या प्रयत्नात.”

हे घडले काही आठवड्यांपूर्वी आणि आता त्या रिकाम्या थडग्याने शेवटी आपला रास्त रहिवासी मिळवला होता. मायुमीला माहीत होते की, आपल्या यातनामय जीवनातून सुटल्यामुळे आणि आपल्या प्रियकराबरोबर तिचे शेवटी मीलन झाल्यामुळे सायुरी आता सुखी आहे.

समलिंगी आकर्षणाच्या ग्रहणीय प्रवाहात वाहवत गेलेल्या सामुराई आणि सामान्य शेतकऱ्याचा मुलगा यांच्या प्रमाथी प्रेमकहाणीची हृदय हेलावणारी शोकांतिका.

जॅपनीज मॅग्नोलिया

लेखक
रेई किमुरा

अनुवाद
निर्मला मोने

"तू आहेस का फुसावो? किती काळ मी तुझ्याशिवाय होतो?
मला चैन पडत नव्हतं. ये. मला सुख दे. तू नेहमी देतोस तसं...."
फुसावो त्या विश्वास ठेवणाऱ्या चेहऱ्यापासून दूर झाला.
एक बारीकशी किंकाळी फोडून आपल्या थरथरत्या हातातला
सुरा त्यानं आपल्या प्रियकराच्या छातीत जोरानं खुपसला.
तो सुरा मुठीपर्यंत आत जाईतो, तो थांबला नाही.
बाहेर काढून आणखी एकदा, त्याच, त्याच्याविषयीच्या प्रेमानं,
विश्वासानं आणि त्याच्या इच्छेनं भरलेल्या हृदयात....
त्याला जाणवलं की, खोलीत कोणीच नव्हतं आणखी.
आणि ओकिमोटोच्या ओठांवर शब्द होते, "फुसावो,
फुसावो, तू आलास?"
त्याच्या दगडी बनलेल्या चेहऱ्यावरून अश्रूंचा लोट वाहत होता.
धक्का बसलेल्या त्या मुखातून त्याचंच नाव पुन:पुन्हा येत होतं,
आणि एकच प्रश्न – का, का? रक्ताचा एक प्रवाह छातीतून,
फुसावोला परिचित, अतिपरिचित असलेल्या त्या शरीरातून
वाहू लागला.
समलिंगी आकर्षणाच्या गर्हणीय प्रवाहात वाहवत
गेलेल्या सामुराई आणि सामान्य शेतकऱ्याचा मुलगा यांच्या
प्रमाथी प्रेमकहाणीची हृदय हेलावणारी शोकांतिका.